முனைவர் எம். எஸ். எம். அனஸ் (பி. 1949) இலங்கைப் பேராதனைப் பல்கலைக்கழகத்தில் மெய்யியல் துறையில் பல ஆண்டுகள் பேராசிரியராகப் பணியாற்றி வருகிறார். நூற்றுக்கும் மேற்பட்ட கட்டுரைகளையும் பல நூல்களையும் எழுதியிருக்கிறார். மெய்யியல், பண்பாடு, வரலாறு, நாட்டாரியல், முஸ்லிம் கலைகள், முஸ்லிம் அறிவியல் வரலாறு, மத்திய கிழக்கு அரசியல் நிலை ஆகியவை இவருக்கு ஆர்வமுள்ள துறைகள். மெய்யியல்: கிரேக்கம் முதல் தற்காலம் வரை, இஸ்லாமும் அறிவியலும், விஞ்ஞானங்களும் சமூக விஞ்ஞானங்களும், முஸ்லிம் நாட்டாரியல், முஸ்லிம் நுண்கலை, அரபு இசை, அரபுலக மக்கள் எழுச்சி, தற்கால இஸ்லாமியச் சிந்தனை போன்றவை அவர் எழுதிய நூல்களில் சில.

لا اله الا الله محمد رسول الله

தொடக்க கால இஸ்லாம்

ஒரு சமூக–பண்பாட்டுப் பார்வை

எம்.எஸ்.எம். அனஸ்

அடையாளம்

முதல் பதிப்பு 2021

© எம். எஸ். எம். அனஸ்

வெளியீடு: அடையாளம், 1205/1 கருப்பூர் சாலை, புத்தாநத்தம் 621310, திருச்சி மாவட்டம், இந்தியா, தொலைபேசி: 04332 273444

நூல் வடிவம்: த பாபிரஸ், அச்சாக்கம்: அடையாளம் பிரஸ், இந்தியா

ISBN 978 81 7720 309 7

விலை: ₹ 200

Thotakkakaala Islam is a book on the Early Phase of Islam in Tamil by M.S.M. Anes, Published by Adaiyaalam, 1205/1 Karupur Road, Puthanatham 621310, Thiruchirappalli District, Tamilnadu, India, email: info@adaiyaalam.net

வரலாற்றுப் பொருள்முதல்வாத நோக்கில்
சமயத்தின் தோற்றத்தை அணுகிய
கார்ல் மார்க்சுக்கும்
வரலாற்றியல் சிந்தனைவழி
இஸ்லாத்தின் தோற்றத்தை விவரித்த
ஷிப்லி நூமானிக்கும்

பொருளடக்கம்

பதிப்புரை - பக்தவத்சல பாரதி	ix
முன்னுரை	xvi

1 அறிமுகம் — 1

2 மார்க்சியமும் இஸ்லாமும்: அறிவியலும் ஆன்மிகமும் — 14
சமூகப் பரிணாமம் - தொன்மைச் சமூகம் - பூர்வீகக் கூட்டுடைமை - குலமரபுகள் - சமூக வாழ்நிலை - வரலாற்று விதி - இஸ்லாத்தின் வரலாறு - சமய மாற்றம்

3 தொன்மை அரபியா: பூர்வீகக் குடிகளும் நாகரிகமும் — 37
மெஸெப்பொட்டேமியா - சுமேரியர் - செமித்தியர் - கலாசாரக் கலப்பு - பெண் - சந்திரக்கடவுள் - சபாயின்கள் - வட அரபியா - நபேத்தியர்

4 அரபியப் பழங்குடி: அமைப்பும் பண்பாடும் — 61
பழங்குடிச் சமூகம் - ஒட்டக நாடோடிகள் - சமத்துவ சமுதாயம் - சமூக அமைப்பு - இரத்த பந்தம் - சமூக இணைப்பு - அல்-அசபிய்யா - முர்ருஆ - தார்விதி - மாலா - இலக்கியம்

5 சமயசிந்தனை: தொன்மைச் சமயமும் ஹனீப்வாதமும் — 85
விக்ரக வழிபாடுகள் - ஆன்மா - சந்திர வழிபாடு - ஆவிக் கோட்பாடு - பெண் தெய்வங்கள் - ஹனீப்வாதம் - இப்ராஹிமியம் - பலிச்சடங்கு - ஜின்கள் - சமூக விருந்துகள் - மக்காவின் சமயம் - ஏகத்துவம்

6 பொருளாதார நிலை: சமூக உறவும் வர்க்கவேறுபாடும் — 118
அடிமைமுறை - தனிஉடைமை - வர்த்தகவளம் - வட்டிமுறை - சுரண்டல் - வறுமை - வணிகப் போட்டி - சமூக மாற்றம் - பழங்குடி ஒழுக்கம் - குல ஐக்கியம் - தனிமனித வாதம்

7 **பெண்நிலை: குடும்பமும் திருமணமும்** 130

குல ஒழுங்கமைப்பு - தாய்வழி மரபு - குடும்பச் சட்டம் - விதவைமணம் - மஹர் - செமித்திய முறை - மகள் - பெண் சிசுக் கொலை - ஆணாதிக்க மரபு - வழக்காறு - பொருளியல் காரணி - சொத்துரிமை - உறவுமுறை மாற்றம்

8 **புதிய தலைமைத்துவம்: நபிகளாரின் வாழ்வும் நோக்கும்** 157

குறைஷியர் - ஹாஷிம் குலம் - கஅபா - பாலைவன வாழ்க்கை - ஹலீமா - கதீஜா - பொருளியல் முரண்பாடு - வணிகர் எதிர்ப்பு - மூதாதையர் நோக்கு - இன்பவாதம் - வெளியேற்றம்

9 **அரசியல் சிந்தனை: ஒப்பந்தங்களும் அரசின் தோற்றமும்** 182

யூதப் பழங்குடிகள் - யூத-அரபு மோதல்கள் - மதீன ஒப்பந்தங்கள் - உம்மாவின் தோற்றம் - நேசக் கூட்டமைப்பு - கருத்தியலும் அரசியலும் - சமூக ஒப்பந்தக் கோட்பாடு - மதீன அரசு - இராணுவ பலம் - இறை அரசு

குறிப்புகள் 210

உசாத்துணை 216

பதிப்புரை

இஸ்லாத்தைச் சமூக அறிவியலாக அறிதல்

பக்தவத்சல பாரதி
மேனாள் இயக்குநர், புதுச்சேரி மொழியியல், பண்பாட்டு ஆராய்ச்சி நிறுவனம்

இஸ்லாம் இன்று உலகின் மிகப் பெரிய மதம். பொது ஆண்டுகளில் தோன்றினாலும் உலகெங்கும் பரவி முன்னிலையில் உள்ள மதமாகும். மானுட வாழ்வை வழிநடத்துவதில் வேறெந்த சமூக நிறுவனங்களை விடவும் சமயமே பெரும் செல்வாக்கு செலுத்துகிறது. இதன் வகிபாகம் மிகவும் முதன்மையானது. எல்லாவற்றுக்கும் ஒரு படிமலர்ச்சி (evolution) உண்டு. அவ்வாறே இஸ்லாத்துக்கும் ஓர் ஆரம்பகாலம் உண்டு. அது தொடக்கத்தில் தோன்றி வளர்ந்ததைப் பேசுவதே இந்த நூல்.

பேராசிரியர் எம்.எஸ்.எம். அனஸ் நம்காலத்தின் தலைசிறந்த அறிஞர்களில் ஒருவர். பேராதனைப் பல்கலைக் கழகத்தில் நீண்ட காலம் மெய்யியல் பேராசிரியராகப் பணியாற்றி வருபவர். இஸ்லாம், சமய அரசியல், வரலாறு, பண்பாடு, நாட்டாரியல் முதலான புலங்களில் மிகுந்த பாண்டித்தியம் நிறைந்தவர்; அறிவுலகில் பெரிதும் பங்காற்றியுள்ளவர்.

பேராசிரியர் அனஸ் எழுதியிருக்கும் தொடக்ககால இஸ்லாம் (2020) அதன் வகைமையில் தனித்துவமானது; காலத்தால் கவனிக்கக் கூடியது. இது ஒரு முக்கியமான நூல்; முழுமை நோக்கிய நூல். தொடக்ககால இஸ்லாத்தைச் சமூகப் பண்பாட்டுப் பார்வையில் அணுகியிருக்கிறது. இது நமக்கு மிகுந்த நெருக்கத்தை ஏற்படுத்துகிறது. மதங்களை வரலாறாகவும் அரசியலாகவும் அணுகலாம். ஆனால் அவற்றைச் சமூகத்தோடும் பண்பாட்டோடும் இணைக்கும்போது, நமது

வாழ்வியல் நோக்கங்களையும் இலக்குகளையும் தீவிரமாகப் பரிசீலிக்கலாம்.

உலகில் பிறக்கும் ஒவ்வொருவருக்கும் மதங்கள் வாழ்வியல் செல்நெறிகளைக் காட்டுகின்றன; மானுடத்தைப் பேசுகின்றன; மனிதத்தை இன்னியமாக்குகின்றன. மதங்கள் பற்றிய பார்வை காலகதியில் மாறி வந்துள்ளது. அறிவியலாக அறிவது இன்றைய நிலை. பேராசிரியர் அனஸ் இந்த நூலில் இஸ்லாத்தை ஒரு சமூக அறிவியலாக நமக்குக் காட்டுகிறார். இந்த வரைவியலில் வரலாறு, சமூகம், பண்பாடு ஆகிய மூன்றையும் ஒருங்கிணைத்து ஓர் ஆகச் சிறந்த முன்னெடுப்பைக் காட்சிப்படுத்துகிறார். இஸ்லாத்தின் தோற்றம், தொடக்கக்காலம் இரண்டையும் நம் கண்களுக்கு நெருக்கமாக்குகிறார். இதனை அனஸ் தன் தேர்ச்சியான, முதிர்ச்சியான எழுத்து முறையால் நமக்கு வசமாக்குகிறார். ஒரு வார்த்தையில் சொல்ல வேண்டுமானால் இந்நூல் ஒரு 'கைவிளக்கு' எனலாம்.

இஸ்லாம் மத்திய கிழக்கில் தோன்றியது; அரபு சமூகத்தில் வேர் பரப்பியது. பண்டைய எகிப்து, மெசபடோமியா ஆகிய நாகரிகங்களின் எல்லையில் அது வளர்ந்தது. உலக மதங்கள் பலவும் புராதனப் பரிமாணம் கொண்டவை என்றால், இஸ்லாமோ வணிகம் செழித்த நகரச் சூழலில் தோன்றியது. ஆகவே மனித குலத்தின் எல்லா வளர்ச்சி நிலைகளையும் கடந்து வந்த பின்னர் உருவான மதமாக இஸ்லாம் பெயர் பெற்றது. வேறெந்த மதங்களுக்கும் இந்தப் பரிமாணம் இல்லை எனலாம்.

கீழைத்தேயங்களின் வரலாறு மதங்களின் வரலாறாகவே அமைந்துள்ளது என கார்ல் மார்க்ஸ் உணர்ந்தார். ஆனாலும் உண்மையில் இஸ்லாம் ஒரு மதமும் வாழ்வுமுறையும் மட்டுமல்ல; அது ஒரு நாகரிகத்தின் கட்டமைவு. மனித குலத்தைப் புதிய திசையில் வழிநடத்தவும், ஒரு புதிய நாகரிக வாழ்வைக் கட்டியெழுப்பவும் தோற்றுவிக்கப்பட்டதே இஸ்லாம். பெடோயின் பழங்குடி வாழ்வு தொடங்கி, நகரிக வணிக வாழ்வுவரை மனித குலத்தின் மிக நீண்டதொரு வரலாற்றுப் பரிமாணம் கொண்டதுதான் இஸ்லாம். அது மனிதகுல வரலாற்றின் முழுமையின் குறியீடு. இந்தப் பின்புலத்தை நூலாசிரியர் அனஸ் காட்சிப்படுத்தும் போக்கு அவரது புலமைத் தெளிவைக் காட்டுகிறது.

இஸ்லாம் தோன்றுவதற்கு முன்னர் மக்காவிலும் மதினாவிலும் யூதர்கள், கிறித்தவர்கள் செல்வாக்குடன் வாழ்ந்தனர். இவர்களின்

மதங்களையும், பிற புராதன மதங்களையும் குர்ஆன் விவாதிக்கிறது. வணிக வளர்ச்சியானது ஏழை எளியவர்களின் பொருளாதாரத்தை மேம்படுத்த வேண்டுமென்கிறார் நபிகள் நாயகம். இந்தச் சமூகப் பொருளாதார சீர்திருத்தங்களை முன்னெடுப்பதே இஸ்லாம். இது சடங்கு சம்பிரதாயங்கள் செய்யும் வழிநூல் இல்லை; ஆன்மிக வாழ்வுக்கான துணைவனும் அல்ல; மனிதகுல நாகரிக மேம்பாட்டுக்கான ஆதார சுருதி. இவை யாவற்றையும் தொடக்ககாலப் பின்னணியில் இந்த நூல் பேசுகிறது. அறிஞர் அனஸ் முன்னெடுத்துள்ள இஸ்லாத்தின் தொடக்கக் காலம் அறிவின் பயன்பாடாக மிளிர்கிறது. ஒரு வாசிப்பில் நம்மைத் தெளிவுபடுத்தும் கருத்தாழம் ஒருபுறம்; இஸ்லாத்தை ஒரு நாகரிகமாக உருவகிக்கும் தேர்ந்த முறையியல் இன்னொரு புறம். இவையிரண்டும் இந்த நூலின் பெருமதியை நம் வசமாக்குகின்றன.

இன்று உலகம் தேசிய அரசுகளுக்குச் சொந்தமாக இருக்கிறது. ஆனால் பல ஆயிரம் ஆண்டுகளுக்கு முன்னர் அது பழங்குடிகளுக்குச் சொந்தமாக இருந்தது. இஸ்லாம் தோன்றுவதற்கு முன்பு அரபுத் தீபகற்பமும்கூட பழங்குடிகளுக்குச் சொந்தமாகவே இருந்தது. அங்கு நாடோடிப் பழங்குடிகள் வாழ்ந்தார்கள். அந்தப் பழங்குடிகளின் உலகத்திலிருந்து இஸ்லாம் எவ்வாறு தோற்றம் பெற்றது என்பதை இந்த நூல் ஒரு நவீன சமூக அறிவியலாக நமக்குக் காட்டுகிறது. இதில் மதப் பற்றோ ஈடுபாடோ இல்லை. இஸ்லாத்தைச் சார்பியம் சாராமல், இருத்தலியம் சார்ந்து பேசுகிறது இந்த நூல். நூலாசிரியர் அனஸ் அவர்களின் தலையான நோக்கமும் இதுதான்.

தொன்மை அரபியர்கள் நாடோடிகள். அவர்களில் பதாவிகள் முக்கியமானவர்கள். இவர்கள் பாலைவன நாடோடிகள். இவர்கள் அரைப் பாலைவனங்களிலும் சுதப்பிகளிலும்கூட (steppes) வாழ்ந்தனர். நபிகள் நாயகம் வட அரபியாவின் மத்திய மாகாணத்தில் (ஹிஜாஸ்) மக்கா நகரில் பிறந்தவர். அப்போது அவரைச் சுற்றி அதிகம் வாழ்ந்தவர்கள் இந்தப் பதாவிகளே. இந்தப் பாலைவன நாடோடிகளில் விவசாயத்தில் ஈடுபட்டவர்கள் அரை நாடோடியினர். கால்நடை வளர்ப்பில், குறிப்பாக ஒட்டகம் வளர்த்தோர் முழு நாடோடிகள். ஆடு வளர்த்தோர் அரை நாடோடியினர். இந்த நாடோடிகளின் சமூக அமைப்பும் அசைவியக்கமும் இந்த நூலில் விரிவாகவே பேசப் படுகின்றது. இவர்களுக்கும் இஸ்லாத்தின் உருவாக்கத்திற்கும் நேரடி உறவுண்டு.

xi

இத்தகைய புராதன சமூக அமைப்பிலிருந்து அன்றைய அரபுச் சமூகம் பரிணமித்தது. இந்த அசைவியக்கத்தினூடே இஸ்லாம் தோற்றுவிக்கப்பட வேண்டுமென நபிகள் நாயகம் உணர்ந்தார். இந்தப் பின்புலத்தை நூலாசிரியர் அனஸ் மிகச் சிறப்பாக வண்ணனைப் படுத்தியிருக்கிறார். ஒரு ஆழமான, அசலான முன்னெடுப்பாக இந்த வரலாற்று வரைவியல் விரிகிறது. இது ஒரு நீண்டகாலத் தேடுதலின் விளைச்சலாகும். ஒரு மதத்தின் புராதனச் சூழல் இன்றைய நவீனகால வாசிப்புக்கு வயப்பட்டிருக்கிறது. ஒரு முழுமையான புரிதலுக்காக அனஸ் இந்த நூலினை எழுதியிருக்கிறார்.

இஸ்லாத்தின் தொடக்ககாலம் வரலாறு நிரம்பியது; புராதனம் சார்ந்தது. நபிகளுக்கு முந்தைய அரபிகளின் பழங்குடி வாழ்வுமுறையை இந்த நூல் மிக விரிவாகப் பேசுகிறது. இஸ்லாத்தின் தோற்றத்திற்கான பின்புலமும் இதுவே. இந்தப் பழங்குடி வாழ்வு முறையிலிருந்து நகர வணிக வாழ்வு வரை அன்று காணப்பட்ட போதாமைகளை உணர்ந்ததால்தான் நபிகள் நாயகம் இஸ்லாத்தைத் தோற்றுவித்தார். இது பற்றிய நுட்பமான விசாரணைகளை அனஸ் நமக்குக் கவனப்படுத்துகிறார். ஓர் ஆய்வு முறையியலுடன் கூடிய தேர்ந்த எடுத்துரைப்பு இந்நூலுக்கு வலு சேர்க்கிறது.

நபிகளாருக்கும் முந்திய அரபியாவில் 'கடவுள் சமயம்' இல்லை. பல்வேறு பழங்குடிகளிடம் தொன்மையான நம்பிக்கை முறைகளும், தொல் வழிபாட்டு மரபுகளும் வேரூன்றியிருந்தன. ஒவ்வொரு பழங்குடியினரும் தங்களுக்கான தனிப்பட்ட தேவதைகளையும் தெய்வங்களையும் கொண்டிருந்தனர். இவர்கள் விக்கிரகங்களையும், உருவமற்ற கற்களையும் வணங்கினர். பெண் விக்கிரகங்களைச் சிரத்தையுடன் வழிபட்டனர். லாத், உஸ்ஸா, மனாத் முதலான தாய்த்தெய்வங்கள் முக்கியமானவை.

இந்தப் பழங்குடியினர் அவிந்துபோன எரிமலைப் பாறை துண்டுகளை வணங்கினர். கூடவே, மகிமைப் பொருள்களையும் (fetish objects) வழிபட்டனர். மேலும், மரங்கள், சூரியன், சந்திரன், நட்சத்திரங்கள் முதலான இயற்கைக் கூறுகளையும் வணங்கினர். அரபியாவில் நட்சத்திர வழிபாடு மிகவும் தொன்மையானது; பிரசித்தி பெற்றது.

பண்டைய அரபியர் இறந்த முன்னோர்களைப் பக்திப் பரவசத்துடன் வணங்கினர். இவர்களுக்கு ஒட்டகங்களைப் பலியிட்டனர்.

ஒட்டக இறைச்சி அவர்களுக்கு மிகவும் பிடித்தமானது. அதன் வலிமை தங்களுக்குக் கிடைக்கும் என நம்பினர். தொல் சமயத்தில் 'போலக் கருதுதல்' ஒரு முக்கிய கூறாகும். தெய்வங்களுக்கு ஆடுகளையும் நரபலியையும் இட்டனர்.

அரபியப் பழங்குடிகளிடம் குலக்குறி (totem) முறையும் இருந்தது. தங்கள் குலப் பிரிவுகளை விலங்குகளின் பெயர்களால் குறிப்பிட்டனர். இந்தப் பழங்குடிகள் 'ஜின்' எனக்கூடிய கண்ணுக்குப் புலனாகாத, இயல்கடந்த ஆவிகளையும் வழிபட்டனர். ஜின் பற்றிக் குர்ஆனில் 28 இடங்களில் கூறப்பட்டுள்ளது. இவை யாவற்றையும் தொகுத்துப் பார்க்கும்போது பண்டைய அரபிப் பழங்குடியினர் ஆவி வழிபாடு (animism), மகிமைப் பொருள் வழிபாடு (fetishism), இயல்பூக்க ஆற்றல் வழிபாடு (animatism), குலக்குறி வழிபாடு, முன்னோர் வழிபாடு, தாய்த்தெய்வ வழிபாடு, விக்கிரக வழிபாடு எனப் பல்வேறு புராதன வழிபாடுகளைக் கொண்டிருந்தனர். இவை பற்றிய எடுத்துரைப்புகளைப் பேராசிரியர் அனஸ் தகுந்த சான்றாதரங்களுடன் விளக்கியிருக்கிறார். தொடக்ககால இஸ்லாம் பற்றிய இந்நூலில் அதன் புராதன வழிபாட்டு மரபுகளை அனஸ் காட்டியிருக்கும் முறை இந்நூலின் கண்திறப்புகளில் ஒன்றாகும். இஸ்லாத்தின் தொல்லியலாக ஆழங்காற்பட்டுச் செல்கிறது.

பண்டைய அரபுச் சமூகம் அயலவர்களுக்குப் புதிரானது. அங்கும் தொடக்கத்தில் தாய்வழிச் சமூகம் இருந்தது. பின்னர் தந்தைவழிச் சமூகம் தோன்றியது. இஸ்லாத்துக்கு முந்திய அரபியாவில் பழங்குடி ஓர்மை (tribalism) உச்சத்தில் இருந்தது. அது 'அசபிய்யா' என்றழைக்கப்பட்டது. அசபிய்யா உணர்வு கொண்டிருந்த பழங்குடிகள் தங்களுக்குள் அடிக்கடி சண்டையிட்டுக் கொண்டார்கள். ஒருவரை ஒருவர் அழிக்க முயன்றனர்.

அரபியர்களின் போர் முறைகள் மிகவும் குரூரமானவை; மனிதத் தன்மையற்றவை. பாலைவன அரபியர் போர்களை நேசித்தனர். போரும் கொள்ளையடித்தலும் அங்கீகரிக்கப்பட்ட தொழிலாக இருந்தது —சங்க காலத்தில் நடந்ததுபோல. ஒருவன் நோயுற்று இயற்கையாக மரணிப்பதைத் தொன்மை அரபியன் 'இழிவுச் சாவு' எனக் கருதினான். அதனை 'மூக்கு மரணம்' என்றனர். கொலையும், கொலைக்குக் கொலை என்ற பழிவாங்கும் எண்ணமும் உயிர்ப் பாதுகாப்பு முறையாக இருந்தது (இத்தகைய போக்குகள் உலகமெங்கும் தொல்குடிகளிடம் இருந்தவைதான்).

அரபு சமூகத்தில் இவற்றையெல்லாம் மாற்ற வேண்டுமென நபிகளார் முனைந்தார். நபிகளாரின் பெரிய தந்தை அஸ்ஸுபைர் வணிகக் குழுக்களிடமும் பழங்குடிகளிடமும் ஏற்படுத்திய சமாதான முயற்சிகள் நபிகளாருக்கு முன்னோட்டமாக அமைந்தன. இஸ்லாத்துக்கு முந்திய அரபு வரலாறு வீரயுகத்தின் விளைச்சலாக இருந்தது. இவற்றின் பெரும் தாக்கம் நபிகளாரை உந்து செலுத்தியது. இந்த வீரயுகச் சூழலையும், இஸ்லாத்தின் தொடக்கக் காலத்தையும் சமூக, பண்பாட்டு, வரலாற்றுப் பின்னணியில் அனஸ் முன்னெடுக்கும் சொல்லாடல் ஆய்வு முறையியல் சார்ந்திருக்கிறது. வாசிப்புக் களம் கணக்கற்ற தரவுகளோடும், சான்றுகளோடும், முந்திய ஆய்வு முடிவுகளோடும் பின்னிப் பிணைந்திருக்கிறது. இது கருத்தாழமிக்க தடத்தில் நம்மைப் பயணிக்க வைக்கிறது.

இஸ்லாம் தோற்றம் பெறுவதற்கு முன்பாக அங்கு ஹனீப்வாதம் இருந்தது. இது பண்டைய பல தெய்வ வழிபாட்டுக்கு எதிராக உருவானது. 'ஹனீப்' என்றால் முன்னோக்கிச் செல்லுதல் என்று பொருள். ஹனீப்வாதிகள் ஓரிறை வழிபாட்டை ஆதரித்தனர். நபி இப்ராஹீம் முன்னெடுத்த ஓரிறைவாதம் பல இடையூறுகளுடன் தொடர்ந்துகொண்டிருந்தது. தொன்மைக் காலத்தில் ஓரிறை கோட்பாட்டைப் பரப்பியவர்களில் ஆப்ரஹாம் (நபி இப்ராஹீம்) முக்கியமானவர். இதனை ஹனீப்வாதிகள் தீவிரமாகப் பின்பற்றினர்.

அக்காலத்தில் இப்ராஹீம் சீர்திருத்தவாதி. அன்றைய சூழலில் மன்னர்கள் செய்த அக்கிரமங்களுக்கு எதிராகவும் இப்ராஹீம் குரல் எழுப்பினார். ஈ.வெ.ரா. பெரியார் போல அக்காலத்தில் சிலைகளை உடைத்து ஏகத்துவத்தை போதித்தார். நீதிநெறி சார்ந்த வாழ்க்கையை மேற்கொள்ளுமாறு அறைகூவல் விடுத்தார். இப்ராஹீம் நபியின் மார்க்கம் 'நேரான மார்க்கம்' என்று குர்ஆன் கூறுகிறது.

அரபிய வரலாற்றில் இந்த எழுச்சியைக் கார்ல் மார்க்ஸ் புரட்சி என்று வர்ணித்தார். இந்த நீண்ட நெடிய போக்குகளை பேராசிரியர் அனஸ் தெளிந்த நீரோடையில் பயணிப்பது போன்று நம்மை அழைத்துச் செல்கிறார். மாறிக்கொண்டிருந்த காலகட்டங் களையும், அடுக்கடுக்காய் நிகழ்ந்த இயல்நிகழ்ச்சிகளையும் கோர்த்து 'தொடக்க கால இஸ்லாம்' எனும் ஒரு வண்ணச் சித்திரத்தைத் தீட்டியுள்ளார். இந்த நூலின் வாசிப்பு அறிவின் வாசிப்பாய் நீண்டு செல்கிறது.

நபிகளார் தோற்றுவித்த இஸ்லாம் இறுதியானது. அவர் காலத்தில் நிலவிய சமூகக் கேடுகளைச் சீர்திருத்தம் செய்யும் முகமாகவே இஸ்லாமை தோற்றுவித்தார். செல்வந்தர்கள் அடிமைமுறையைத் தூக்கிப் பிடித்தனர். பெண் அடிமைகளை மனைவிகளாக்கினர். அவர் காலத்தில் நிலவிய வறுமை, அதீத செல்வ வேட்கை, வணிகப் போட்டி, போர்கள், கொள்ளையடித்தல், குரூரமாக வஞ்சித்தல், ஏற்றத்தாழ்வு, பாலினச் சமமின்மை, நெறியற்ற வாழ்க்கைமுறை, கந்துவட்டி வசூலித்தல், யூத-அரபு மோதல் முதலான கணக்கற்ற சீர்கேடுகள் நபிகளாரிடம் பெரும் புயலைத் தோற்றுவித்தன.

நபிகளார் ஒரே நேரத்தில் பொருளாதார சீர்திருத்தத்திற்காகவும் சமய மாற்றத்திற்காகவும் போராடினார். அரபியரின் பலதெய்வ வணக்கத்தையும் உருவ வழிபாட்டையும் தகர்க்க முயன்றார். தொடக்கத்தில் தொடர்ச்சியான எதிர்ப்புகளைச் சந்தித்தார். நபிகளார் பெரிதும் முயன்று யூதப் பழங்குடிகளையும் அரபுக் குடிகளையும் ஒன்றிணைத்து 'நேசக் கட்டமைப்பை' உருவாக்கினார். இதனால் நபிகளார் 'ஐக்கியப்படுத்துபவர்' (Mujammi) ஆனார். 'யூதர்களின் உரிமைகளைப் பாதுகாப்பது முஸ்லிம்களின் கடமை' என்பது வரை அவரது போதனைகள் உயர்ந்து நின்றன.

இப்போக்குகளின் ஊடே கி.பி.624இல் நடைபெற்ற பத்ருப் போரின் வெற்றி புதிய உம்மாவின் பரவலுக்குப் பெரும்வாய்ப்பாக அமைந்தது. கி.பி.630களில் அரபியா நபிகளின் கோட்பாட்டுக்குள் வந்துவிட்டது. ஹிஜ்ரி பத்தாம் ஆண்டு (கி.பி.632) நபிகளார் இறுதி ஹஜ்ஜினை மேற்கொண்டபோது அரபியத் தீபகற்பம் இஸ்லாமிய உம்மாவின் கட்டுப்பாட்டிற்குள் வந்துவிட்டது.

இஸ்லாத்தின் தொடக்ககாலம் மனிதகுல வரலாற்றில் மிக முக்கியமான காலகட்டம். அதனை ஆய்வு நிலையில் சமூக அறிவியல் முறையியலோடு வழங்கியிருக்கும் அறிஞர் அனஸ் பாராட்டுதலுக்குரியவர். இந்த நூலின் பயன் என்பது அறிவின் பயனாகும். அறிவின் பயனை விரும்பும் எவர் ஒருவரும் இதனைக் கைவிளக்காகக் கொள்ளலாம்.

முன்னுரை

இஸ்லாம் உலகப் பெரும் சமயங்களில் ஒன்று. பல்வேறு நாடுகள், இனங்கள், பலவகை மொழிக்குழுமங்களிடையே ஒரு பெரிய பூகோளத் தோற்றப்பாடாக இஸ்லாம் இன்று வியாபித்துள்ளது. ஆனால் இஸ்லாம் மதத்தின் தோற்றம், அது தோன்றிய சமூகம், காலம், அது எதிர்கொண்ட சவால்கள், மானுடப் பிரச்சினைகளுக்கு அது வழங்கிய தீர்வுகள் ஆகியவற்றுக்கு ஒரு வரலாறு இருக்கின்றது.

இஸ்லாம் ஒரு சமயம் மட்டுமல்ல, அது ஒரு நாகரிகம். ரோம, பாரஸீக நாகரிகங்கள் அரசோச்சிய காலத்தில் யூத, கிறிஸ்தவ மதங்களின் ஆதிக்கத்திற்கு இடையில் இஸ்லாம் தோற்றம் பெறுகிறது. இது ஒரு முக்கிய வரலாற்று நிலைமை. இஸ்லாத்தின் தோற்றம் பற்றிய வரலாற்று ஆய்வுகளில் மத்திய கிழக்கு நாகரிகங்களின் தாக்கங்கள் புறக்கணிக்க முடியாத காரணிகளாகும்.

உலகின் இரு பெரும் தொன்மை நாகரிகங்களான எகிப்தும் மெஸப்பொட்டேமியாவும் தொட்டுச் செல்லும் விளிம்பில்தான் இஸ்லாம் தோன்றிய அரபுத் தீபகற்பத்தின் புவியியல் அமைவிடமும் இருந்தது. முஹம்மத் பிறப்பதற்குச் சற்று முன்னர்வரை பைசாந்திய, ஸாசனியப் பேரரசுகளின் ஆதிக்கமும் மேலோங்கிக் காணப்பட்ட காலம் அது. விசாலமான எல்லைகளையும் வளமான நிலப் பரப்புக்களையும் வணிகப்பாதைகளையும் பெரிய இராணுவப் பலத்தையும் இந்தப் பேரரசுகள் பெற்றிருந்தன. ஆனால் கடுமையான அரபுப் பாலைவனப் பரப்பிற்குள் அவர்கள் நுழைவதில் தடங்கல்கள் இருந்தது உண்மைதான்.

பைசாந்தியத்தின் சமயம் கிறிஸ்தவம். ஸாசனியப் பேரரசின் நிலப்பரப்பு முழுக்க ஸொராஸ்திரிய சமயம் பரவியிருந்தது. இந்த இரண்டுமே ஓரிறைவாதப் பின்னணியைக்கொண்ட சமயங்களாகும். ஸாசனியப் பேரரசு இராக் மற்றும் ஈரானிலிருந்து இந்துாஸ் நதிவரை பரவியிருந்தது. ஆப்ரஹாமியமும் ஸொராஸ்திரியமும் ஓரிறைவாதத்தில் மட்டுமின்றி தூதுவத்திலும் இறுதித்தீர்ப்பு நாளிலும் நம்பிக்கைகொண்ட சமயங்கள். ஸொராஸ்திரிய சமயம் கி.மு. 7ஆம் நூற்றாண்டில் ஸொராஸ்தரால் (ஸரதுஸ்ட்ரா என்பரால்) நிறுவப்பட்டது.

வரலாறு, மற்றும் பண்டைய புவியியல் ரீதியில் இஸ்லாம் மத்திய கிழக்கில் அரபிய சமுதாயத்தில் தோன்றிய சமயம். இப்ராஹீமிய சமயங்களின் வரிசையில் இறுதிச் சமயமாகவும் அது கருதப்படுகிறது. இப்ராஹீமிய சமயம் ஓரிறைவாதச் சமயமாகும் (Monotheism). ஒரே நிலத்துக்குரிய வரலாற்றுத் தொடர்புகளும் சிந்தனை மற்றும் சமய மரபுகளும் சந்திக்கும் இடங்கள் இவையாகும்.

எனினும் இஸ்லாம் தோன்றிய அரபுத் தீபகற்பத்தின் ஹிஜாஸ் மாநிலமும் மக்காவும் பதாவி அல்லது பதூயின் (Bedoin) என்று அழைக்கப்படும் பழங்குடிகளின் தொட்டிலாகவும் இருந்துள்ளன. நினைவுக்கு எட்டாத காலம் முதல் வளமான யெமன், தென் அரபியா வைத் தவிர்த்து அரபியா 'பதாவி நாடோடிகளின் பூமி.' பழங்குடிப் பண்பாட்டின் (Tribal culture) மையம் என்றும் அதைக் கூறலாம்.

இன்னொரு கருத்தில் நோக்கினால் ஒப்பீட்டு ரீதியில் கி.பி. 6ஆம் நூற்றாண்டில் மக்கா மிகப் பெரிய வணிகர் குழாத்தைக் கொண்ட வர்த்தக நகரம். ஒரு வகையில் இரட்டைத் தன்மையான சமூகச் சூழல் அங்கிருந்தது. பல முன்னேறிய வணிகர்களும் பழங்குடிகளும் அங்கு வாழ்ந்தனர். பல வணிகச் செல்வந்தர்கள் பழங்குடிகளைச் சேர்ந்தவர்கள்தாம். செல்வ வளத்திற்கு அப்பால் வாய்ப்புக்கள் அற்ற மக்களும் வறியவர்களும் அநாதைகளும் அங்கு வாழ்ந்தனர். ஒரு சமூக நெருக்கடிநிலை அங்கு உருவாகிக்கொண்டிருந்தது.

வாணிபம் செழித்திருந்த நகரில்தான் இஸ்லாம் தோன்றியது. விக்கிரக வழிபாட்டாளர்களான பழங்குடிகளும் அங்குதான் வாழ்ந்தனர். மக்காவுக்கும் மதீனாவுக்கும் ஹிஜாஸுக்கும் வெளியே இஸ்லாம் தோற்றம் பெறுவதற்கு முன் வளர்ச்சி பெற்ற பல தொன்மை அரபு நகரங்களும் நாகரிகங்களும் அரபு நிலப்பரப்பில்

இருந்துள்ளன. திருத்தம் பெறாத வாழ்கைமுறைகளும் அங்கிருந்தன. பேசப்பட வேண்டிய சிறந்த வாழ்வியல் பண்புகளும் அந்த மக்களிடம் இருந்தன. இவற்றைப் புறக்கணித்துவிட்டு ஒரு சமயத்தின் தோற்ற வரலாற்றை நாம் பூரணப்படுத்த முடியாது. அதனால் மக்காவில் வாழ்ந்த பாலைவன பதாவி நாடோடிகளின் சமய, சமூக வரலாற்றையும் இரண்டாயிரம் ஆண்டுகள் பழைமையான அரபு நாகரிகத்தையும் அவற்றின் வீழ்ச்சிகளையும் அரபு தேசத்தில் பரவியிருந்த வணிக வளர்ச்சியையும் உள்ளடக்கியதாகத்தான் இஸ்லாம் சமயத்தின் தோற்றம் நிகழ்கிறது.

மத்திய கிழக்கின் தொன்மைச் சமயங்களாலும் சமய உணர்வு களாலும் மக்கள் பயனடையவில்லை என்று கூற முடியாது. ஆனால், சமூக மாற்றங்களுக்கும் அறிவு விசாரணைகளுக்கும் அவை எதிராக நின்றன என்பதிலிருந்துதான் பல பிரச்சினைகள் உருவாகின்றன. பழங்குடிப் பண்பாடுகளுக்கும் அவற்றோடு ஒன்றிணைந்திருந்த பல வழிபாடுகளுக்கும் வணிக மேலாதிக்கத்திற்கும் இடையில் பல்வேறு முரண்பாடுகள் உருவாகின்றன.

யூத சமயமும் கிறிஸ்தவ சமயமும் அரபியருக்குப் புதியனவல்ல. அவற்றைத் தங்களுடைய சமயமாகக்கூட அவர்கள் எடுத்துக் கொண்டிருக்கலாம். ஆனால் தமக்கான தலைவரையும் தீர்க்க தரிசியையும் தமக்கான வேதத்தையும் தம்மிடமிருந்து கண்டுபிடிக்கவே அரபுச் சமூகம் விரும்பியது. இது அரசியல் நிலைப்பாடாகும். இதற்குள் தேசியவாதக் கண்ணோக்கு ஒன்று மறைவாகத் தோற்றம் பெறுவதாகத் தெரிகிறது. செமித்தியம் என்ற பண்டைய பண்பாட்டிற்கு அப்பால் அரபு இனம், தமக்கான மாறும் கால கட்டத்திற்கான, புதிய சமயத்தையும் அரசியலையும் தானே உருவாக்கிக்கொள்கிறது.

இஸ்லாத்தை விளக்குவதற்கும் ஒப்பிடுவதற்கும் இஸ்லாத்திற்கு முந்தைய 'ஜாஹிலியா' ஒரு கோட்பாடாகப் பயன்படுத்தப் படுகிறது. ஆனால் ஜாஹிலியா என்ற அறியாமைக் காலம் பற்றி வரலாற்று ரீதியான கற்கையின் தேவை இன்று வலியுறுத்தப் படுகின்றது. 'இஸ்லாத்திற்கு முற்பட்ட அரபியா பற்றிப் பேசும் போது அதன் சமூக பொருளாதார, அரசியல் சூழ்நிலைகள் மீள்மதிப்பீடு செய்யப் படுவதும் சரியான வரலாற்றுப் பின்னணிக்குப் பொருந்தும் வகையில் அவற்றைப் பரிசீலிப்பதும் அவசியமாகும். இஸ்லாத்திற்கு முந்திய வரலாற்றை அறிவதற்கு இது இன்றியமையாதது' என்று

மஹமுத் இப்ராஹீம் (1990) கூறுவதிலும் இதே கருத்துதான் வலியுறுத்தப்படுகிறது.

சரியான வரலாற்றுப் பின்னணியோடும் இயல்பான கருத்து விளக்கத்தோடும் ஜாஹிலியாக் காலம் அணுகப்பட வேண்டும். இஸ்லாத்தின் தோற்றம் பற்றிய கலந்துரையாடலின் தெளிவுகளுக்கு இது ஒரு முன்னிபந்தனை எனக் கருதலாம். அபுல் ஹஸன் அலீ நத்வி 'இஸ்லாமும் உலகமும்' (1982) என்ற தமது நூலில் ஜாஹிலியா காலம் பற்றி விளக்கும் போது 'திருத்தமுறாத சமூகம்' (Primitive Society) என்ற வார்த்தையைப் பிரயோகித்திருப்பது அக்கால சமூகச் சூழலை அறிந்து கொள்ளக்கூடிய ஒரு விளக்கமுறை எனக் கருதலாம். உலக சமயங்கள் பற்றிய ஜோன் ஏ. ஹட்சிசனின் பாத்ஸ் ஆஃப் ஃபெய்த் (நம்பிக்கையின் வழி, 1991) என்னும் அமெரிக்க பாடநூல் இஸ்லாத்தின் வரலாறு பற்றித் தந்துள்ள ஒரு குறிப்பையும் இங்கு பார்க்கலாம்.

> எல்லாச் சமயங்களைப் போலவே இஸ்லாமும் குறிப்பிடத்தக்க வகையில் சமூக வரலாற்றுத் தாக்கத்திற்குள்ளாகிய சமயம். உண்மையில் ஏனைய ஓரிறைவாத சமயங்களைப் போல—பௌத்தம் போன்ற சமயங்கள் நீங்கலாக—குறித்த வகைப் புவியியல் மற்றும் வரலாற்றுக் காரணிகள் இஸ்லாம் சமயத்திற்கும் அடிப்படையாக இருந்துள்ளன.
>
> நபிகளார் பிறந்து வளர்ந்த இஸ்லாம் தோன்றிய மக்கா நகரம் பல பொருளாதாரப் பாதைகள் சந்திக்கும் இடத்தில் இருந்தது. கிழக்கிற்கும் மேற்கிற்குமான காரவன் வணிகப் பாதைகள் மக்கா நகரை ஊடறுத்தே சென்றன. வர்த்தகத்தைப் பொறுத்தவரை வியாபார நடவடிக்கைகளால் அபிவிருத்தியும் துணிவும் செயலாற்றலும் நிறைந்த வணிக நகராக மக்கா திகழ்ந்தது. அதேவேளை அதிக அளவிலான சமயங்களின் மையமாகவும் மக்கா விளங்கியது.

நாகரிகங்கள் பலவற்றின் அரசியல் பேராதிக்கத்திலிருந்து அரபுச் சமூகத்தை விழித்தெழச் செய்வதும் நவீன சமூக வளர்ச்சிக்கும் வணிகத்துறை வெற்றிகளுக்கும் ஏற்றவாறு அரபுச் சமூகத்தை மாற்றி அமைப்பதும் என்ற பிரச்சினைகளை அரபு வரலாறு சந்திக்கிறது.

சமூக மாற்றத்திற்கான பொறுப்பும் தலைமைத்துவமும் நபிகளாரின் கைகளைச் சேர்ந்த வழிமுறைதான் இந்த வரலாற்றின் உச்சக் கட்டம். அறிமுக அத்தியாயம் இது தொடர்பில் மேலும் சில விடயங்களை வாசகர்களுடன் பகிர்ந்துகொள்ளும் என்று நம்புகிறேன்.

இந்த நூலின் ஆய்வுப் பணிகளின் போது துணையாக இருந்த அன்பு மனைவி முப்லிஹா அனஸ் அவர்களுக்கும் இந்த நூலை வெளியிடும் அடையாளம் பதிப்புக் குழுவினருக்கும் எனது நன்றிகள் உரித்தாக வேண்டும்.

முஹம்மத் சாலிஹ் முஹம்மத் அனஸ்

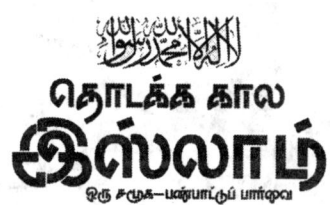

لا إله إلا الله محمد رسول الله

தொடக்க கால இஸ்லாம்

ஒரு சமூக—பண்பாட்டுப் பார்வை

அரபிய
வரை படம்
கிலோ மீட்டர்
100
0
100
100
சிரியா
மத்திய தரைக் கடல்
போஸ்த்ரா
ஜெரிகோ
ஜெருஸலேம்
ஹெப்ரோன்
காஸா
பாலஸ்தீனம்
முத்தா
பனீ லக்ம்
பனீ பலீ
தூமத் அல்-ஜந்தல்
பனீ கல்ப்
தபூக்
பனீ குதாஅ
பனீ தாயி
பனீ அஸத்
பனீ முஸைனா
பைபர்
நூபியா
பனீ கதபான்
(அஷ்ஜா, முர்ரா, பஸாரா)
உஹத்
மதீனா
யத்ரிப்
பனீ ஸுலைம்
நஜ்ம்
மனோக் கிணறு
பனீ ஆமிர்
கடக ரேகை
பஹ்ரைனுக்கு
குவைத்துக்கு
நூபியா
ஜித்தா
மக்கா
தாலிப்
பனீ கத்அம்
நஜ்ரான்
அபிஸீனியா
யெமன்
40°
45°
35°
30°
25°
20°

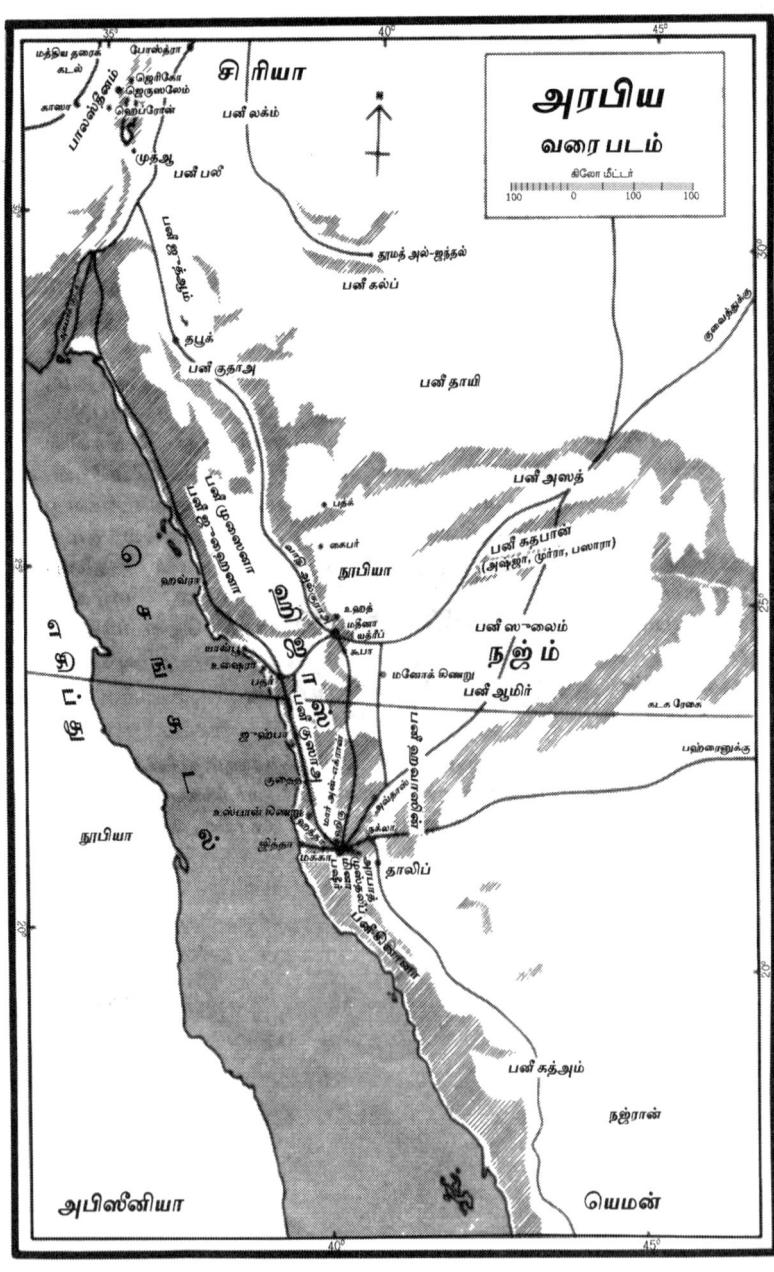

1
அறிமுகம்

மக்கா மிகவும் முக்கியமான வர்த்தகப் பாதையில் இருந்த நகரம். தென் அரபியாவிலிருந்து வட அரபியாவுக்கு நறுமணப் பொருள்களையும் வாசனைத் திரவியங்களையும் எடுத்துச் செல்லும் வணிகப் பாதையில் இருந்தது அது. மக்காவிலிருந்து மத்தியதரைக் கடல், பாரசீக வளைகுடா, ஜித்தா வழியாகக் கடல்கடந்து ஆபிரிக்காவுக்கும் பிற நாடுகளுக்குமான பாதைகள் சென்றன. பலஸ்தீனத்திலிருந்து யெமனுக்குச் செல்லும் பாதையும் எத்தியோப்பியாவை இணைக்கும் பாதைகளும் மக்காவில் சந்தித்தன. மக்காவின் வணிக வெற்றிக்குக் கடல் மற்றும் தரை மார்க்க புவியியல் அமைப்புகள் மிகவும் சாதகமாக அமைந்தன.

வர்த்தகக் கேந்திர நிலையமாக மக்கா வளர்ச்சி அடைந்தது. மக்காவில் கிடைத்த 'ஸம்ஸம்' நீர்வளமும் பல்வேறு குலக் குழுக்களுக்கிடையில் இடையறாது நடைபெற்றுவந்த சண்டைகள் தடுக்கப்பட்ட நான்கு புனித மாதங்கள் என்ற வசதியும் மக்காவின் வணிக வளர்ச்சிக்கு உறுதுணையாக அமைந்தன. நான்கு புனித மாதங்கள் மூலம் யுத்த பீதியற்ற சமாதான காலம் உருவாக்கப்பட்டது. இது வணிகத்திற்குக் கிடைத்த பெரிய உத்தரவாதம்.

பாலைவன நீரூற்றுப் பகுதிகளிலும் உயர்ந்த மலைகளில் சில மையங்களிலும் மக்கள் விவசாயத்தில் ஈடுபட்டனர். நீர்வளப் பகுதிகளில் பேரீத்தம் செய்கையும் விவசாயப் பகுதிகளில் தானிய உற்பத்திகளும் நடந்தன. தாயிப், தானிய உற்பத்திக்குரிய இடமாகத் திகழ்ந்தது. யத்ரிப் (பின்னர் மதீனா) நீரூற்று வளத்தினாலும் செயற்கை நீர்ப்பாசன முறைகளாலும் நபிகளாரின் காலத்தில் பெரிதும் வளம்பெற்று விளங்கியது. கைபர் போன்ற இடங்களில் யூதர்களால் மேற்கொள்ளப்பட்ட பல விவசாய நிலங்கள் இருந்தன. அரபியாவின் வளமான நிலப் பகுதியான யெமனின் செயற்கை நீர்ப்பாசனத்

தொழில்நுட்பங்கள் மிகவும் நீண்டகாலமாகச் செயற்பாட்டில் இருந்தன (W. Montgomary Watt இடம்பெற்ற. A.H. Siddiqui 1985: 21). ஆனால் விவசாயத்திற்குரிய நிலவளம் மக்காவில் இருக்கவில்லை.

வாழ்வாதாரத்திற்கும் இலாபம் ஈட்டுவதற்கும் மக்காவிற்கிருந்த பெரிய வாய்ப்பு வணிகம். எவ்வாறு நோக்கினாலும் மக்காவின் மக்கள் இரு குழுவினராகவே காணப்பட்டனர். ஒரு குழு நகர்ப்புற வணிகர், மற்றொரு பிரிவினர் பதாவி நாடோடிகள். ஹரம் அதன் புனிதத் தன்மை, போர் தடைசெய்யப்பட்ட புனித மாதங்கள், இவ்வாறு ஹரத்தை மையப்படுத்திய நிறுவனமானது தனிமனிதர்களின் வாழ்விலும் வணிகர்களின் வாழ்விலும் உடைமைகளிலும் மகிழ்ச்சி அடையக்கூடிய ஒருவாய்ப்பை வழங்கியது. இதுதான் வர்த்தகத்திற்கு கிடைத்த பெரிய வாய்ப்பாகியது (Mahmood Ibrahim, 1990). மக்காவை வணிக மையமாக்குவதற்கு மக்காவின் வணிக உயர் குழாத்தினர் மேற்கொண்ட முயற்சிகளின் வெற்றியாகவும் இதைக் கருதலாம்.

சமூகப் பண்பாட்டியல் நோக்கில் இஸ்லாத்தின் தோற்றத்தையும் இஸ்லாத்திற்கு முந்திய சமூக அமைப்பையும் ஆராயும் போது எழும் பிரச்சினைகள் பன்முகத்தன்மை வாய்ந்தவை. ஏனைய உலக சமயங்களைப் போல இஸ்லாமும் சிக்கலான தோற்றப்பாட்டை உடையது. தொன்மைமிக்க நீண்ட வரலாறும், பல நாகரிகங்களின் தாக்கமும், பழங்குடிகளின் அமைப்பும் இஸ்லாம் தோன்றிய மண்ணுக்குச் சொந்தமாயிருந்தன என்பது மனங்கொள்ளப்பட வேண்டியதாகும்.

இஸ்லாத்தின் தோற்றத்திற்கு முன்னதாகவே அரபு மண்ணின் பல்வேறு பாகங்களில் வளர்ச்சியடைந்திருந்த நாகரிகங்கள் காணப்பட்டன. மக்கா ஒரு வர்த்தக நகராக அதன் புகழை வரலாற்றில் பொறிப்பதற்கு முன்னரே முன்னேற்றமடைந்திருந்த பல நகரங்களின் நாகரிகங்களும் அவற்றிற்கே உரித்தான சமூக பொருளாதாரப் பின்னணிகளும் அரபுமண்ணிற்கு இருந்தன. இஸ்லாத்தின் தோற்றத்தை அதன் பல்வேறு பரிமாணங்களிலும் ஆழமாகப் புரியும் முயற்சிக்கு இவற்றின் தாக்கத்தைக் குறைவாக மதிப்பிட முடியாது.

முந்திய நாகரிகங்கள் வெறும் நாகரிகங்கள் மட்டுமல்ல, அவற்றுக்கும் முன்னரே இருந்துவந்த ஒரு சமூகப் பிரவாகத்தின் தொடர்ச்சி யாகவும் ஆனால் முக்கிய கட்டங்களாகவும் அவை இருந்தன. அந்த மண்ணிற்குரிய பண்பாடுகளும் சமூகக் கட்டமைப்பை உருவாக்குவதில்

செயல்பட்ட சமூக விதிகளும் அடுத்தகட்ட அரபு சரித்திரத்தை மாற்றுவதில் பெரிய பங்களிப்புக்களைச் செய்து வந்துள்ளன. அந்த வரலாற்றைச் சரியாக அறியாது இஸ்லாத்தின் தோற்றத்தை சமூகவியல் நோக்கில் புரிந்துகொள்வது எளிதானதல்ல.

இஸ்லாத்தின் தோற்றத்தையும் தோற்றத்திற்கு முந்திய அரபுலக நாகரிகங்களையும் பொருளாதாரம் பண்பாடு என்பனவற்றின் தாக்கங்களையும் முதன்மைப்படுத்தியதாக இந்த ஆய்வு அமைய உள்ளது. அண்மைக்கால ஆய்வுகளில் ஜி. எல். டெலாவிடே, மொண்ட் கொமரி வொட், பிரயான் எஸ். டேனர் போன்றவர்களின் நூல்கள் கவனத்திற்குரியவை. இ. எ. பெல்யீர், அஸ்கர் அலீ இன்ஜினியர் போன்றோர் இதே விடயத்தை மார்க்சியப் பொருள் முதல்வாதப் பின்னணியில் ஆராய்ந்துள்ளனர். மற்றொரு வரலாற்றாய்வாளரான மஹ்மூத் இப்ராஹீம் அரபியாவின் வர்த்தக சமூக-சமய நிறுவனங் களின் பின்னணியில் இஸ்லாத்தின் தோற்றத்தை ஆராய்ந்துள்ளார்.

நாகரிக மாற்றங்களுக்கு இட்டுச் சென்ற வரலாற்றியல் விதிகளைப் பற்றிய அனுபவம் சமூகவியல் நோக்கிலான ஆய்வுகளுக்கு, உகந்த வழிகாட்டியாகவோ முறையியலாகவோ அமையலாம். மார்க்ஸ், எங்கெல்ஸ் ஆகியோரின் சமூக ஆய்வுக் கண்ணோட்டமும் வரலாற்றுப் பொருள்முதல்வாத நோக்கும் இந்தப் பணிக்கு மேலும் வலிமை சேர்க்கும் அணுகுமுறைகள் எனலாம்.

மார்க்சிய அணுகுமுறைகள் இந்த நூலில் கலந்துரையாடப்பட்ட போதும் இது மார்க்சியத்திற்கும் இஸ்லாத்திற்குமிடையிலான ஒப்பாய்வு அல்ல. மார்க்சிய வரலாற்றுப் பொருள்முதல்வாதம் (Historical Materialism) எவ்வாறு ஒரு சமயத்தை ஆராய்கிறது என்பதும் இந்த நூலின் விடயப் பொருள் அல்ல. இந்த ஆய்வு இஸ்லாத்திற்கு முற்பட்ட சமூகத்தையும் அதன் கட்டமைப்பையும் அதன் இயல்பு களையும், சமயம் நாகரிகம் என்பனவற்றின் அடிப்படை இயக்கக் கூறுகளையும் ஆராயும் முயற்சி என்ற வரையறைக்கு உள்பட்டது.

ஒரு பண்டைய சமூக சரித்திரத்தில் சமயத் தோற்றப்பாடு அல்லது சமய எழுச்சியைத் தூண்டி அதை வெற்றிபெற வைத்த சமூக பொருளாதார பண்பாட்டு அம்சங்கள் என்ற பொருளில் இதை எடுத்துக்கொள்ளலாம். பொருளாதார மற்றும் பௌதிகக் கூறுகளின் நிர்ணயகரமான செயற்பாட்டையும் வரலாற்றின் இயக்க சக்திகளையும் இனம் காண்பது இந்த ஆய்வின் பொது நோக்கமாகும். ஆயினும்

பண்பாட்டுப் பரிமாணங்கள் பற்றிய விசாரணை, ஒரு முக்கிய இடத்தைப் பெற்றிருப்பதாகக் கருதலாம்.

இஸ்லாத்தின் தோற்றத்திற்கு சற்று முந்திய சமூக அமைப்பு, அதன் தொன்மைச் சமூகக் கட்டமைப்பின் தளர்வையும் அது கட்டிக் காத்து வந்த பழங்குடிப் பண்பாடுகளின் தகர்வையும் தெளிவாக வெளிப்படுத்தியது. ஏனைய தொன்மைச் சமூகங்களின் கட்டமைப் போடும் அவற்றின் தகர்வோடும் ஒப்பாய்வு நோக்கில் இதனைப் புரிந்து கொள்வதும் ஹென்றி மோர்கன், மார்க்ஸ், எங்கெல்ஸ் ஆகியோரின் மானுடவியல், வரலாற்றியல் கோட்பாடுகளின் ஒளியில், பண்டைய அரபு சமூகத்தின் இயல்பை ஆராய முயல்வதும் உற்சாக மூட்டும் அறிவு நடவடிக்கையாகும்.

எந்த ஒரு சமூக வடிவமும், வரலாற்று மாற்றங்களும் தானே உருவானவையோ முந்நிகழ்ந்தனவற்றின் தொடர்ச்சியைப் பெறாதனவோ அல்ல. வரலாற்றில் ஒருமையும் தொடர்ச்சியும் காணப்படுவதை வரலாற்றியல் உணர்த்துகிறது. எந்தக் காலத்திற்குரிய வரலாற்றுப் பிரிவானாலும் முன்னர் நிகழ்ந்தவற்றின் தொடர்ச்சியை அது நிபந்தனையாகப் பெற்றுள்ளது என்பது வரலாற்றியல் உண்மை.

'சமூக உருமாற்றத்தை உருவாக்கும் புரட்சி வரலாற்றில் கிளர்ச்சியூட்டும் கருத்தாகும்.' ஒரு வகையில் புரட்சிகரமான காலத்தை அல்லது சமூக மாற்றத்தையே இங்கு நாம் பேச உள்ளோம். அது 1400 ஆண்டுகளுக்கு முற்பட்டது. ஆனால் அதில் ஒரு முக்கியத்துவம் உண்டு. 'புரட்சிகரமான காலங்கள் வரலாற்றுப் படிப்பின் மீது புரட்சிகரமான தாக்கத்தைச் செலுத்துகிறது' என்று வரலாற்று மெய்யியலாளர் இ. எச். கார் (2006) குறிப்பிடுவார். நாம் பேசப் போகும் சில விடயங்கள் வரலாற்றுக் களத்தோடும் அதன் இயக்க சக்திகளோடும் மிக நெருக்கமாகத் தொடர்புபட்டவை.

மார்க்சின் சமய அணுகுமுறை பற்றித் தவறான கருத்துகளும், முற்கற்பிதங்களும் வளர்ந்துள்ளன. மார்க்சின் சமயம் பற்றிய கருத்துகளைப் பொருளாதார விதிமுறைகளுக்கு மாத்திரம் வரையறைப்படுத்த வேண்டும் என்ற கட்டாயமில்லை. அதனினும் விரிவான எல்லைகள் அவருடைய சிந்தனைகளுக்கு உண்டு. எனினும் சமூக அல்லது சமய வரலாற்றைப் பொறுத்தவரை அவருடைய வரலாற்றுப் பொருள்முதல்வாத எண்ணக்கரு பாய்ச்சும் ஒளி இந்த

விடயங்களில் நிர்ணயகரமான கருத்துத் தெளிவைப் பெற உதவுகிறது.

2

பொருளாதாரக் காரணிகள் பொதுவாக வரலாற்றை இயக்குவதற்கும் குறிப்பாக சமயங்களின் இயக்கத்திற்கும் பெரிய சக்தியாகச் செயற்பட்டுள்ளன. அதனால் வரலாற்று இயக்கப் போக்குகளில் பொருளாதாரத்தின் வகிபாகத்தைக் கருத்தில் கொள்வதன் முக்கியத்துவத்தையே இங்கு நாம் வலியுறுத்துகிறோம். மொண்ட்கொமறிவொட்டின் (2003) ஒரு கூற்றை இங்கு நோக்கலாம்.

ஒரு குறித்த வகையான பொருளாதார மாற்றம் அல்லது மாற்ற வகைகள் ஒரு குறிப்பிட்ட சமய இயக்கத்திற்கு எவ்வாறு அடிப்படையாக இருந்துள்ளது என்பதைப் பார்க்க வேண்டும். இதற்குப் பொருளாதார மாற்றங்களுக்கும் சமூக மாற்றங்களுக்கும் இடையிலான தொடர்பை நாம் அறிதல் வேண்டும்.

சமய இயக்கம் ஒன்றின் தோற்றத்தையும் அதன் வளர்ச்சியையும் பொருளியல் காரணிகளால் மட்டும் அளவிட வேண்டும் என்பது இதன் பொருள் அல்ல. நிறைவான கருத்து விளக்கத்தை நோக்கி நகர்வதற்கு இவற்றிற்கு இருக்கும் முக்கியத்துவத்தையே இங்கு நாம் குறிப்பிடுகிறோம். குறிப்பாக இஸ்லாம் மதத்தின் தோற்றக் காலத்தை மதிப்பிடுவதில் பொருளியலின் தாக்கம் ஒரு நிர்ணயமான காரணியாக இருந்துள்ளது. பொருளாதாரப் பகிர்வில் பாரிய ஏற்றத்தாழ்வை மக்கா நகரம் எதிர்கொண்டிருந்தது.

மக்கா நகரின் வணிகச் சூழ்நிலையின் பின்னணியில் தோன்றிய மதம் இஸ்லாம். பன்னாட்டு வணிக மையமாகவும் நிதி நடவடிக்கைகளுக்குப் புகழ்பெற்ற இடமாகவும் மக்கா விளங்கியது. வரலாற்று உண்மைகளுக்கும் சமூக இயக்கத்தின் நுண்மையான பௌதீகக் கூறுகளுக்கும் இடமளிக்காது இந்தத் தேடலின் கடின நிலையை நாம் சீர்படுத்த முடியாது. இதை அறிய உதவும் ஓர் அணுகுமுறையை நாம் கண்டறிய வேண்டும். எமது இந்தக் கலந்துரையாடலின் மையப் பொருளாக இதனைக் குறிப்பிடலாம்.

வரலாற்றின் அடிப்படைகளையும் அதன் இயக்கப் போக்கு களையும் அறிவதற்கான ஓர் அணுகுமுறையை மார்க்சிய வரலாற்றுப் பொருள்முதல்வாதம் முன்வைக்கின்றது. சிறிய நிகழ்வுகளாயினும் அவற்றில் பதிவாகும் சமூகத் தாக்கத்திற்கு ஒரு அர்த்தம் உண்டு. பொருளாதார-வரலாற்றுத் தொடர்புகளிலிருந்து சமூக நிகழ்வுகளைப்

பிரித்தறிய முடியாது என்ற அடிப்படை அறிதல் மார்க்சியத்திற்கு உண்டு. இதைப் பேசும் பிற பிரிவினரும் உள்ளனர். சமயத்தின் காலத்திற்கிசைவான பொருத்தப்பாட்டையும் சமூகவியல் தொடர்பு களையும் குறிப்பிடும் போது சமயவாதிகளும் பொருளாதாரம் பற்றிப் பேசுவதைப் பார்க்க முடிகிறது.

மொண்ட்கொமறி வொட்டின் மற்றொரு கருத்தையும் இங்கு நோக்கலாம்: ஒரு மதம் என்பது அதன் தோற்றத்திலும் வளர்ச்சியிலும் ஒரு சமூக நிகழ்வாகும். எந்த ஒரு தீர்க்கதரிசியாயினும் ஒரு தனித்தன்மையான கட்டமைப்புக்கொண்ட சமூகத்தைச் சேர்ந்த மக்களுக்கே தமது போதனைகளை வழங்குகின்றார் (மொண்ட் கொமறி வொட் இட. பெ. 1993). ஒரு புவியியல் பின்னணியும் சரித்திரமும் சமூகக் காரணிகளும் கொண்ட ஒரு கூட்டியக்கத்தின் விளைவுகளாக இவை காணப்படுகின்றன.

பொருளாதார அடிப்படை சந்தேகத்திற்கிடமின்றி மேல் கட்டமைப்பில் உள்ள முறைமைகளைத் தீர்மானிப்பதில் முக்கிய பங்கு வகிப்பது உண்மை. ஆயினும் இதை ஒரு இறுக்கமான இயந்திரிக முறைக்குள் வடிவப்படுத்த முடியாது. ஆனால் இது வரலாற்று இயக்கவியல் பற்றிய ஓர் அடிப்படைப் புரிதலாகும். பொருளாதார அடிப்படைக்கும் சமூக முறைமைகளுக்கும் இடையில் எப்போதும் நேரடி உறவுகள் இருப்பதில்லை. 'இரண்டுக்கும் இடையில் பல திருப்பங்கள் கொண்ட இடைவெளி ஒன்று இருக்கின்றது. ஏ. யாப்பிரியோலா இதை நமது கவனத்திற்குக் கொண்டு வருகிறார். அடிப்படையில் உள்ள பொருளாதார அமைப்பு பிற எல்லாவற்றையும் தீர்மானிப்பது ஓர் எளிமையான ஏற்பாடு அல்ல. அதிலிருந்து பல சமூக அமைப்புகள், சட்டங்கள், வழக்கங்கள், சிந்தனைகள், உணர்வுகள், கோட்பாடுகள் எல்லாம் தன்னியக்கமாக இயந்திர கதியில் உருவாகிவிடுவதில்லை' (அஸ்கர் அலீ எஞ்ஜினியர் 1993).

1845இல் ஜெர்மன் கருத்தியல் என்னும் நூலில் மார்க்ஸ் சமூக விஞ்ஞானக் கருதுகோளில் அவருடைய கருத்துக்கு இசைவாக வரலாற்று விஞ்ஞானத்துக்கான திட்டவரையறை ஒன்றை வகுத்திருந்தார். உண்மையில் அது சமூக வளர்ச்சி பற்றிய ஒரு கருத்திட்டமாகும்.

ஐரோப்பிய உற்பத்தி முறையும் பல ஆசிய நாடுகளின் உற்பத்தி முறையும் ஒன்றானதல்ல. இதை மார்க்ஸ் அறிந்திருந்தார். ஆசிய

நாடுகள் வேறுபட்ட ஓர் உற்பத்திமுறையைக்கொண்டிருந்தன என்ற அவருடைய கருத்து அரபியாவையும் உள்ளடக்கியதாகும். அதை அவர் ஆசியாவுக்கான உற்பத்திமுறை என்றார். முதலாளித்துவத்துக்கான விதைகளைப் பெறாத உற்பத்தி முறையும் அதன் வழிவந்த சமூகமும் என்று இதை விவரிக்கலாம். அதாவது ஐரோப்பிய முறைக்கு மாற்றமானதொரு முறையாக இதைக் கருதலாம்.

ஐரோப்பிய வகையிலான நிலமானிய உற்பத்திமுறை (Mode of Production) அளவீடு கி.பி 7ஆம் நூற்றாண்டு பொருளாதார அடிப்படைகளுக்குப் பொருந்தக்கூடியதல்ல. நிலப்பிரபுத்துவ சமூக பொருளாதார அமைப்பு அன்று அங்கு இருக்கவில்லை. உண்மையில் அரபியப் பாலைவனத்தில் நாடோடி இனக் குழுக் களிடத்திலோ வர்த்தக நகரமான மக்காவிலோ நிலப்பிரபுத்துவ முறையில் அமைந்த உற்பத்திமுறையோ, நிலப்பிரபுத்துவ முறைகளோ அங்கு காணப் படவில்லை. இனக் குழுக்களுக்குள் சண்டைகள் நடந்துள்ளன. அவை நிலத்துக்கான சண்டை அல்ல. இனக்குழுக்களுக் கிடையே நடந்த சண்டைகள் பெரும்பாலும் கொள்ளையிடும் தாக்குதல்களாகவே இருந்தன. அதாவது மத்திய கால ஐரோப்பாவில் இருந்து அரபியா வேறுபட்டதாக இருந்தது (*அஸ்கர் அலீ எஞ்ஜினியர், 1993*).

உற்பத்திமுறைகளில் வேறுபாடுகள் உள்ளன. உற்பத்தி முறைதான் வரலாற்றை உருவாக்குவதில் முதன்மையான சக்தியாக செயல்படுகிறது என்பது ஒரு முக்கிய எடுகோளாகும். உழைப்பு முறைகளுக்கும் மானிடருக்குமான உறவாக மார்க்சியம் இதைக் கருதுகிறது. மூலதனம் நூலில் மார்க்ஸ் கூறியுள்ள ஒரு கருத்தில் இருந்து இதைப் பின்வருமாறு கூறலாம்: ஒவ்வொரு உற்பத்தி முறையும் உற்பத்தி உறவுகளும் தமக்குள் தொடர்புகளைக் கொண்டுள்ளன. இதன் உண்மையான அடித்தளம் சமூகத்தின் பொருளாதாரக் கட்டமைப்பாகும் (Andrew Colker 2007).

பொருளாதாரமும், சமூக இயக்கமும், சமூக உறவுகளும் சமயமும் பிணைந்து கிடக்கும்நிலை கீழ் நாட்டுச் சமயங்கள் அனைத்திற்குமே பொதுவானதாய் ஏன் உள்ளதென்ற கருத்து நுணுகி நோக்குதற்கு உரியது. ‘கீழ்நாடுகளின் சரித்திரம் ஏன் மதங்களின் சரித்திரமாக உளதென்பது’ மார்க்சை ஆழமாகப் பாதித்த கேள்வியாகும். ‘இன்னும் சில நாள்களில் நான் முஹம்மதின் சரித்திரத்தை ஆராய்ச்சிக்காக எடுத்துக்கொள்வேன்’ என எங்கெல்ஸ் மார்க்சிடம் கூறியிருந்தார். இவையும் இஸ்லாம் சமயத்தின் எழுச்சியை ஆழமாகக்

கற்க அவர்களுக்கு இருந்த ஆர்வமும் சமயங்கள் ஆற்றிய சமூக மாற்றப் பாத்திரத்தை அறிவதன் அவசியத்தைத் தூண்டி நிற்பன. தொன்மைச் சமூகத்திலிருந்து நவீன சமூக அமைப்பிற்கு அரபு சமூகத்தை மாற்றியதில் இஸ்லாம் வகித்த பாத்திர முக்கியத்துவம் இன்னும் அலசப்படாத வரலாறாகவே உள்ளது.

3

கீழ்நாடுகளின் வரலாறு, முக்கியமாக அரபுநாட்டின் வரலாறு அடிப்படையில் மதங்களின் வரலாறாகவே உள்ளது. அரசியல் இங்கு வேறொரு பண்பாட்டு வடிவத்தினுடாக வெளிப்படுத்தப் படுகிறது. சமய நம்பிக்கைகளின் தளங்களிலிருந்து அதன் செயற்பாடுகள் துளிர்க்கின்றன. 'மனிதன் ஓர் அரசியல் பிராணி' என்ற அரிஸ்டோட்டிலின் கூற்று பண்பாட்டு வடிவம் எவ்வகையினதாக இருந்தாலும் அரசியல் உணர்வு அதில் வேர்விடக்கூடியது என்பதை இத்தகைய வரலாறுகள் உணர்த்துகின்றன.

சமயத்தின் தோற்றமும் வளர்ச்சியுமே இந்த நூலின் முதன்மையான பாடப்பொருளாகும். ஆயினும் அரசியல், பகுத்தறிவு, சிந்தனை மாற்றம், சமூக மாற்றம், பண்பாடு, கருத்தியல் என்ற எண்ணக் கருக்களின் விவரிப்பே இது என்பது நோக்குதற்குரியதாகும். இவற்றின் பின்னணியில் 'ஆன்மிகம்' ஓர் உந்துசக்தியாக இருப்பதுதான் ஏனைய வரலாறுகளிலிருந்து சமய வரலாறு மாறுபடுவதற்கு முக்கிய காரணியாக உள்ளது. ஆயினும் ஆன்மிகத்தை ஆன்மிகத்தால் அன்றி மண்ணிற்குரிய எண்ணங்களால் மீளப் பரிசீலனை செய்யா விடில் சாதாரண உண்மைகளும் புரிய முடியாத மர்மங்களாகி விடலாம்.

தந்தைத் தலைமை அரபு மண்ணில் 4000 ஆண்டுகளுக்கு முன்னரே தோற்றம் பெற்றிருக்கவேண்டும். கிடைக்கக்கூடிய வேதநூல்களின் சான்றுகளின் படி ஆப்ரஹாமை (இப்ராஹீம்) தந்தைத் தலைமைக்குரிய முதல்வராகவே கொள்ளலாம். அவர் ஏகத்துவக் கொள்கைக்காக (ஓர் இறைக்கோட்பாடு) போராடினார். உண்மையில் ஒரு பொருளாதார முறையிலிருந்து இன்னொரு பொருளாதார முறைக்கும் ஒருவகைப் பண்பாட்டிலிருந்து இன்னொரு வகைப் பண்பாட்டிற்கும் பழைய மரபிலிருந்து புதிய மரபிற்கும் இதன் மூலம் அவர் அழைப்பு விடுத்தார்.

கடவுள் கொள்கைகள் மாறும்போது அதனுடன் சமூகத்தைக் கெட்டியாகப் பிடித்திருக்கும் பல கட்டுக்களும், சடங்குகளும், மரபுகளும், ஏன் கருத்துகளும்கூட மாற்றம் அடைகின்றன. புதிய சமய சிந்தனைகளால் பொருளாதாரமும் பண்பாடுகளும் மாற்றம் அடைந்தனவா? மாற்றமடைந்து வரும் அடித்தளக் கட்டமைப்புக்களின் பிரதிபலிப்பின் விளைவுகளிலிருந்துதான் இதன் ஊற்றுக்களைத் தேடவேண்டுமா? என்ற கேள்விகள் சமூக மாற்றங்களுக்கான பௌதிகத் தளங்களை நோக்கி நம்மை ஈர்க்கின்றன. சமய ஆய்வுகளில் இத்தகைய நோக்கு பொதுவாகக் கைவிடப்படுவது பிரபலமான விடயமாகும்.

சமுதாய மாற்றத்தில் பங்கேற்கும் அடிப்படை அம்சங்களில் பௌதிகக் காரணிக்குள்ள முக்கியத்துவத்தை அலட்சியப்படுத்த முடியாது. ஹென்றி மோர்கனும் கார்ல் மார்க்சும் பிரடெரிக் எங்கெல்சும் இதைத்தான் வலியுறுத்திப் பேசுகிறார்கள். சமய ஆய்வுகளில் இத்தகைய அறிவுப் பார்வையின் தேவை பற்றி நேராகக் குறிப்பிடாவிட்டாலும் அல்லாமா இக்பாலின் பின்வரும் கருத்துகளின் உள்நோக்கம் மிகவும் வெளிப்படையானது.

இஸ்லாத்தின் நிறுவனர் (நபிகளார்) மிகத் தெளிவான முறையில் நம்முன் தோற்றமளிக்கிறார். உண்மையில் அவர் ஒரு வரலாற்று மனிதர். ஆழமான ஆய்வு நோக்குள்ள விமர்சனங்களுக்குகூடத் தம்மை சுதந்திரமாக உட்படுத்துபவர். புத்தியீனமான புராணக் கதைகள் அவருடைய தோற்றத்தை மறைத்துவிடாது. அவர் மிகவும் வெட்டவெளிச்சமான வரலாற்றுக் காலத்தில் பிறந்தவர். அவருடைய செயல்களின் உள்ளார்ந்த ஊற்றுக்களை நாம் நன்கு புரிந்துகொள்ளலாம்... இப்போதைக்கு இயற்கை கடந்த கூறுகளை (Supernatural Elements) நீக்கிவிட்டு இஸ்லாத்தின் கட்டமைப்பை நாம் பார்ப்போம் (Iqbal, 1992A : 31).

4

இஸ்லாத்திற்கு முந்திய காலப்பகுதி அரபிய வரலாற்றில் பாரம்பரியமாக 'அல்ஜாஹிலியா', 'அறியாமையுகம்' அல்லது 'காட்டுவாசிக் காலம்' (The age of ignorance or barbarism) எனக் குறிப்பிடப்படுகிறது. ஜாஹிலியாக் காலம் மிகத் தொன்மையான காலத்தை உள்ளடக்கியதெனக் கூறப்பட்டாலும் கி.பி.6ஆம் நூற்றாண்டே ஜாஹிலியாக் காலமாகும் (M. A. J. Beg 1981;21) சமயப்

அறிமுகம் ✤ 9

பரப்புரை நோக்கிலான மிகைப்படுத்தல் இந்தக் காலத்தை அறிவதில் தடைகளை ஏற்படுத்தி உள்ளன. கி.பி.6ஆம் நூற்றாண்டு பற்றி எழுதப் பட்ட செறிவான வரலாறு இல்லை. இந்தக் காலத்துக்குரிய தகவல் களைத் தருவதில் அக்காலத்தைப் பிரதிபலிக்கும் நாட்டார் பாடல்கள் முக்கிய மூலமாகக் கருதப்படுகின்றன. குர்ஆனிலும் ஹதீஸ்களிலும் (நபிவழி மரபுகள்) இந்தக் காலத்தைக் குறிக்கும் சான்றுகள் உள்ளன.

அரபியாவின் ஜாஹிலியாக் காலச் சமூகம் பல வகைப்பட்டதாக இருந்தது. தென் அரபிய வட அரபிய வேறுபாடுகள் முதலில் குறிப்பிடப்பட வேண்டியனவாகும். தென் அரபியா நிலையாகத் தரித்து வாழும் மக்கள் சமூகத்தைப் பெற்றிருந்தது. முன்னேற்றமடைந்த விவசாயம் அவர்களின் முதன்மையான தொழிலாகும். அங்கு மன்னராட்சி காணப்பட்டது. மறுபுறத்தில் வடமாநில அரபியர் மற்றொருவகை சமூக அமைப்பிலிருந்தனர். ஹெலெனிய செல்வாக்கு அரை-நாகரிக எல்லைப்புற அரசுகளை உருவாக்கி இருந்தது. இன அடிப்படையில் இந்தப் பிரதேச மக்கள் அரபியராயினும் இவர்கள் ஹெலனியச் செல்வாக்கிற்கு உள்ளாகியிருந்தனர். பொதுவாக ஆர்மெய்க் மொழியைப் பயன்படுத்தினர். நாடோடிப் பழங்குடிவாதம் (Bedouin Tribalism) இவர்களின் முக்கியமான வாழ்க்கை முறையாகும் (பார்க்க: M. Abdal Ati, 1995: 05).

இதேவேளை பாலைவனப் பசுந்தரை (Oasis) சார்ந்த பகுதிகளில் தரித்து வாழ்ந்த நாடோடிக் குழுவினர் முன்னேற்றமான நகர வாழ்க்கையை நிறுவினர். அத்தகைய நகர்களில் முஹம்மத் பிறந்த மக்கா முக்கியமானது. ஜாஹிலியாக் காலத்து சமூக அடுக்கமைவை (System of Stratification) பின்வருமாறு வகைப்படுத்தலாம்:

1. பிரபுத்துவ அரபுப் பழங்குடிகள் (குறைஷியர்)
2. பிரபுத்துவமல்லாத பழங்குடிகள்
3. சுதந்திரமளிக்கப்பட்டவர்களும் அடிமைகளும்
4. யூதர்களும் கிறிஸ்தவர்களும்—இவர்கள் பழங்குடிக்கும் அடிமை களுக்கும் இடைப்பட்ட நிலையில் இருந்தனர் (1981: 21).

அடிப்படையில் ஜாஹிலியா காலம் அடிமைச் சமூக அமைப்பிற்கு உரியது. ஆயிரக்கணக்கான அடிமைகள் அரபு எஜமானர்களின் உடைமைகளாக இருந்தனர். குறிப்பாக மக்காவில் மத்திய ஆளும் சக்தியாக உயர்வணிகர் காணப்பட்டனர். மிகவும் அடித்தளத்தில்

அடிமைகளும் உழைப்பாளிகளும் இருந்தனர். முஹம்மத் பிறந்த போது அரபு சமூகம் இத்தகைய முரண்பட்ட அல்லது பலவகைப்பட்ட தன்மையிலிருந்தது என்பது கருத்தில் கொள்ளப்பட வேண்டியதாகும். சமூக இயக்கப் போக்கின் பௌதீக வகைப்பட்ட பொறிமுறையின் தளவரைபடம் என இதனைக்கொள்ளலாம்.

புதிய சமூக அமைப்பைக் கட்டியெழுப்புவதில் முஹம்மது நபிகளாரின் சீர்திருத்தங்கள் வகிக்கும் பாத்திரம் வரலாற்று முக்கியத்துவம் மிக்கதாகும். இப்ராஹிமியம், ஹனீப்வாதம் என்பனவற்றிற்குப் பின்னர் பாரிய சிந்தனை மாற்றத்துக்கான வழிமுறைகளை இஸ்லாம் அரபு மண்ணிற்கு அறிமுகப்படுத்தியது.

மக்காவில் முஹம்மத் நபிகளாரின் போதனைகள் நடந்த வரலாற்றுப் பின்னணி நாடோடித்துவத்திலிருந்து வணிக யுகம் என்ற புதிய சமூகப் பரிணாமம் நிகழ்ந்துகொண்டிருந்த காலப் பிரிவாகும் (Montgomory Watt, 2003). மக்காவில் நபிகளாரின் இளமைக் காலத்திலும் அதன் பின்னரும் கி.பி 610 அளவில் மக்கா வணிகத்தில் முன்னேற்றமடைந்த நகரம். பண்டப் பரிமாற்றங்களும் நிதி நடவடிக்கைகளும் அங்கு நடந்துவந்தன.

இந்தியாவிலிருந்தும் அபிசீனியாவிலிருந்தும் அரபியாவிற்கு பொருள்கள் வந்துசேர்ந்தன. அரபிய உற்பத்திகள் அங்கிருந்து வெளிநாடுகளுக்கு ஏற்றுமதியாகின. கி.பி 610க்கு முந்திய ஐம்பது ஆண்டுகளில் வணிகத்தில் மக்கா பெரும் வளர்ச்சி கண்டிருந்தது. நூற்றுக் கணக்கான காரவன் ஒட்டகங்களுக்குச் சொந்தமான பல வணிகர்களைக் கொண்ட நகரம் அது. நபிகளாரின் நாற்பது வயதுக்கு முற்பட்ட மக்காவானது கடல், தரை என வணிக ஆதிக்கத்தில் ஒரு மைய நகரமாக இருந்தது. ஒரு புறத்தில் செல்வ நிலை மேலோங்கி இருந்த போதும் பழங்குடியின் ஒரு பிரிவினர் வறுமைக்குள் தள்ளப் பட்டிருந்தனர். அதனால் செல்வந்த வணிகருக்கும் பழங்குடிகளுக்கும் இடையிலான சண்டைகளும் வழிப்பறிகளும் இன, சமய மோதல் களும் மக்காவை அதிர வைத்தன. பாரம்பரிய உணர்வுகளின்படி ஒரு தெய்வீக வழிகாட்டிக்கான தேவையை அரபுமக்கள் எதிர்பார்க்கும் காலம் உருவாகி இருந்தது.

காட்டுவாசி (Barbarism) வாழ்க்கையில் அல்லது நாகரிகத்திற்கு முற்பட்ட நிலையிலிருந்த அரபு சமூகம் நாகரிக யுகத்துள் நுழையும் போது அதன் வழிகாட்டியாக முஹம்மது நபிகளார் இருந்தார்.

அறிமுகம் ✤ 11

தொன்மைக் காலத்திலிருந்து நவீன காலத்திற்கு அரபு சமூகம் மாறிய காலப் பிரிவு என மகாகவி அல்லாமா இக்பால் இதனை அடையாளப்படுத்தினார்.

இதனால் இஸ்லாம், சமயம் என்பதற்கும் மேலானது என்பது மிகைப்படுத்தப்பட்ட கருத்தன்று. ஒரு நாகரிகத்தைக் கட்டி எழுப்புவதற்கும் புதிய திசையில் பயணிப்பதற்கும் மக்களை அழைக்கும் பொறுப்பை நபிகளாரின் வழிகாட்டுதல்கள் நிறை வேற்றின. மாற்றத்தை நிகழ்த்திய சமூகப் புரட்சியாகவே இஸ்லாம் மக்காவில் தோற்றம் பெறுகிறது.

5

இஸ்லாம் தோற்றம் பெற்றதற்கான வர்க்க அடித்தளம் என்ன என்பதும் கி.பி. ஏழாம் நூற்றாண்டில் அரபுச் சமூகத்தில் அதன் புரட்சிகரப் பங்காற்றுகை என்ன என்பதும்தான் மார்க்சிய நோக்கிலான ஆய்வுகளின் முதன்மை இலக்கு எனலாம். மார்க்ஸ் மற்றும் எங்கெல்ஸின் இஸ்லாம் பற்றிய மூலாதாரக் கருத்துகளில் இருந்துதான் இந்த ஆய்வுகள் நடைபெற்று வருவதாகக் கருதலாம்.

அதே வேளை வர்த்தகம் என்ற நோக்கில் மட்டுமன்றி மார்க்சிய மூலவர்கள் சரித்திரம், நாகரிகம் மற்றும் அரசியல் பரிமாணங்கள் பற்றியும் இது தொடர்பில் கருத்துகளை வெளியிட்டுள்ளனர். கிறிஸ்து விற்குப் பின்னரான 500 ஆண்டு வரலாற்றில் இருந்து இதற்கான அடையாளங்களை அவர்கள் கண்டுபிடிக்க முயன்றுள்ளனர். இஸ்லாத்தின் தோற்றத்திற்குச் சற்று முன்னர் நிகழ்ந்த தேசிய உணர்வின் உந்துதல்கள் பற்றிய வரலாற்று நிகழ்வுகள் முக்கியமானவை என்று அவர்கள் வலியுறுத்துகின்றனர்.

அப்போது காணப்பட்ட இன எழுச்சியும் தேசிய உணர்வின் உந்துதல்களும் பற்றி எங்கெல்ஸின் இஸ்லாம் பற்றிய குறிப்புகள் சுட்டிக்காட்டுகின்றன. அரபுநாடுகளின் தொன்மை வர்த்தக சரித்திரத்தோடும் போர்கள், நாகரிகங்களின் வீழ்ச்சி மற்றும் பழங் குடிகளின் பதற்றம் என்பனவற்றிலிருந்தும் எங்கெல்ஸ் இதை விவரிக்கின்றார். வர்த்தக சரித்திரத்தின் ஆழமான பின்னணி ஒன்றில்லாமல் சில முடிவுகளை எடுப்பதற்கு முடியாதுள்ளது என்பதிலிருந்துதான் இஸ்லாத்தின் தோற்றக் காலம் பற்றிய உரையாடலை எங்கெல்ஸ் ஆரம்பிக்கின்றார்.

செங்கடல் மார்க்கமாகப் போவதைக் காட்டிலும் பாரஸீக வழியாகக் கருங்கடலுக்கும் பாரஸீகக்குடா வழியாகச் சிரியாவுக்கும் சிற்றாசியா வுக்கும் செல்லக்கூடியதாக வர்த்தகப் பாதையைத் தேர்ந்தெடுத்ததில் உலகின் பொருளாயத அல்லது சடப்பொருள் நிலைமைகள் எவ்வளவு தூரம் காரணமாயிருந்தன என்பதைத் தீர்மானிக்கும் அளவிற்குக் கிறிஸ்துவுக்குப் பின்னரான முதல் ஆறு நூற்றாண்டுகளின் வர்த்தக சரித்திரத்தை நாம் செம்மையாகவும் பூரணமாகவும் தெரிந்து கொள்ளவில்லை என்று எங்கெல்ஸ் குறிப்பிடுகின்றார்.

அபிஸீனியர் (எத்தியோப்பியர்) யெமன்மீது திட்டமிட்டுத் தாக்குதல் நடத்தி வந்ததோடு கொள்ளையடித்து யெமனை நிர்மூலமாக்க முனைந்தனர். எனினும் வர்த்தக வளங்களை அவர்களால் முற்றாக சீர்குலைக்க முடியவில்லை. ரோமானியர் காலத்திலும் செழித்தோங்கி இருந்த அரபியாவின் பெரு நகரங்கள் பின்னர் பாழடைந்து கிடந்தன (எங்கெல்ஸ் 1853).

யெமன் மீதான அபிஸீனியர் படையெடுப்புகளில் இருந்துதான் இதனை அறியலாம் என்பது எங்கெல்ஸின் கருத்தாகும். இதிலிருந்து எங்கெல்ஸ் தாமாக ஒரு குறித்த முடிவிற்கு வருகிறார். அரபுத் தேசிய உணர்வைத் தூண்டும் ஒரு முதல் நடவடிக்கை அங்கு நிகழ்ந்துள்ளது. முஹம்மத் பிறப்பதற்கு நாற்பது ஆண்டுகளுக்கு முன்னர் இது நிகழ்கிறது. எங்கெல்ஸ் பின்வருமாறு கூறுகின்றார்: அபீசீனியரின் வெளியேற்றம் முஹம்மது நபிகளாருக்கு நாற்பது ஆண்டுகளுக்கு முன்னர் நிகழ்ந்துள்ளது. அரபியத் தேசிய விழிப்புக்கான முதல் நடவடிக்கையாக இது இருந்துள்ளது. அது மட்டுமன்றி மக்காவரை உட்புகுந்த வடக்கே இருந்து வந்த பாரஸீகப் படையெடுப்பும் இந்த உணர்வைத் தூண்டக் காரணமாக இருந்துள்ளது (எங்கெல்ஸ் 1853).

அக்காலத்தில் நடந்த முக்கியமான வரலாற்று நிகழ்வுகள் இவையாகும். வளர்ந்துகொண்டிருந்த ஒரு நாகரிகமும் புத்துருவாக்கம் பெற்றுக்கொண்டிருந்த மனிதச் செயற்பாடுகளும் பண்டைய அரபியாவின் பழங்குடிச் சமூக நிலையைக் கடந்து ஒரு மாற்றத்தை நோக்கி மேலெழுகிறது. பூமியில் நடந்த ஒரு புரட்சியின் வரலாற்றையே இந்த நிகழ்வுகள் நமக்கு உணர்த்துகின்றன.

2

மார்க்சியமும் இஸ்லாமும்
அறிவியலும் ஆன்மிகமும்

தொன்மைச் சமூக ஆய்வில் அல்லது மானிடவியல் ஆய்வில் மார்க்சின் சிந்தனைகள் முழுமையான விளக்கத்தை அளிப்பனவாகக் கொள்ள முடியாது. எல். எச். மோர்கனின் படைப்பான தொன்மைச் சமூகம் (Ancient Society) மார்க்ஸின் மானிடவியல் பற்றிய கருத்தில் குறிப்பிடத்தக்க தாக்கத்தைச் செலுத்தியது. 1879-1882களில் மார்க்ஸ் மோர்கனின் 'தொன்மைச் சமூகம்' பற்றிய முக்கியமான குறிப்புகளைத் தயாரித்திருந்தார். ஆதி சமூகம் பற்றிய ஏனைய ஆய்வாளர்களின் நூல்களையும் அவர் கற்றிருந்தார். எனினும் மார்க்சோ எங்கெல்சோ ஒரு முறையான மார்க்சிய மானுடவியல் வாதத்தை உருவாக்கினர் எனக் கூறமுடியாது (Tom Bottomore, 1985: 23).

சமூகப் பரிணாமம்

தொம்பொட்டமோரின் இந்தக் கூற்றுக்கள் மேலும் விசாரணைக்கு உள்ளாக்கப்படும் என்பதைக் கூறவேண்டியதில்லை. ஆனால் ஓர் அடிப்படைக் கேள்வி எழுப்பப்பட்டிருந்தது. மார்க்சியத்திற்கும் மானிடவியலுக்குமான தொடர்புகள் பற்றி இன்னும் ஆழமான வகையில் அறிவதற்கு இந்தக் கூற்றுக்கள் நம்மைத் தூண்டுகின்றன.

மார்க்சியம் என்பது அடிப்படையில் கார்ல் மார்க்ஸ், பிரடெரிக் எங்கெல்ஸ் ஆகியோரின் மூலக் கருத்துகளை உள்வாங்கிய அரசியல் பொருளாதாரம் மற்றும் வரலாற்று இயக்கத்தின் பொருளியல் விவரிப்பும் விமர்சனமும் எனக் கூறலாம். மானிடவியல் (Anthropology) என்ற பதத்துக்குரிய பொருளில் நோக்கும் போது குடும்பம், தனிச் சொத்து, அரசு ஆகியவற்றின் தோற்றம் (*The Origin of the Family, Private Property, and the State: In the Light of the Researches of Lewis H. Morgan, 1884*) என்னும் எங்கெல்ஸின் நூல் மிக முக்கியமான பங்களிப்பாகும்.

மானிடவியலின் மூல நூல்களில் ஒன்றான லெவிஸ் எச். மோர்கனின் தொன்மைச் சமூகம் (1877) எங்கெல்சின் நூலுக்கு ஒரு பெரிய அடிப்படையாக அமைந்தது. விலங்குவாசிகளிலிருந்து காட்டுவாசி களூடாக நாகரிக யுகம் வரை மனித முன்னேற்றம் (Human progress from savagery through Barbarism to civilization) என்னும் அந்த நூல் மானிடவியல் கல்வியிலும் திருப்பங்களை ஏற்படுத்திய செவ்வியல் நூல்களில் ஒன்றாகும்.

கி.பி 1871இல் மோர்கன் வெளியிட்ட மானிடக் குடும்பத்தில் இரத்தவுறவு மணமுறைகள் எனும் நூல் உறவுமுறைகள் பற்றிய முறைப்படியான முதல் நூலாகும். உலகத்தில் பல்வேறு பகுதிகளில் இருந்து பெறப்பட்ட உறவுமுறைச் சொற்களைக்கொண்டு ஒப்பீட்டாய்வு செய்த போது உறவுமுறைச் சொற்கள் எண்ணிப் பார்க்கவியலாத சமுதாயப் பண்பாட்டு முறைகளை வெளிப்படுத்திய விதத்தை மோர்கன் வெளியிட்டார் (பார்க்க: பக்தவத்சல பாரதி, 1990: 431).

1856இல் இருந்து மேற்கொண்ட இனப் பண்பாட்டியல் ஆய்வு களினூடாக குடும்பக் கட்டமைப்பிற்கும் சமூக நிறுவனங்களுக்கும் உள்ள தொடர்புகளையும் சமூக மாற்றங்களையும் மோர்கன் விளக்கினார். இரத்த உறவுத் தொடர்புகள் ஊடாக நிகழும் விரிவான சமூக அசைவியக்கத்தை அவர் பல ஆய்வுகள் மூலம் வெளிப் படுத்தினார். இவற்றின் மூலம் இரத்த உறவுத் தொடர்புகள் சமூகத்தின் இன்றியமையாத அடிப்படை என்பதை மோர்கனின் ஆய்வுகள் எடுத்துக்காட்டின. இதன் பின்னர் சமூக முன்னேற்றத்திற்கும் தொழிநுட்பவியல் முன்னேற்றத்திற்கும் இடையில் தீர்க்கமான தொடர்புள்ளது என்ற கருத்தை அவர் வெளியிட்டார். சமூகக் கட்டமைப்பில் குடும்ப உறவுகளுக்கும் உடைமை உறவுகளுக்குமான தொடர்புகளையும் அவர் விளக்கினார்.

பழங்குடிச் சமுதாயங்களில் நடத்தப்பட்ட ஆய்வுகளில் இருந்து பெற்றுக்கொண்ட சான்றுகளின் அடிப்படையிலும் இரத்த உறவுகளின் வளர்ச்சியின் அடிப்படையிலும் தொழில்நுட்பங்கள், விவசாய உற்பத்திகள், விலங்குகளை வீட்டு விலங்குகளாகப் பழக்குதல், உலோகக் கண்டுபிடிப்பு என்பவற்றின் பின்னணியிலும் மனித சமூக வளர்ச்சியில் ஹென்றி மோர்கன் மூன்று தீர்க்கமான கால கட்டங்களை வரையறுத்துக் கூறினார். அவை: விலங்குநிலை (Savagery), நாகரிகத்திற்கு முற்பட்ட திருத்தமற்றநிலை (Barbarism), நாகரிக நிலை (Civilization).

இரகுவாய்ஸ் கணங்கள் உள்ளிட்ட பல தொன்மைக் குலங்களிடையே மேற்கொண்ட ஆய்வுகள் மூலம் இந்த மக்களிடையே காணப்படும் உறவுமுறைகளிலும் தாய்வழிக் குடும்ப அமைப்பிலும் தாம் கண்ட பல உண்மைகளைப் பிற சமூகத்தவர்களோடும் மோர்கன் ஒப்பிட்டார். இந்த ஆய்வுகளின் விளைவாக மோர்கன் சமூகக் கூர்ப்பியல் திட்டத்தை *(சமூகப் படிமலர்ச்சித் திட்டத்தை)* வடிவமைத்தார்.

பண்பாட்டுப் படிமுறை வளர்ச்சியின் ஒவ்வொரு கட்டத்திலும் தொழில், தொழில்நுட்பம், வாழ்க்கைமுறை, குடும்பம், அரசியல் முறைகளில் ஏற்பட்ட வளர்ச்சியையும் மோர்கன் விளக்கினார். படிமுறை வளர்ச்சியின் ஒவ்வொரு கட்டத்திலும் தொழில்நுட்பவியல் மாற்றங்களையும் தொடர்புகளையும் அவர் சுட்டிக் காட்டினார். மோர்கனின் கோட்பாட்டில் பொருள்முதல்வாதத்தின் அல்லது பொருளாயத அம்சத்தின் தாக்கம் இருந்ததை மார்க்சும் எங்கெல்சும் கவனத்தில் எடுத்துக்கொண்டனர். வரலாற்றுக்குரிய முந்திய அடிப்படையை அதன் முக்கிய குணாம்சங்களிடையே கண்டுபிடித்து மறுபடியும் நிர்மாணித்துத் தந்துள்ள மோர்கனின் பணி மகத்தானது என்று எங்கெல்ஸ் குறிப்பிட்டுள்ளார்.

கலாசார, சமூகப் பரிணாம வளர்ச்சியில் பொருளாயதக் காரணிகள் (material factors) செயற்பட்ட விதம் பற்றிய மோர்கனின் கருத்துகள் கார்ல் மார்க்சையும் பிரெட்ரிக் எங்கெல்சையும் பெரிதும் கவர்ந்தன. அதே வேளை 19ஆம் நூற்றாண்டின் மானிடவியலாளர்களான ஹென்றி மெய்ன் (1822-1887), ஜெக்கோப் பெக்கோபன் (1815 - 1887) போன்றோரின் ஆக்கங்களைக் கற்பதிலும் மார்க்ஸ் ஆர்வத்துடன் ஈடுபட்டார். குடும்பத்தின் மூல வடிவங்கள் தொடர்பான தமது அறிவில் ஹென்றி மோர்கன் மற்றும் பெகோபனின் நூல்கள் முக்கியமான முன்னேற்றத்தை ஏற்படுத்தியதாக எங்கெல்ஸ், தமது *குடும்பம், தனிச்சொத்து* என்னும் நூலின் முன்னுரையில் கூறுகிறார்.

மோர்கனுக்கும் மார்க்சுக்கும் எவ்வாறு தாம் கடமைப்பட்டுள்ளேன் என்பதையும் எங்கெல்ஸ் அவருடைய முன்னுரைகளில் கூறியுள்ளார். 'மார்கனுடைய நூலில் இருந்து விரிந்த அளவு விடயங்களை எடுத்து வைத்துக்கொண்டு அவற்றின் மீது மார்க்ஸ் விமர்சனக் குறிப்புகளை வரைந்துள்ளார். அவை என் முன்னேதான் உள்ளன. அவற்றை நான் பயன்படுத்தியிருக்கின்றேன். காலம் சென்ற என் நண்பர் மார்க்சால் தொடர முடியாதுபோன பணியை நான்

மேற்கொண்டேன்' என்றும் எங்கெல்ஸ் குறிப்பிட்டுள்ளார். மோர்கனின் கண்டுபிடிப்புக்களைத் தாம் பயன்படுத்தி இருப்பதாகவும் மார்க்ஸ் முன்வைத்திருந்த பொருளாதார வாதங்களின் முக்கியத்துவத்தைத் தாம் மேலும் விரிவுபடுத்தி உள்ளதாகவும் அவர் கூறியுள்ளார். மோர்கனிடமிருந்து அவர் எடுத்துக்கொண்டது மட்டுமல்ல அவரது சொந்த ஆய்வு மூலம் அவர் சேகரித்திருந்தவற்றையும் அந்த ஆய்வில் அவர் பயன்படுத்தி இருந்தார்.

இது மட்டுமன்றி எங்கெல்ஸ் மோர்கன் மீது மிக உயர்வான ஆர்வத்தைக் கொண்டிருந்தார். எங்கெல்ஸ் பின்வருமாறு கூறுகிறார்: ஜெ. லாப்பாக் 1870இல் எழுதிய நாகரிகத்தின் தோற்றுவாய் (*The Origin of Civilization and the Primitive Condition of Man: Mental and Social Condition of Savages*) என்னும் நூலில் குழுமணம் (Communal Marriage) என்பது ஒரு வரலாற்று உண்மையே என்று அங்கீகரித்தார். உடனடியாக அதைத் தொடர்ந்து 1871ஆம் ஆண்டில் புதிதாயும் பல அம்சங்களில் நிர்ணயமாயுள்ள விஷயாதாரங்களுடன் மோர்கன் தோன்றினார் (எங்கெல்ஸ், 1978: 22). குழுமண வடிவம் இரத்த உறவுகள் என்பன பற்றி அப்போது நடந்து வந்த விவாதத்தை மோர்கன் மிக விரிவான துறைக்குக் கொண்டு சென்றார். இரத்த உறவுமுறை களைத் தொடக்கப் புள்ளியாகக்கொண்டு அவற்றிற்குப் பொருத்தமாக இருந்த குடும்ப வடிவங்களை அவர் மறுநிர்மாணம் செய்து தந்தார் என்றும் எங்கெல்ஸ் தமது மதிப்பீடுகளில் குறிப்பிடுகிறார்.

1850-60 ஆண்டுகளின் காலப் பகுதி தொடங்கும்வரை குடும்பத்தைப் பற்றிய வரலாறு என்று ஒன்றுமே இருக்கவில்லை. தந்தைவழிக் குடும்ப வடிவம்தான், குடும்பத்தின் மிகத் தொன்மையான வடிவம் என்று ஏற்றுக்கொள்ளப்பட்டது. குடும்பம் என்பது வரலாற்று ரீதியில் கொஞ்சமேனும் வளர்ச்சி பெறவில்லை என்பதும் ஏற்றுக்கொள்ளப் பட்டது. மோர்கனின் தொன்மைச் சமூகம் என்னும் நூலும் பெகோபன் எழுதிய தாய் உரிமை (1861) நூலும் வெளிவந்த பின்னர்தான் குடும்ப வரலாறும் இரத்தவுறவுகளின் விதிமுறைகளும் தாய்வழி உரிமை அமைப்பும் ஆய்வாளர்களின் கவனத்திற்கு வந்தன (எங்கெல்ஸ் 1978).

பண்டைக் காலத்தைச் சேர்ந்த சில மக்கள் குழுக்களிடையேயும் சில காட்டுவாசிகள் மத்தியிலும் வம்ச வழியானது தந்தை வழியாகக் கொள்ளப்படாமல் தாய்வழியாகக் கணக்கிடப்பட்டது என்பதற்கான சாட்சியங்களிலிருந்தும் தாய்வழி முறையின் முக்கியத்துவத்தை எங்கெல்ஸ் ஏற்றுக்கொண்டார்.

தொன்மைச் சமூகம்

குடும்பம், தனிச் சொத்து, அரசு ஆகியவற்றின் தோற்றம் (1884) எனும் எங்கெல்ஸின் நூல் எல். எச். மோர்கனின் கண்டுபிடிப்புக்களையும் மார்க்ஸின் இந்த நூல் பற்றிய கருத்துகளையும் கொண்டு அமைந்தது என்பது குறிப்பிடத்தக்கது. எங்கெல்ஸ் தமது நூலில் பின்வருமாறு குறிப்பிட்டுள்ளார்:

> மார்க்ஸ் நாற்பது ஆண்டுகளுக்கு முன்னர் கண்டுபிடித்திருந்த வரலாறு பற்றிய அதே பொருள்முதல்வாத எண்ணக்கருவை (Materialist Conception of History), மோர்கன் தமது வழியில் அமெரிக்காவில் மீண்டும் கண்டுபிடித்தார். அநாகரிகத்தையும் நாகரிகத்தையும் மோர்கன் ஒப்புநோக்கும் போது, மார்க்ஸ் எந்த முடிவுக்கு வந்திருந்தாரோ, அதே முடிவுகளுக்கு வந்து சேரும்படி, —முதன்மையான விஷயங்களில் அந்தக் கருத்தோட்டம்— மார்க்சையும் கொண்டுவந்துவிட்டது (1972: 5).

காட்டுவாசிநிலை (Barbarism) அதாவது நாகரிகத்திற்கு முந்திய நிலை, நாகரிகநிலை (Civilization) இரண்டையும் பற்றிய மோர்கனின் நூல் குறித்து மார்க்ஸ் விரிந்த அளவில் எழுதியிருந்த குறிப்புக்களையும் பயன்படுத்தியே தமது நூலை ஆக்கியதாக எங்கெல்ஸ் குறிப்பிட்டுள்ளார்.

பண்டைய சமுதாயத்தின் வரலாற்று வளர்ச்சி விதியைக் கண்டறியும் முயற்சியை மோர்கனின் தொன்மைச் சமூகம் எளிதாக்கியது. மோர்கன் வெளிப்படையாகக் கூறாவிட்டாலும் பொருள்முதல்வாதக் கருத்துகள் அவருடைய நூலில் பிரதிபலித்தன. மார்க்சும் எங்கெல்சும் இயக்கவியல் பொருள்முதல்வாதக் கண்ணோக்கில் இதனை ஆராய்ந்தனர். எங்கெல்சின் தனிச் சொத்து குடும்பம் அரசு ஆகியவற்றின் தோற்றம் எனும் நூல் மோர்கனின் கண்டுபிடிப்புகளை இயக்கவியல் நோக்கில் நுணுகிக் காணும் ஓர் உயர்ந்த இலக்கியப் படைப்பாகும்.

மோர்கன் எடுத்துக்காட்டும்வரை தந்தைவழிக் குடும்பமே சமூக அமைப்பின் ஆதி வடிவமாகக் கருதப்பட்டது. மோர்கனின் ஆய்வுகள் தாய்த் தலைமைக் குலமே சமூக அமைப்பில் ஆதி வடிவம் என நிறுவின. தந்தைவழிக் குல அமைப்பு இதிலிருந்தே உருவாகி இருக்க வேண்டும். சொத்துடைமையில் ஏற்படும் மாற்றமே தாய் வழியைத் தந்தை வழிக் குடும்பமாக மாற்றுகிறதென மோர்கனின் ஆதாரங்களின் வழியாக மார்க்சியம் நம்புகின்றது.

பொதுச் சொத்தைவிட தனியுடைமையின் கை மேலோங்கும் போது வாரிசுரிமையில் மாற்றம் நிகழ்கிறது. தந்தை உரிமையும் அதைத் தொடர்ந்து ஒருதார மணமும் முதல் நிலைமைக்கு வந்துவிடுகின்றன.

ஒருதுணை மணம் (Monogamy), பலதுணை மணம் (Polygamy), குழுமணம் (Group Marriage) போன்ற திருமண முறைகள் சமூகத்தில் தான்தோன்றித்தனமாக உருவாகிச் செயல்பட்டவை அல்ல. அல்லது மனிதன் தனது விருப்பத்திற்குத் தேர்ந்தெடுத்துக்கொண்டவையும் அல்ல. ஒரு குறிப்பிட்ட வகை சமூக, பொருளாதார அமைப்பின் நிலவுகையே இவற்றில் ஏதேனுமொன்றை முதன்மை நிலைக்குரிய மணமுறையாக மேலே கொண்டு வருகிறது. எங்கெல்சின் கருத்தில் ஒரு துணை மணமுறை அதன் சொத்துரிமையைப் பாதுகாக்கும் நிறுவனமாக வந்து சேர்ந்தது. கால்நடை வளர்ப்பின் வளர்ச்சியும் பரிவர்த்தனை உறவுகளின் முன்னேற்றமும் தந்தைவழிக் குடும்பத்திற்கு வழிவிட்டது. குழந்தைகள் தமது தந்தையின் இயற்கை வாரிசுகள் அதாவது சொத்துச் சுவீகாரத்திற்குரிய உரிமையாளர் என்பதைத் தந்தை வழிமுறை புலப்படுத்தியது.

ஆதி சமூக அமைப்பிலிருந்து ஏற்பட்டு வந்த மாற்றங்களைப் பின்வருமாறு சுருக்கமாக நோக்கலாம்: மிருகங்களைப் பழக்குவதும், மந்தைகளைப் பெருக்குவதும் இதுவரை கேட்டறியாத மூலாதாரங் களிலிருந்து பெருகிவந்த செல்வவளமும் முற்றிலும் புதிய சமூக உறவுகளைத் தோற்றுவித்தன. முன்னர் காட்டுவாசிக் காலத்தில் அல்லது அநாகரிகக் காலத்தின் இறுதிக் கட்டத்தில் காணப்பட்ட செல்வங்கள் மிகச் சொற்பமானவை. வீடு, ஆடைகள், செம்மையற்ற ஆபரணங்கள், உணவு பெறுவதற்குத் தேவையான ஆயுதங்கள், உணவைத் தயாரிப்பதற்கு உதவும் சில கருவிகள் என்பனவே அவர்களின் சொத்துக்கள். இப்பொழுது குதிரைகள், ஒட்டகங்கள், கழுதைகள், எருதுகள், ஆடுகள், பன்றிகள் முதலிய மந்தைக் கூட்டமும் மேய்ச்சல் தொழில் புரியும் மக்கள் கூட்டமும் உருவாகி இருந்தன.

கால்நடைகள் பெருகின. இவற்றைக் கவனித்துக்கொள்ள அதிக அளவில் ஆட்கள் தேவைப்பட்டனர். போர்களில் பிடிக்கப்பட்ட கைதிகள் இதற்காகப் பயன்படுத்தப்பட்டனர். இவற்றால் செல்வ அதிகரிப்பு தீவிரமடைந்தது. இவ்வாறு பெருகிய செல்வம் பழங்குடிக்குச் சொந்தமாயிருந்தது. எனினும் இந்தச் செல்வங்கள் குடும்பங்களின் தனிச் சொத்தாகி அவை மேலும் மேலும் பெருகிய போது, அது அப்போதைய சமூக அமைப்பிலும் திருமண முறையிலும்

தாய்த் தலைமை முறையிலும் பலத்த தாக்கத்தை ஏற்படுத்தியன. செல்வப் பெருக்கம் குடும்பத்தில் பெண்ணைவிட ஆணுக்கு முக்கிய அந்தஸ்தைக் கொண்டுவந்தது. மனித நாகரிக வரலாற்றில் தாயுரிமையின் இடத்தை தந்தை உரிமை சுவீகரித்துக்கொண்ட விதத்தை எங்கெல்ஸ் இவ்வாறுதான் அணுகுகின்றார்.

பூர்வீகக் கூட்டுடைமை

பண்டைய சமூகத்தின் பொருளியல் உறவுகள் முற்றிலும் வேறு பட்டதாகும். அங்கு பூர்வீக கூட்டுடைமை காணப்பட்டது. அதாவது உற்பத்திச் சாதனங்கள் கூட்டுடைமையாக இருந்தன.

வேட்டையாடுவதிலும் மீன் பிடிப்பதிலும் மனிதர் ஈடுபட்டிருந்த ஆதிகாலத்தில் பொருள்களைச் சேர்த்து வைக்கும் எண்ணமே அவர்களிடையே இல்லாதிருந்தது. மீனையோ மாமிசத்தையோ சேர்த்து வைக்க முடியாது. வேட்டையோ மீன் பிடியோ எப்போதும் நிகழவில்லை. அப்போது அவன் உணவுக்காக மற்றவர்களையே எதிர்பார்த்தான். குறிப்பாக வேட்டையாடும் முறை வேட்டைப் பொருள்களைப் பரஸ்பரம் பகிர்ந்துகொள்வதிலேயே தங்கியிருந்தது. மேலும், ஒருவன் உயிர் பிழைத்திருப்பதற்குத் தேவையானவற்றை மற்றவர்களின் உதவியின்றித் தன்னந்தனியாகப் பெற மனிதர் கண்டுபிடித்திருந்த ஆதிகாலக் கருவிகள் அவனுக்கு உதவவில்லை. எனவே மாற்றங்களை எதிர்பார்க்கும் தவிர்க்க முடியாத நிலையில் அவன் இருந்தான்.

மேலும் இயற்கைச் சக்திகளை மக்கள் கூட்டு முயற்சியில்தான் எதிர்க்க முடிந்தது. எனவே, ஒத்துழைப்பும் பரஸ்பர உறவும் அடிப்படையாக இருந்தன. தமக்குக் கிடைத்தவற்றை அவர்கள் சமமாகப் பகிர்ந்துகொண்டனர். இது பண்டைய சமுதாய வாழ்க்கையில் காணப்பட்ட கூட்டுறவு விதிகளை உணர்த்துவதாகக் காணலாம். கிடைப்பனவற்றை தமக்குள் பகிர்ந்துகொள்ளும்முறை இந்தக் கூட்டுறவு விதிகள் செயல்படுவதற்கான சூழலைத் தந்ததாகக் கருதலாம்.

அவர்களிடம் உபரி இல்லை. அதாவது அங்கு சுரண்டல் நிகழ வில்லை. வேறு வகையில் கூறுவதாயின் உற்பத்திச் சாதனங்களின் தனி உடைமை இங்கு நிலவவில்லை.

சிறுபிள்ளையின் கள்ளங்கபடமற்ற தன்மையோடு மனித குலத்தின் இந்த வரலாற்று ரீதியான குழந்தைப் பருவத்தை மார்க்ஸ்

ஒப்பிடுகிறார். 'மனித குலத்தின் வரலாற்று ரீதியான குழந்தைப் பருவம் அதனுடைய மிகவும் அழகு நிறைந்த காலமாகும். அந்தக் குழந்தைப் பருவம் இனி ஒருபோதும் திரும்ப முடியாது என்பதற்காக அதன் அழியாக் கவர்ச்சியை நம்மீது செலுத்தக்கூடாது என்று சொல்ல முடியுமா?' (1982: 323).

இந்தப் புராதனப் பொதுவுடைமை அமைப்பு அளவுக்கு மீறி எளிமைப்படுத்தலுக்குள்ளாகும்போது நம்பமுடியாத நிலைக்குள்ளாக இடமுண்டு. மனித சமூகம் பாதுகாத்து வளர்த்திருக்கக்கூடிய சில உயர்ந்த பண்புகள் அங்கிருந்தன என்பதை அது உணர்த்துகிறது என்று கொள்வதே அதிகப் பொருத்தம் உடையதாகும். புராதனப் பொது உடைமையின் நயக்கத்தக்க அம்சங்களுக்கு அப்பால் இருந்த முரட்டுத்தனம், செம்மையற்ற அதன் யதார்த்தம் முதலியவற்றை மறந்து அளவுக்கு அதிமான வர்ணனைகளைச் சிலர் அள்ளி வழங்குகின்றனர்.

மார்க்ஸ் கூறிய 'குழந்தைப் பருவ' நிலை என்ற எச்சரிக்கை மிக்க ஒப்பீட்டையும் கருத்தில் கொள்ளாது 'இலட்சிய இன்பப்புரியாக' அதை வர்ணிப்பதில் பலர் ஆர்வமாயுள்ளனர். இதிலுள்ள அபாயத்தைப் பற்றிய பேராசிரியர் கோசாம்பியின் எச்சரிக்கை மனங்கொள்ளத் தக்கது.

சிலர் இப்போதுகூட புராதனப் பொது உடைமை பற்றிக் கூறும் போதும் கிடைத்ததையெல்லாம் பகிர்ந்துகொண்டும் கூட்டுறவு மூலம் தங்களுடைய எல்லாத் தேவைகளையும் பூர்த்திசெய்து கொண்டும் எல்லோரும் மகிழ்ச்சியுடன் வாழ்ந்த இலட்சிய சமுதாய நிலை அது என்பதுபோலப் பேசுகிறார்கள். வரலாற்றுக் காலத்துக்கு முன்பிருந்த பழங்குடி மனிதன் மாண்புமிக்க நிலையில் இருந்தவன் என்னும் விசித்திரமான இன்பக் கற்பனைகளாக அள்ளிவீசுகிறார்கள்.

குல மரபுகள்

மக்கள் குலங்களாக வாழ்ந்த போது ஒவ்வொரு குலமும் தனக்குரிய மரபுகள் பாரம்பரியங்கள் முதலியவற்றைப் பெற்றிருந்தது. முதியோரை மதிப்பது, குலத்தீர்மானங்களை ஏற்பது, குல அங்கத்தவர்களுக்கு உதவி செய்வது போன்ற சமூக நடவடிக்கை62களாக அவை வெளிப்பட்டன. தமது வாழ்வுக்கும் குலத்தின் இருப்பிற்கும் இவை இன்றியமையாதவையாக

இருந்தமையால் தொன்மைக் குலங்கள் இவற்றைச் செயல்படுத்துவதில் தீவிர மனப்பாங்கைக் கொண்டிருந்தன.

இந்த வழக்காறுகளையும் இவற்றோடு தொடர்பான பாரம்பரியங் களையும் மரபுகளையும் பூர்வீகக் குடிகள் மாற்ற முடியாத அந்தஸ்துடையனவாகக் கருதினர். நாட்டார் வழக்காறுகளை ஆழமாக ஆய்வு செய்த பேராசிரியர் வில்லியம் கிரகம் சும்னர் (1840-1910) நாட்டார் வழக்காறுகள் அநாதி காலமாக நிலவிவருவதாகவும் ஒவ்வோர் இனமும் தனது மூதாதையரிடமிருந்து பெற்று, அடுத்த சந்ததிக்கு வழங்குவதாகவும் அவர் கூறுகிறார். அது மனிதர் உணர்ந்தோ தேர்ந்தெடுத்தோ கடைப்பிடிப்பதல்ல. அவை விலங்கு களின் இயல்பூக்கங்களுக்குச் சமமானவை என்றும் கூறுகிறார். இதன்மூலம் சமூகவியலுக்கும் உயிரியலுக்கும் இடையிலான தொடர்பையும் வலியுறுத்துகிறார்.

மனிதர்கள் உயிர்பிழைத்து இருப்பதற்காக இருவகைப் போர்களில் ஈடுபடுவதாக சும்னர் குறிப்பிடுகிறார்: 1. இருப்புக்கான போராட்டம் (இயற்கைக்கும் மனிதனுக்கும் இடையிலான போராட்டம்), 2. வாழ்வுக்கான போராட்டம் (மனிதனுக்கும் மனிதனுக்கும் இடையிலான போராட்டம்). இவற்றுள் முதலாவது பிரிவு இயற்கையுடனான உயிரியல் தொடர்பானது. இரண்டாவது பிரிவு சமூகத் தொடர்பு சார்ந்தது. அவருடைய Folkways (1906) என்னும் நூல் சமூக வரலாற்றின் இந்த வகையான அடித்தளங்களை ஆராய்ந்து சமூகமாற்றங்களின் பொதுவிதிகளை வரையறுத்துக் கூறுகிறது.

பழக்கங்கள் மற்றும் வழக்காறுகளின் பரிணாமத்தை அந்த நூலில் சும்னர் விவரித்துள்ளார். சமூகவியல் ரீதியில் வழக்காறுகள் பழக்கங்கள் பற்றியும் சும்னர் ஆராய்ந்துள்ளார். நாட்டார் வழிகள் என்று இவற்றை அவர் கூறுகின்றார். இது சமூக விஞ்ஞானத்தின் அடிப்படைப் பண்பு என்றும் சும்னர் கூறுகிறார். பழக்கவழக்கம் தனிநபர்க்குரியது. நாட்டார் வழிகள் என்பது குழுக்களுக்குரியவை. இவை மனிதர்களின் வழக்காற்றுச் செயல்களாகும். எல்லோரும் ஒரேவிதமான செயல்களைச் செய்கின்றனர். இவ்வாறுதான் வழக்கங்கள் நாட்டார் வழிகளாகின்றன.

சமூக மாற்றங்களை மனிதரின் வாழ்வுச் சுழற்சிதான் தீர்மானிக்கிறது. சமூக விதிகள் பரிணாமத்தின் ஊடாக வளர்ச்சி அடைகின்றன. தமது தேவைகளுக்காக இயல்பாக மனிதர்

போராட்டத்தில் ஈடுபடுகின்றனர். பொருள்களின் பற்றாக்குறை காரணமாக மனிதர் சக மனிதருடன் போட்டியிடுகின்றனர். போட்டி இயற்கைவழி என்று கூறுகிறார். போட்டியில் நின்று பிடித்து வெற்றிபெறுவோருக்கு இயற்கை வெகுமதிகளை வழங்குகின்றது. முயற்சியின் அளவைப் பொறுத்துத்தான் வெகுமதிகளும் கிடைக்கின்றன. சமூகங்கள் வளர்ச்சியடைந்தாலும் இந்தப் போட்டி நீடித்திருக்கும்.

எல்லா மனிதர்களும் பசி, காதல், கர்வம், பயம் ஆகிய நான்கிற்கும் உட்பட்டவர்கள். நாட்டார் வழிகளும் ஒழுக்கமும் இந்த உந்துதல்களைச் சுற்றியே அமைகின்றன.

மனிதனைச் சூழ நாட்டார்வழிகள் அல்லது வழக்காறுகள் செயல்படுகின்றன. இவை அனைத்தும் ஒரு கொத்தணியாகி நிறுவனமாக வடிவம் பெறுகின்றன. வாழ்க்கைச் சூழலுக்கு ஏற்றதாக நாட்டார் வழிகள் தகவமைப்புச் செய்துகொள்கின்றன. சில நாட்டார் வழிகள் ஒழுக்கங்களாகின்றன. இவ்வாறு நாட்டார்வழி, சமூக உறவுகளை உருவாக்குகிறது. சமூகத் தொடர்புகளை இலகுவாக்குகிறது.

பல வழக்கங்கள் (Mores) பெரும்பாலும் சமய ரீதியான புனிதத் தடைக்கு உள்ளாகின்றன. நீ இதைச் செய்யக்கூடாது (Taboos) அதாவது தடுக்கப்பட்டதைச் செய்வது ஒரு சக்திக்கு அல்லது ஒரு ஆவிக்கு விருப்பமற்றதைச் செய்வதை ஒத்தது; இறுதியில் அவை சமூக நிறுவனங்களாகின்றன. பாலியல், குடும்பம், தேவாலயம், வழிபாடு என்பனவாக ஏதாவது நிறுவனங்கள் என நிறுவுகின்றன. நாட்டார் வழக்காறுகள் அநாதி காலமாக நிலவிவருபவை என்றும் ஒவ்வொரு இனமும் தனது மூதாதையிடமிருந்து அவற்றை வாரிசுரிமையாகப் பெற்று அடுத்த தலைமுறைக்கு வழங்குகிறது என்றும் கூறுகிறார். அது மனிதன் உணர்ந்தோ தேர்ந்தெடுத்தோ கடைப்பிடிப்பதல்ல. அது இயற்கைச் சக்திகளின் உற்பத்திச் சக்திகளுக்கு ஒப்பானதென்றும் விலங்குகளின் இயல்பூக்கத்திற்குச் சமமான தென்றும் அவர் விளக்குகிறார்.

இவை நபிகளார் கால அல்லது அதற்கு முந்திய பாலைவனப் பழங்குடி அரபியரின் மரபுகளுடன் நன்கு ஒப்பிடுவதற்கு உரியனவாகும். 'ஒரு குறிப்பிட்ட விடயத்தில் குறிப்பிட்ட விதமாக ஏன் செயல்பட்டீர் எனப் பூர்வீக மனிதனைக் கேட்டால் எனது

மூதாதையர் அவ்வாறுதான் செய்தனர் எனப் பதிலிறுப்பான்' என்றும் 'மூதாதையர் மீது ஆவித்தன்மையான அச்சமும் மிகை மரியாதையும் கொண்டவனாகப் பூர்வீக மனிதன் வாழ்ந்தான்' என்றும் கூறும் சும்னரின் கருத்துகளையும் அரபியரின் மூதாதையர் வழிபாட்டுடன் ஒப்புநோக்கலாம்.

வரலாற்று விதி

'வடிவம் எவ்விதமாக இருந்த போதிலும் சமூகம் என்பது என்ன? மனிதனின் பரஸ்பர நடவடிக்கைகளின் சிருஷ்டியே சமூகம்' என்ற மார்க்சின் கருத்து இரு தளங்களில் கொள்ளப்பட வேண்டும். மனிதனின் செயற்பாடு மனிதனுக்கும் மனிதனுக்குமிடையில் நிகழ்வது மட்டுமன்று. அடிப்படையில் மனிதன் இயற்கையின் ஒரு பாகம். பரஸ்பர நடவடிக்கை என்பது மிகவும் தீர்மானமான சமூக விதிகளை உள்ளடக்கியதாகும்.

சமூகம் தனது தோற்றத்தின் மூலம் இயற்கையுடன் இணைக்கப் பட்டிருக்கிறது. சமூகத்தின் இருத்தலுக்கும் பரிணாம வளர்ச்சிக்கும் இயற்கை அடிப்படையான நிபந்தனையாக உள்ளது. பேராசிரியர் சும்னரின் பின்வரும் கருத்து இந்தத் தொடர்பில் கருதத்தக்க ஒன்றாகும்:

> வாழ்க்கையின் இருப்பிற்கான போராட்டம் வாழ்க்கை நிபந்தனை களுடனும் அதனோடு தொடர்பான வாழ்க்கைப் போட்டி யுடனுமே நடக்க வேண்டியுள்ளது. வாழ்க்கை நிபந்தனைகள் என்பதில் சுற்றாடலின் பல்வேறு கூறுகள் அடங்கியுள்ளன. வாழ்வதற்கு ஆதாரமாயிருக்கக்கூடிய பொருள்களைப் பெறுவது, அவற்றின் பயனை அடைவதிலுள்ள இடர்ப்பாடு, காலநிலை, தட்பவெப்பநிலை முதலியன. இவை வாழ்க்கைக்கு ஆதரவளிக் கின்றன அல்லது எதிராக அமைகின்றன (1906: 16).

மக்களின் சமூக இருப்பு அல்லது வாழ்நிலை (Social Existence) சமூக உணர்வை நிர்ணயிக்கின்றது. மார்க்சியத்தில் சமூக வாழ்நிலை என்பது மனிதன் இயற்கையுடனும் மனிதர் தமக் கிடையிலும் கொண்டுள்ள பொருளாயத (பௌதிக நிலைப்பட்ட) உறவுகளாகும்.

சமூக உணர்வு என்பது வர்க்கங்கள், கருத்துகள், எண்ணங்கள், சட்டம், தத்துவம், சமய உணர்வுகள் என்று பொருள்படும். சமூக உணர்வுகள் சுதந்திரமானவையல்ல. சமூக வாழ்நிலையே சமூக உணர்வை நிர்ணயிக்கிறது. சமூகச் செயற்பாடுகள், பொருளாதாரத்

தேவைகள் ஆகியவற்றின் பிரதிபலிப்பாகவே சமூக உணர்வுகள் அமைகின்றன.

சமுதாய வளர்ச்சி சில தீர்மானமான விதிகளுக்குக் கட்டுப்பட்டு நடப்பதாக மார்க்சியம் கூறுகிறது. இவற்றை இயற்கையின் விதிகளைப் போலக் கருதும் மார்க்சியவாதிகளும் உளர். வரலாற்று விதிகள் இயற்கை விதிகளை ஒத்தனவா என்பது பற்றி கருத்து பேதங்கள் உள. மார்க்சின் சொந்தக் கருத்துகளே இந்த வகைக் கருத்துப் பேதங்களின் தீர்வுக்கு உசாவத் தகுதியானவை. வரலாற்று விதிகளை எவ்வாறு நோக்கினாலும் அவை மனித நடவடிக்கைகளின் விதிகளாக இருக்கின்றன. இயற்கை விதிகளையும் வரலாற்று விதிகளையும் வேறுபடுத்திக் காட்டும் அம்சம் மனித நடவடிக்கையே என்று அழுத்திக் கூறலாம்.

மார்க்சிய வரலாற்றுப் பொருள்முதல்வாதம் (Historical Materialism) உற்பத்தி முறையை (Mode of Production) வரலாற்றின் அடிப்படை இயக்கமாகக் கருதுகிறது. ஒவ்வொரு யுகமும் தனக்கென ஓர் உற்பத்தி முறையைக்கொண்டுள்ளது. அந்தந்த யுகத்துக்குரிய உற்பத்தி முறையே வர்க்க வேறுபாடுகளையும் வர்க்கப் பூசல்களையும் தோற்றுவிக்கிறது. உற்பத்தி உறவுகள் வர்க்கப் போராட்டத்தைத் தவிர ஒன்றுமல்ல என மார்க்சியம் கூறுகிறது.

எவ்வாறு உற்பத்திமுறை வர்க்கத்தையும் வர்க்கப் போராட்டத்தையும் தருகிறது? காற்றாடி இயந்திரம் நிலப்பிரபுத்துவ சமூகத்தையும் நீராவி இயந்திரம் கைத்தொழில் முதலாளியையும் எப்படித் தருகிறது?

உற்பத்திக் கருவிகளின் உடைமை உரிமை அல்லது சொத்துடைமையே இதைத் தீர்மானிக்கிறது. மக்கள் உற்பத்தியில் ஈடுபடும்போது இயற்கையில் மாத்திரம் வேலை செய்யவில்லை. ஒருவருக்கொருவர் தெளிவான உறவுகளில் அவர்கள் நுழைகின்றனர். இந்த உறவுகள் உடைமை உறவுகள். உற்பத்திக் கருவிகளைப் பெற்றிருப்போருக்கும் அவற்றைப் பெறாதோருக்கும் இடையிலான பொருளாதார நலன்களில் முரண்பட்ட இரு பகுதியினர்க்கிடையிலான உறவு அது.

வர்க்கம் இரு துருவ வேறுபாடுடைய, கூர்மையடைந்து செல்லும் இரு முகாம்கள் என்ற கருத்து வர்க்கம் பற்றிய எளிமையான விளக்க வடிவமாகும். பாரிய வர்க்கப் பிரிவினை பற்றி மார்க்ஸ் அழுத்தமாகக் கூறியுள்ளார். எனினும், வர்க்கம் என்பது சமூகத்தின்

சிக்கல் வாய்ந்த தோற்றப்பாடாகும். இந்த விடயத்தை மார்க்ஸ் உணர்ந்திருந்தார். வர்க்கங்கள் இருதுருவ நிலைப்பட்டவை மட்டுமே என்ற விளக்க வடிவத்திற்கு அப்பாலிருந்த சிக்கல் நிலையை அவரால் சுட்டிக்காட்ட முடிந்தது. 'வரலாற்றில் முந்திய சகாப்தங்களில் பெரும்பாலும் எங்குமே பல்வேறு வகுப்புக்களாலாகிய சிக்கலான சமூகப் பாகுபாடு, சமூக அந்தஸ்தின் பன்மடிப்படிநிலை அமைவு இருக்கக் காண்கிறோம்' என மார்க்சும் எங்கெல்சும் தமது கம்யூனிஸ்ட் கட்சி அறிக்கையில் குறிப்பிட்டனர்.

அடிப்படை வர்க்கத்துடன் தொடர்புற்ற சமூகத் தரப்படிவம் (Social Rank) அல்லது சமூக அடுக்கமைவு (Social Stratification) முதலாளித்துவத்திற்கு முந்திய சமூக அமைப்புகளில் காணப்பட்டதை அவர்கள் முன்மொழிந்தனர்.

உற்பத்தி செய்யப்படும் பொருள், அது பரிவர்த்தனையாகும் விதம், செல்வப் பகிர்வு என்பனவே ஒரு சமுதாயம் எப்படி வர்க்கங் களாக அல்லது சமுதாயப் படிமுறை அமைப்பாகப் பிரிக்கப்படுகிறது என்பதைப் புரியவைக்கிறது. விநியோகத்தில் எழும் வித்தியாசங் களிலிருந்து வர்க்க வித்தியாசங்கள் எழுகின்றன. உடைமை மேம்பாடுடையவர்களையும் உடைமை அற்றவர்களையும் சமுதாயம் பெறும்நிலை இவ்வாறு வந்துசேர்கிறது. மார்க்ஸ் பீ.வி. அனன்கோவ்வுக்கு எழுதிய கடிதத்தில் *(1846)* பின்வருமாறு கூறுகிறார்: *உற்பத்திச் சக்திகளின் வளர்ச்சி ஒரு குறிப்பிட்ட கட்டத்திலிருக்கும் போது வணிகமும் நுகர்வும் குறிப்பிட்டதொரு அமைப்பிலிருக்கும். உற்பத்தி, வாணிபம், நுகர்வு என்பனவற்றில் குறிப்பிட்டதொரு வளர்ச்சி ஏற்பட்டிருப்பின் அதற்கு உகந்தாற் போன்ற சமூக அமைப்பும் ஏனைய நிறுவனங்களும் அல்லது வர்க்கங்களும் இருக்கும். ஒரு வார்த்தையில் கூறினால், அதற்குத் தகுந்தாற் போன்ற சிவில் சமூகமும் இருக்கும் (கார்ல் மார்க்ஸ்: 1973: 156).*

மார்க்சின் கருத்தில் உற்பத்திச் சக்திகளைத் தேர்ந்தெடுக்கும் சுதந்திரம் மனிதர்களுக்கு இல்லை. உற்பத்திச் சக்தி என்பது முந்திய நடவடிக்கைகளால் ஏற்கனவே பெற்றுக்கொள்ளப்பட்ட சக்தியாகும். முன்னால் வாழ்ந்த ஒவ்வொரு பரம்பரையினரும் பெற்றிருந்த உற்பத்திச் சக்திகள் பின்வரும் ஒவ்வொரு பரம்பரை யினருக்கும் புதிய உற்பத்திக்கு மூலப் பொருளாய் விளங்குகின்றன என மார்க்ஸ் கருதுகிறார்.

'மனிதர்கள் தங்கள் வரலாற்றை உருவாக்குகிறார்கள்' என்பதை மார்க்ஸ் மறுக்கவில்லை. ஆனால் தங்கள் விருப்பத்திற்கேற்ப வரலாற்றை அவர்களால் உருவாக்க முடிவதில்லை. ஒரு சமுதாய வடிவத்தை அதில் அப்போது வாழும் மனிதர்கள் உருவாக்கவில்லை. அது அவர்களுக்குத் தரப்பட்ட முந்திய பரம்பரையின் படைப்பு என்பதை மார்க்சிசம் வலியுறுத்துகிறது. லூயி போனபார்ட்டின் பதினெட்டாம் புருமேர் எனும் நூலில் மார்க்ஸ் இதனைப் பின்வருமாறு கூறுகிறார்: 'இதுவரை செத்துப் போயிருக்கிற பழைய தலை முறைகளின் மரபு இன்று உயிரோடிருப்பவர்களின் மூளையில் அமுக்குப் பேயைப் போல் உட்கார்ந்திருக்கிறது.' இந்தப் பிரச்சினையின் சுருக்கத்தை மார்க்சின் வார்த்தைகளிலேயே பின்வருமாறு கூறலாம்: 'ஒரு வகையிலான அல்லது வேறொரு வகையிலான சமூக வடிவத்தைத் (Social form) தமக்காகத் தேர்ந்தெடுக்கும் சுதந்திரம் மனிதருக்கு உண்டா? எந்த வகையிலும் அதற்கிடமில்லை' (1973: 56).

மார்க்ஸ் வரலாற்றுப் பொருள்முதல்வாதம் சார்பான தமது ஆரம்பகாலக் கருத்துகளை, தத்துவத்தின் வறுமை (1847) என்னும் நூலில் மிகவும் திருத்தமான முறையில் முன்வைத்தார். அதில் அவர் முன்வைத்துள்ள பின்வரும் கூற்றுக்களை நோக்குவது பொருத்த மாகும்: உற்பத்தி உறவுகள் உற்பத்திச் சக்திகளுடன் நெருக்கமாகப் பிணைக்கப்பட்டுள்ளன. புதிய உற்பத்திச் சக்திகளைப் பெற்றுக் கொள்வதற்காக மனிதர் தமது உற்பத்திமுறையை மாற்றுவதன் மூலம் தமது வாழ்க்கைக்காகச் சம்பாதிக்கும் வழியை மாற்றுவதன் மூலம் அவர்கள் தமது சமூக உறவுகள் அனைத்தையுமே மாற்றுகிறார்கள். கை இயந்திரம் உங்களுக்கு நிலப்பிரபுத்துவ சமூகத்தைத் தந்தது; நீராவி இயந்திரம் முதலாளிகளின் சமூகத்தைத் தந்தது என்றும், பொருளாயத உற்பத்திக்கு உகந்ததைப் போல தமது சமூக உறவுகளை மாற்றும் இவர்கள் தமது சமூக உறவுகளுக்கு உகந்ததாகக் கருத்துகளையும் கோட்பாடுகளையும்கூட மாற்றுகிறார்கள் என்றும் மார்க்ஸ் குறிப்பிடுகிறார்.

'வளர்ச்சியில் குறிப்பிட்ட கட்டத்தில் சமூகத்தின் பொருளாயத உற்பத்திச் சக்திகள் (Material Productive Forces of Society) அப்போது இருந்துவரும் உற்பத்தி உறவுகளுடன் மோதுகின்றன. இதன் பிறகு சமூகப் புரட்சியின் சகாப்தம் ஆரம்பமாகிறது' என்ற கருத்து பொருள் முதல்வாதச் சிந்தனையின் முதன்மையான அடிப்படைகளில் ஒன்றாகும். இவ்வாறு பொருளாதார அடித்தளத்தில் ஏற்படுகின்ற

மாற்றங்கள் விரைவாகவோ தாமதமாகவோ மேற்கட்டமைப்பு முழுவதையுமே உருநிலை மாற்றத்திற்குள்ளாக்கிவிடுகின்றன.

'உற்பத்திச் சக்திகள்' என்ற எண்ணக்கரு மார்க்சின் பொருள் முதல்வாதச் சிந்தனையில் ஒரு தீர்க்கமான இடத்தைப் பெற்றுள்ளது. வரலாற்று விதிகளைப் பௌதிக விதிகளுக்கு நெருக்கமாக இட்டுச் செல்லும் இயல்புகள் இதில் உள்ளன. உற்பத்திச் சக்திகளைத் தேர்ந்தெடுக்கும் சுதந்திரம் மனிதனுக்கு இல்லை என்பது மார்க்சின் பொருள்முதல்வாதச் சிந்தனையின் மகா வாக்கியமாகும். மார்க்சின் கருத்தில் உற்பத்திச் சக்தி என்பது மனிதனின் முந்தய நடவடிக்கைகளால் ஏற்கனவே பெற்றுக்கொள்ளப்பட்ட சக்தியாகும்.

மனித சக்தியின் விளைவுகளே உற்பத்திச் சக்திகள் என்பதை மார்க்ஸ் மறுக்கவில்லை. ஆனால் இந்த உற்பத்திச் சக்தியும்கூட மனிதர்கள் வாழும் சூழ்நிலைகளால் தீர்மானிக்கப்படுகின்றன. அந்த உற்பத்திச் சக்திகளைப் பெறுவதற்கு முன்பிருந்த சமூக வடிவத்தால் நிர்ணயிக்கப்படுகின்றன. அந்தச் சமூகவடிவத்தை மனிதர்கள் படைக்கவில்லை. அது அவர்களுக்கு முந்திய பரம்பரையின் சிருஷ்டி; 'அவர்களது பௌதீக உறவுகள்தாம் அவர்களின் சகல உறவுகளினதும் அடிப்படையாகும்' என பீ.வி. அனன்கோவ்வுக்கு எழுதிய கடிதத்தில் மார்க்ஸ் குறிப்பிட்டார்.

மார்க்சின் சித்தாந்தம் மனிதர்களின் முயற்சிக்கும் சாதனைகளுக்கும் இடமே இல்லை என்று கூறுவதாக இதற்குப் பொருள்கொள்ள வேண்டியதில்லை. மனிதன் முயல்கிறான்; சாதனைகள் செய்கிறான். ஆனால் அப்போது முன்னர் அவன் செயற்பட்ட சமூகவடிவம் மாறத் தொடங்குகிறது. பிரித்தானிய முதலாளித்துவத்தின் நிகழ்வொன்றின் மூலம் மார்க்ஸ் இதனைக் காட்டினார்.

மத்திய காலத்தில் பிரித்தானியாவில் இருந்த வியாபார அமைப்புகள், கில்டுகள், சங்கங்கள், கூட்டுறவுச் சங்கங்கள் என்பன மூலதனத் திரட்டலில் ஈடுபட்டன. உற்பத்திச் சக்திகளுக்கு உகந்த உற்பத்தி உறவுகளாக இவை இருந்தன. மனித முயற்சியால் பெரும் மூலதனம் திரண்டது. வெளிநாட்டு வியாபாரம் வளர்ந்தது. குடியேற்ற நாடுகள் உண்டாக்கப்பட்டன. இந்தச் சாதனைகள் உற்பத்திச் சக்திகளுக்கும் உறவுகளுக்குமிடையில் பொருத்தமின்மையைத் தோற்றுவித்தன. மார்க்சின் மொழிகளிலேயே இதை இவ்வாறு கூறலாம்:

இவையெல்லாம் செய்த மனித சாதனைகளை எந்த அமைப்புகளில் பாதுகாப்பின் கீழ் பெற்றனரோ அந்த அமைப்புகளை அப்படியே வைத்திருந்தால், தாம் பெற்ற சாதனைகளை எல்லாம் அவர்கள் இழந்திருப்பர். அதனால்தான் 1640, 1688களில் இங்கிலாந்தில் இரு இடிமுழக்கங்கள் கேட்டன. அதாவது இரு புரட்சிகள் வெடித்தன. பழைய சிவில் சமூகத்தின் அதிகாரபூர்வ வெளிப் பாடான பழைய பொருளாதார அமைப்புகள் அவற்றுக்குப் பொருத்தமான சமூக உறவுகள் அரசியல் நிலைகள் யாவும் இங்கிலாந்தில் அழிக்கப்பட்டன... புதிய உற்பத்தி முறைகளைப் பெற்றவுடன் மனிதர்கள் தமது உற்பத்தி முறைகளையும் மாற்றிக்கொள்கிறார்கள். அந்த உற்பத்தி முறையுடன் அந்தக் குறிப்பிட்ட உற்பத்தி முறையின் அவசியமான உறவுகளான சகல பொருளாதார உறவுகளும் மாறுகின்றன (1973: 158).

மாறிக்கொண்டிருக்கும் காலகட்டத்தை அதன் உணர்வுகளைக் கொண்டு முடிவு செய்யும் பழைய முறையை மார்க்ஸ் ஏற்றுக் கொள்ளவில்லை. இந்த உணர்வைப் பொருளாயத வாழ்க்கையின் முரண்பாடுகள் மூலமாகவும் உற்பத்தியின் சமூக சக்திகளுக்கும் உற்பத்தி உறவுகளுக்குமுள்ள போராட்டத்தின் மூலமாகவும் விளக்க முடியுமென மார்க்ஸ் கருதினார்.

இஸ்லாத்தின் வரலாறு

கி.பி. 610இல் முஹம்மத் நபிகளார் இறைவாக்கைப் பெற்று அல்லாஹ்வின் தூதராகப் பிரகடனம் செய்ததிலிருந்து அரபியாவில் இஸ்லாம் தோற்றம் பெறுகிறது. அன்றைய சமூக, சமய நெருக்கடி களுக்குத் தீர்வு காணும் சீர்திருத்தச் சிந்தனைகளுடன் நபிகளாரின் வழிகாட்டுதல்கள் ஆரம்பமாகின்றன.

இஸ்லாம் சமயம் மட்டுமல்ல, அது நாகரிகமும் வரலாற்று யதார்த்தமுமாகும். நபிகளாருக்குத் திருத்தூதுவத்திற்கு அப்பால் சமூக-அரசியல் பணித்திட்டம் ஒன்றும் இருந்தது.

இஸ்லாத்தின் தோற்றம் பற்றியும் அதன் வரலாற்றுப் பாத்திரம் பற்றியும் பொதுவாக மார்க்சியவாதிகள் மௌனம் சாதிக்கின்றனர் (1985: 138) என்ற ஒரு கருத்து முன்வைக்கப்படுகிறது. எனினும் மார்க்ஸ், எங்கெல்ஸ் இருவருமே பண்டைய ஆசிய சமூகத்தாரின் உற்பத்திமுறை, அரபியாவில் இஸ்லாத்தின் தோற்றம் பற்றி கருத்தற்றவர்களாக இருக்கவில்லை. அரபியாவில் இஸ்லாத்தின்

தோற்றம் குறித்து 1853இல் மார்க்ஸ் எங்கெல்சுக்கு எழுதிய கடிதத்தில் கீழ்நாடுகளின் சரித்திரம் மதங்களின் சரித்திரமாக இருப்பது ஏன்? என்ற கேள்வியை எழுப்பி இருந்தார்.

இஸ்லாத்தின் தோற்றக் காலம் மற்றும் இஸ்லாத்துக்கு முற்பட்ட சுமார் இரண்டாயிரம் ஆண்டு கால அரபியாவின் சமூக மாற்றங்கள் பற்றி மார்க்ஸ் எங்கெல்ஸ் கூறி இருப்பவையே இங்கு கவனத்திற்கு எடுத்துக்கொள்ளப்படுகின்றது. எதிர்கால ஆய்வுக்கான அடிப்படைக் கருத்துகளைச் சுருக்கமான எண்ணப் பதிவுகளாக அவர்கள் வெளியிட்டிருந்தனர். எனினும் அவர்களின் ஆராய்ச்சித் திறன் மூலம் அரபியாவின் நாகரிகம் பண்டைய அரபு சமூகம், சமயம் மற்றும் மானிடவியல் இயல்புகள் குறித்து நுட்பமான கருத்துகளை அவர்கள் எடுத்துக்காட்டி இருந்தனர்.

அரபுப் பழங்குடிகளான பதாவி நாடோடிகளுக்கும் யூத நாடோடிகளுக்கும் இடையிலான தொடர்புகளில் இருந்தும் அரபுப் பண்பாட்டம்சங்களில் இருந்தும், மார்க்சும் எங்கெல்சும் தமது கருத்துகளையும் விமர்சனங்களையும் ஆரம்பித்ததாக கருதலாம். மே, 1853இல் எங்கெல்ஸ் மார்க்சுக்கு எழுதிய கடிதத்தின் ஒரு பகுதியில் எங்கெல்ஸ் பின்வருமாறு கூறுகிறார்:

நான் முன்னர் உங்களிடம் கூறிய அரபியக் கல்வெட்டுக்கள் பற்றிய நூலை நேற்றுப் படித்தேன். மதகுருவுக்கும் விவிலியத்துக்கும் வக்காலத்து வாங்கும் கருத்துகள் கசப்பூட்டும் அளவு பரவலாக எழுதப்பட்டிருந்த போதும் அது ஒரு சுவையற்ற நூல் அல்ல.

அரபியாவின் வரலாற்றுப் புவியியல் என்னும் இந்த நூலை எழுதியவர் ரெவரெண்ட் சார்ல்ஸ் பார்ஸ்டர். அதிலிருந்து பெறக்கூடிய சிறப்பம்சங்களாவன:

நூஹ் (நோவா) இப்ராஹீம் (ஆப்ரஹாம்) போன்ற நபிமார்கள் பற்றி பைபிளின் ஆதியாகமத்தில் காணப்படும் பரம்பரைப் பெயர் வரிசையானது அந்தக் காலத்து பதாவிப் பழங்குடி இனத்தவர்கள் பற்றியதாகவும் அவர்களின் பேச்சு வழக்கு உறவுமுறைகளுக்கு ஏற்றதுமான போதியளவு திட்டவட்டமான பெயர் வரிசையாகத் தான் உள்ளது. நாம் ஏற்கனவே அறிந்துள்ளபடி பதாவிப் பழங்குடிக் குலத்தவர்கள் பனீ சாலெத், பனீ யூசுப் அதாவது இன்னாருடைய மகன் இன்னார் என்றுதான் அழைத்து வருகின்றார்கள். இன்றும் அப்படித்தான் அழைக்கப்பட்டு வருகின்றது. இவ்வாறு

எங்கெல்ஸின் அந்தக் கடிதக் குறிப்பு ஆரம்பமாகிறது. அந்தக் கடிதத்தின் முக்கிய அம்சங்களை மட்டும் இங்கு நோக்குவோம்:

1. யூதர்களும் ஒரு பதாவிப் பழங்குடியினரே. உள்நாட்டு நிலவரங்களாலும் விவசாயம் சார்ந்த பிரச்சினைகளாலும் இவர்கள் ஏனைய பதாவிப் பழங்குடியினரில் இருந்து வேறுபட்டு நின்றனர்—வேறுபட்டுச் சென்றனர்.

2. அஸ்ஸீரிய சாம்ராஜ்யமும் பபிலோனிய சாம்ராஜ்யமும் பதாவிப் பழங்குடி இனத்தவர்களால் உருவாக்கப்பட்டதுதான். அதே இடத்தில்தான் பின்னர் பக்தாதில் கிலாஃபத் ஆட்சி நிறுவப் பட்டது.

3. தென் மேற்கில் குடியேறி வாழ்ந்த அரபியர், எகிப்தியர், அஸ்ஸீரியர் உள்ளிட்ட இன்னும் சில சமூகத்தினர் போலவே நாகரிகமடைந்த மக்கள் என்பதை அவர்கள் நிர்மாணித்த கட்டிடங்களிலிருந்து அறிய முடிகிறது.

4. மதத்தைப் பொறுத்தவரை அது தெற்கில் இருந்த பண்டைக் கால மரபையே பின்பற்றுகிறது. அங்கு பண்டைக்கால ஒரு கடவுள் கொள்கையின் தேசிய அரபிய மரபுதான் இன்றும் ஆதிக்கம் பெற்றுள்ளது.

5. யூதர்களின் புனித வேத எழுத்துக்களும்கூட பண்டைய- அரபிய மத, குல மரபின் அம்சங்களாகவே உள்ளன. முஹம்மதின் எல்லா மத இயக்கத்தையும் போலவே முஹம்மதின் மதப் புரட்சியும் பழமைக்கும் எளிமைக்கும் திரும்பிச் செல்லும் ஓர் எதிர்வினையாற்றல் வடிவமாகவே இருந்துள்ளது (Engels letter collected works, Vol. 39, 1853இல் எழுதப்பட்டது).

6. பண்டைய அரபியக் கல்வெட்டுக்கள் மரபுகள், குர்ஆன், வம்சாவளிப் பெயர் வரிசைகள் என்பவற்றின் பின்னணியில் பார்க்கும் போதுள்ள அரபிய அம்சங்களானவை பொதுவாக செமித்திய (Semitic) மரபுகளைக்கொண்டதென்றே கருத வேண்டும். இவற்றிலிருந்துதான் அரபுலகின் கி.பி 7ஆம் நூற்றாண்டு எழுச்சிக்குக் காரணமாயிருந்த வரலாற்றுப் பின்புலத்தையும் அதற்கான சமூகவியல் காரணிகளையும் நோக்குவது சாத்தியமாகும்.

மோர்கன், இரோகுவாய்ஸ் இந்தியர்களின் வாழ்விலிருந்து தமது

ஆய்வுகளுக்கான தகவல்களைச் சேகரித்தார். இந்த மக்களின் உறவு முறையிலும் தாய்வழிக் குடும்ப அமைப்பிலும் கண்ட பல உண்மைகளை மோர்கன் பிற சமூகங்களோடும் ஒப்பிட்டார் (பக்தவத்சல பாரதி 1990). இந்த ஆய்வுகளிலிருந்து மோர்கன் தமது படிமலர்ச்சி முறையை அல்லது சமூகக் கூர்ப்பியலை வடிவமைத்தார். தொழிநுட்ப வளர்ச்சி, அரசியல் அமைப்பு ஆகியனவும் இணைந்த பண்பாட்டின் ஒட்டுமொத்த படிமலர்ச்சியையும் அவர் கவனத்தில் எடுத்துக்கொண்டார்.

பண்பாட்டுப் படிமுறை வளர்ச்சிகளின் ஒவ்வொரு கட்டத்திலும் தொழில்நுட்பம், வாழ்க்கைமுறை, குடும்பம், திருமணம், அரசியல் முறைகளில் ஏற்பட்ட வளர்ச்சியையும் அவர் விளக்குகிறார். ஒவ்வொரு படிமலர்ச்சியின் போதும் தொழிற்நுட்பங்களின் படிப்பினைகளைச் சுட்டிக்காட்டினார். இது மோர்கனின் கோட்பாட்டில் பொருள் முதல்வாதப் பண்புகளின் தொடர்பைச் சுட்டிக்காட்டியது.

தொன்மைச் சமுதாயத்தில் மோர்கன் கண்டுபிடித்த உண்மைகள் மார்க்சியத் தத்துவத்தின் இயக்கவியல் மற்றும் பொருள்முதல்வாதக் கோட்பாட்டிற்கு வலுச் சேர்ப்பனவாக அமைந்தன. மோர்கனின் தொன்மைச் சமுதாயம் மார்க்சிய கொள்கையில் ஒரு பெரிய திருப்பத்தை உருவாக்கியது (பக்தவத்சல பாரதி 1990).

தமது வரலாற்றுப் பொருள்முதல்வாதச் சித்தாந்தத்தின் ஊடாக ஆசிய சமூகத்திலும், பாலைவன அரபியாவிலும் சமய எழுச்சியைத் தூண்டிய காரணங்களின் அடிப்படையை ஆராயும் ஆர்வம் மார்க்சுக்கு இருந்தது. பழங்குடிக் கட்டமைப்பையும் அரபிய வணிகத்தையும் தொடர்புபடுத்தி ஆராய்வதற்கு அவர் முயன்றார்.

குடிபதிகளாக ஓரிடத்தில் தரித்து வாழ்ந்தோருக்கும் நாடோடிகளுக்குமிடையே நிலவிய உறவு, முஹம்மத் நபிகளாரின் காலத்தில் ஐரோப்பாவிலிருந்து ஆசியாவிற்குச் செல்லும் வணிகப் பாதை திருத்தியமைக்கப்பட்டிருந்தமை, இந்தியா முதலிய நாடுகளோடு வணிகத்தில் பெரும் பங்கு வகித்துவந்த அரபிய நகரங்களின் வணிகச் சீரழிவு போன்ற காரணிகளே இஸ்லாத்தின் எழுச்சிக்கான உந்து சக்திகளாய் இருந்தன என்று மார்க்ஸ் எழுதினார்.

இந்த உந்துசக்திகளால் உருவான இஸ்லாத்தின் எழுச்சியை மார்க்ஸ் புரட்சி என்றே உணர்ந்திருந்தார். எங்கெல்ஸ் மார்க்சிற்கு

அனுப்பிய பதில் கடிதத்தில் 'நீங்கள் மிகவும் சரிவரக் கருதியுள்ள முஹம்மதியப் புரட்சியில்' என எழுதியிருந்தார். முஹம்மத் நபிகளாரின் பிறப்பிற்கு முந்திய தென் அரபிய வணிகத்தின் சீரழிவை மார்க்சும் எங்கெல்சும் புதிய இயக்கத்திற்கான உந்துசக்திகளில் ஒன்றெனக் கருதினர்.

கிறித்துவுக்குப் பிந்திய ஆறு நூற்றாண்டுகளின் வணிக சரித்திரத்தை அறிவது இந்த நோக்கினுக்கு உதவுமென எங்கெல்ஸ் கருதியதை இங்கு முக்கியமாகக் குறிப்பிடலாம். தென் அரபியா மீது அபிசீனியர் சுமார் 500 ஆண்டுகளாகத் தொடுத்த போரையும் தென் அரபியாவைக் கொள்ளையடிக்கவும் அடிமைப்படுத்தவும் முயன்ற அபிசீனியரின் போக்கையும் ஆராய்வதன் தேவையையும் அவர் வலியுறுத்தினார்.

அபிசீனியரின் வெளியேற்றம் முஹம்மத் நபிகளாருக்கு நாற்பது ஆண்டுகளுக்கு முன்னர்தான் நிகழ்ந்தது. அரபியத் தேசிய உணர்வின் விழிப்பிற்கான முதல் அடையாளமென எங்கெல்ஸ் இதனைக் குறிப்பிட்டார். அரபியாவின் வடக்கிலும், மக்கா வரையிலும் நடந்த பாரசீகப் படையெடுப்புகளும் இந்தத் தேசிய உணர்வைத் தூண்டிய மற்றொரு நிகழ்வென எங்கெல்ஸ் குறிப்பிட்டார்.

ஆதிகிறித்தவ சமயத்தின் வரலாற்றை ஆராய்கையில் எங்கெல்ஸ் ஆதி இஸ்லாமிய சமூகக் கட்டமைப்பின் படிமுறைகள் குறித்து சில குறிப்புகளை முன்வைத்தார். அன்றைய மோதும் இரு குழுக்களைப் பற்றிய அந்தக் கருத்து ஏற்கனவே மார்க்ஸ் குறிப்பிட்டிருந்த பின்வரும் கூற்றின் வியாக்கியானத்தைப் போல அமைந்தது:

> எல்லாக் குலங்களின் மத்தியிலும் சரித்திரம் தொடங்கிய காலத்திலிருந்து ஓரிடத்தில் தனித்து வாழ்ந்த குலங்களின் ஒரு பகுதியினருக்கும் தொடர்ந்து நாடோடி வாழ்க்கை நடத்திவந்த மக்களுக்கிடையிலும் பொதுவான தொடர்புகள் இருந்தன *(1976: 106)*.

ஒருபுறத்திலே வியாபாரத்திலும் தொழில்துறையிலும் இருந்த நகரவாசிகளுக்கும் இன்னொருபுறத்தில் நாடோடிகளான படோயின்களுக்குமிடையில் ஒரு மதமாக இஸ்லாம் வளர்ந்ததை எங்கெல்ஸ் அதில் குறிப்பிட்டிருந்தார். முரண்பாட்டின் கரு இங்கு இந்த இரண்டிற்குமிடையிலேயே உளதென்ற எங்கெல்ஸின் கருத்து நுணுகி நோக்குதற்குரியதாகும்.

‘நகர மக்கள் செல்வமும் செழிப்புமுள்ளவர்கள். சட்டத்தை மதிப்பதில் அவர்கள் தளர்ச்சியுடன் நடந்துகொள்கிறார்கள். ஏழைகளான நாடோடிகள் ஒழுக்கவிதிகளுக்குக் கண்டிப்பாகக் கட்டுப்பட்டவர்கள். நகரவாசிகளின் செல்வங்களையும் இன்பங் களையும் பொறாமையோடும் பொருளாசையோடும் பார்த்து மனங்குமுறுகின்றார்கள்.’ பாலைவன அரபியரிடையே வளர்ந்துவந்த மோதலின் வித்தையும் முரண்பட்ட மனோபாவத்தையும் பற்றிய எங்கெல்சின் இந்தக் கூற்று இப்னு கல்தூன் தமது படைப்பான முக்கத்திமாவில் (*Muqqadima*) நாடோடி பதாவிகள் (இவர்களைப் படோயின்கள் அல்லது பதூயின் என்றும் அழைப்பர்) பற்றித் தரும் விரிவான விளக்கங்களுடன் ஒப்பு நோக்குதற்குரியது.

பாலைவன நாடோடிகள் தமக்குக் கிடைத்த குறைந்தபட்ச வாழ்வாதாரத்துடன் தமது வாழ்வைக் கட்டுப்படுத்திக்கொண்டனர். அல்லது அவ்வாறு வாழ கட்டாயப்படுத்தப்பட்டனர். அதைக் கடந்து செல்ல அவர்களால் முடியவில்லை.

ஆனால் ஓரிடத்தில் தரித்து வாழ்ந்த நகரவாசிகள் மகிழ்ச்சியான ஆடம்பர வாழ்விலிருந்தனர். எல்லா வகைக் களிப்புகளையும் அவர்கள் அனுபவித்தனர். உலகியல் ரீதியான அவாவிலும் தீய செயல்களிலும் அவர்கள் தீவிர நாட்டம் கொண்டிருந்தனர். நாடோடி வாழ்வும் கட்டுப்பாடான ஏழ்மையும் எளிமையும் பாலைவன வாழ்க்கையின் ஆதார வாழ்க்கை முறையாகும். அதிலிருந்தே நகர வாழ்க்கையையும் ஆடம்பரத்தையும் நோக்கிப் பாலைவன நாடோடி தனது ஆவலை இலட்சியமாக்கி அதற்காகப் பாடுபடுகிறான் என்று இப்னு கல்தூன் குறிப்பிடுகிறார். எந்த நகரை எடுத்துக்கொண்டாலும் அதன் மக்கள் பூர்வீகத்தில் நாடோடிகளே என்றும் முக்கத்திமா கூறுகிறது (பார்க்க: Ibn- Khaldun, 1958: 252-55).

பிரைன் டேர்னர் (Bryn Turner) கூறுவது போல இஸ்லாத்தின் தோற்றம், அதன் வரலாறு பற்றிய மார்க்ஸ், எங்கெல்சின் கருத்தாக்கங்கள் பூரணமற்றவை என்றாலும் அவை கருத்தைத் தூண்டுவன.

இறுதியாகப் பின்வரும் விடயத்தை இங்கு நோக்குவது பொருத்தம். இஸ்லாத்தை அதன் தனித்துவமான தோற்றத்துக்குரிய அடையாளங்கள் அல்லாது, யூத சமயம், தென் அரபிய கலாச்சாரம் ஆகியவற்றின் வெறும் நகல்கள் என்று மட்டுமே விளக்கிய கீழைச் சிந்தையாளரின் முயற்சிகள் பக்கச்சார்பானவை.

நபிகளார் காலத்திலும் அதற்கு முன்னரும் அரபியாவிலும் குறிப்பாக மக்காவிலும் நிகழ்ந்துகொண்டிருந்த சமூக, பொருளாதார கலாசாரக் காரணிகளின் பிரத்தியேகமான இயல்புகளை அத்தகைய சிந்தனையாளர் கருத்தில்கொள்ளத் தவறினர். மார்க்ஸ்-எங்கெல்சின் சிந்தனைகள் இஸ்லாத்தின் தோற்றம் குறித்த வரலாறு ஆழமானது என்றும் அதற்கே உரித்தான சமூக, வரலாற்றியல் வேர்களைக் கொண்ட தென்றும் இனங்காட்டின. அதன் மூலம் இஸ்லாத்தின் தோற்றம் பற்றிய ஆய்வில் தனித்துவமானதும் மாறுபட்டதுமான போக்கையும் தொன்மை அரபியாவின் சமூக விரிசலிடையே அதன் வரலாற்றுப் பாத்திரத்தையும் அவர்களால் சுட்டிக்காட்ட முடிந்தது. இதனை இஸ்லாத்தை நோக்கிய ஆழமான ஆய்வுக்கு அவர்களின் முக்கிய பங்களிப்பெனக் கருத முடியும்.

இஸ்லாம் தோன்றுவதற்கு முன்னரே மக்காவிலும் மதீனாவிலும் யூதர்களும் கிறிஸ்தவர்களும் செல்வாக்குடன் வாழ்ந்தனர். மதப் பரப்பு நடவடிக்கைகளிலும் அவர்கள் ஈடுபட்டனர். பண்டைய வட அரபிய தென் அரபிய நகரங்களிலும் யூத, கிறித்தவ சமயத்தவர்களின் செல்வாக்கும் ஆதிக்கமும் குறிப்பிடத்தக்க அளவில் காணப்பட்டன. அப்ரஹா போன்ற மன்னர்கள் கிறித்தவ ஓரிறை வாதத்தைப் பரப்ப படைபலத்தையும் பயன்படுத்தினர். அப்ரஹாவின் படைகள் மக்காவின் கஅபாவரை நுழைந்தமை புகழ்பெற்ற வரலாற்று நிகழ்வாகும்.

மக்காவாசிகளும் யூத, கிறித்தவ சமயங்களைத் தழுவ வாய்ப்புகள் இருந்தன. எனினும் இஸ்லாம் தோன்றும்வரை எந்தப் புதிய கருத்தியலையும் (Ideology) ஏற்காதவர்களாகவே அவர்கள் வாழ்ந்தனர்.

சமய மாற்றம்

மக்காவில் தோன்றி வளர்ந்துகொண்டிருந்த பொருளாதார, சமூகப் பிரச்சினைகளுக்கான தீர்வுகளோடும், புதிய சிந்தனைகளோடும் இஸ்லாம் தோன்றியது. முந்திய சமய மரபுகளும் நம்பிக்கைகளும் ஏன் வழிபாட்டு முறைகளும்கூட புதிய மாற்றங்களுக்கு ஈடுகொடுக்க முடியாதிருந்தன. சிந்தனையிலும் செயல்முறையிலும் மாறுபட்ட புதிய சமய இயக்கம் தன் முன்தோன்றிய எதிர்ப்புகள் அனைத்தையும் உடைத்துக்கொண்டு வெளிப்படுவது தவிர்க்க முடியாததாயிற்று.

ஒவ்வொரு சிறு பொருளாதார மாற்றமும் சமய மாற்றத்தை ஏற்படுத்துவதாகக் கூறமுடியாது (W. M. Watt,: (A) 1961: 30). ஆனால்

உற்பத்திமுறை மாற்றத்தால் உருவாகும் பாரிய பொருளாதார மாற்றத்தைத் தொடர்ந்து சமய மாற்றமும் தவிர்க்க முடியாது நிகழ நிபந்தனைப்படுத்தப்படுவதாகக் கருதலாம். மார்க்சிய சிந்தனை இந்த விடயத்தில் அதிக ஒளிபாய்ச்சக்கூடியதென்பது மீண்டும் கூறத் தேவையற்றதாகும். மக்காவில் இஸ்லாம் தோன்றிய போது மக்காவின் உற்பத்திமுறை அதன் பாரம்பரிய இயல்புகளைக் கடந்து சென்று கொண்டிருந்தது. பேராசிரியர் மொன்ட்கொமறி வொட்டின் வார்த்தை களில் கூறுவதாயின் கால்நடைகளில் தங்கியிருந்த நாடோடிப் பொருளாதாரம் வர்த்தகமாகவும், சர்வதேச வர்த்தகமாகவும் மாறியிருந்தது. இது மக்காவில் நிகழ்ந்த குறிப்பிடத்தக்க அடிப்படைப் பொருளாதார மாற்றமாகும்.

உற்பத்திமுறையில் ஏற்படும் மாற்றம் முன்னைய சமூக அமைப்பில் தாக்கத்தை ஏற்படுத்துகிறது. எவ்வாறெனினும், பொருளாதார மாற்றத்திற்கும் சமய மாற்றத்திற்குமிடையே நேர் தொடர்பைச் சமாந்தரமாகச் சுட்டுவது கடினம் (1961: 30). ஆனால் ஒரு சமூகம் குறிப்பிட்ட பொருளாதார முறையில் இருக்கும் போது பொருள் உற்பத்தி, தொழிற்நுட்பம், மரபுகள் ஆகியவற்றின் வழியில் மனிதனின் வாழ்க்கை முறைகளிலும் நம்பிக்கைகளிலும் மாற்றங்கள் நிகழ்கின்றன. அந்த நாகரிகங்கள் அழிந்ததற்கான காரணி களையும் அது ஆராய்ந்தது. யூத, கிறிஸ்தவ சமயங்களையும் ஏனைய பண்டைய வழிபாடுகளையும் குர்ஆன் குறிப்பிட்டுள்ளதோடு அவை பற்றிய விமர்சனங்களையும் முன்வைத்தது.

புதிய பண்பாட்டையும் சமூக மறுமலர்ச்சியையும் தோற்றுவிப்பதில் குர்ஆன் உறுதியான நிலைப்பாட்டில் இருந்தபோதும் கடந்த காலத்தின் உயர்வான சிந்தனைகளுக்கும், பண்டைய சமூக மரபுகளுக்கும் அது தடையாக இருக்கவில்லை. வணிக வளர்ச்சியால் ஏற்பட்ட பொருளாதார வளங்களை சாதாரண மனிதரும் பெறக்கூடிய வகையில் சமத்துவக் கொள்கைகளையும் குர்ஆன் பிரகடனப்படுத்தியது.

அதனால் இஸ்லாம் ஏனைய மத்திய கிழக்குச் சமயங்களின் வெறும் தொடர்ச்சியே என்ற கருத்து இஸ்லாத்தை விளக்குவதற்குப் போதுமானது அன்று. கி.பி.6ஆம் நூற்றாண்டுவரை அரபியாவில் காணப்பட்ட கலாசார சமய முறைகளிலும் சமூக பொருளாதார சிந்தனைகளிலும் அது ஏற்படுத்திய தாக்கத்தையும் சீர்திருத்தங்களையும் விரிவாக ஆராயும் தேவையை இவை வலியுறுத்துகின்றன.

3

தொன்மை அரபியா
பூர்வீகக் குடிகளும் நாகரிகமும்

கி.மு. 3000ஆம் ஆண்டுகளுக்கு முற்பட்ட அரபியாவைப் பற்றி நாம் பெற்றிருக்கும் தகவல்கள் மிகக் குறைவானவை. இதனால் அரபியாவின் பூர்வீகக் குடிகள் யார் என்பது இன்னும் தீர்க்கப்படாத பிரச்சினையாகவே உள்ளது (Della Vide, 1946: 21). அரபியாவின் நிலப்பகுதி மிகப் பரந்ததாக இருந்ததால் அது ஒன்றுக்கு மேற்பட்ட நாகரிகங்களைப் பெற வாய்ப்பிருந்தது. அரபியாவின் தென்பாக நாகரித்துக்குரிய மக்களின் மூல இனம் எது என்பது பற்றியும் பிரச்சினைகள் உள்ளன. இது இவ்வாறிருந்த போதும் அரபியாவில் நடைபெற்றுள்ள அகழ்வாய்வுகள் அதன் பூர்வீகக் குடிகள் பற்றி முன்னேற்றமான தகவல்களைத் தந்துள்ளன.

அரபியாவின் தொன்மைப் பண்பாடு மற்றும் அரபியாவின் தொன்மைக் குடிகள் பற்றிய உரையாடல்களில் மெஸெபொட்டேமியா, பபிலோனியா, சுமேரியர், செமித்தியர் (Semitics) போன்ற சொற்கள் அடிக்கடி பயன்படுத்தப்படுகின்றன. இவை அரபியாவின் தொன்மை நாகரிகம் பற்றிய சிந்தனைக்குத் தூண்டுதல் அளிப்பனவாக உள்ளன.

சுமேரியர்

ஒன்றுக்கொன்று இணையாகப் பாயும் யூப்ரடீஸ்-தைகிரிஸ் என்ற நதிகளுக்கு இடைப்பட்ட வளமான நிலப்பகுதி மெஸெபொட்டோமியாவாகும். அரபியத் தீபகற்பத்தின் மிகப் பரந்த பாலைவன அல்லது அரைப்பாலைவன நிலப்பரப்பை மெஸெபொட் டோமியா தொட்டு நிற்கிறது. அரபியா, சிரியா-பாலஸ்தீனம், மெஸெபொட்டோமியா ஆகிய முப்பெரும் நிலப் பாகங்கள் புவியியல் அமைப்பில் பெருமளவு

ஒருமைப்பாடு கொண்டவை. 'மனித நாகரிக நாடகத்தில் அக்காலப் பகுதியில் இந்தப் பிரதேசங்களே முக்கிய பாத்திரத்தை ஏற்றிருந்தன.'

மெஸெபொட்டோமியா என்ற கிரேக்கச் சொல்லுக்கு இரு நதிகளுக்கிடையிலுள்ள நாடு என்று பொருள். இந்த இரு நதிகளும் கடலோடு கலக்குமிடங்களில் எரிது, உர் ஆகிய நகரங்கள் இருந்தன. கி.மு. 6000 ஆண்டுகளுக்கு முன்னதாகவே நகர அமைப்புகளும் நீர்ப்பாசனத் திட்டங்களும் இங்கு இருந்துள்ளன. தென்மேற்கு ஆசியாவின் விவசாயத்திற்குப் பெயர்போன பிரதேசங்களில் மெஸெபொட்டேமியா முதன்மையான இடமாகக் கணிக்கப்படுகிறது.

'வளமிக்க வளர்பிறைப் பிரதேசம்' (Fertile Crescent) என வரலாற்றாசிரியர் இதனை வர்ணித்தனர். மெஸெபொட்டோமியாவில் சுமேரியர் சிறந்த நாகரிகத்தைக் கட்டியெழுப்பினர். செமித்தியரல்லாத இவர்கள் கி.மு. 5000ஆம் ஆண்டில் அங்கு குடியேறினர். செமித்தியருக்கு முன்னரே சுமேரியர் அங்கு வாழ்ந்தனரா என்பது பற்றிச் சர்ச்சைகள் உள்ளன. விவசாய நிலங்களால் சூழப்பட்ட சுதந்திரமான சிறிய நகர்ப் புறங்களில் சுமேரியர் வாழ்ந்தனர்.

நாகரிகம்

இரு வேறுபட்ட மூலங்களைச் சேர்ந்த மக்கள் குழுவினர் மெஸெபொட்டேமியாவின் கலாசாரத்தையும் வரலாற்றையும் கட்டி எழுப்பியுள்ளனர். சுமேரியர் (Sumerians), அக்காடியர் (Akkadians) ஆகிய இரண்டு மக்கள் குழுவினரும் வழங்கிய வரலாற்று, பண்பாட்டு விருத்தியையே மெஸெபொட்டோமியா பெருமளவு பெற்றது. சுமேரியர் தமது கலாசார வரலாற்று அடையாளங்கள் பலவற்றை இங்கு விட்டுச் சென்றுள்ளனர்.

கி.மு. 4000ஆம் ஆண்டளவில் மெஸெபொட்டோமியாவின் எல்லா நகரங்களிலும் சுதந்திரமான தனித்தனி நகர - அரசுகள் காணப்பட்டன. அரசன் புரோகிதனாகவும் தெய்வங்களின் பிரதிநிதியாகவும் விளங்கினான். அரசர்கள் இராணுவ பலத்தின் மூலம் ஏழைகளையும் அடிமைகளையும் கொடுமைப்படுத்தினர். மெஸெபொட்டோமியாவின் நதிகள் அடிக்கடி பெருக்கெடுத்தன. வெள்ளப் பெருக்கால் மக்களின் உயிர்களுக்கும் உடைமைகளுக்கும் சேதமேற்பட்டன. சில காலங்களில் யூப்ரடீஸ், தைகிரிஸ் நதிகள் பெரு வெள்ளத்தால் ஒன்றிணையும் போது முழு உலகுமே நீரில் மூழ்கியதாக மக்கள் கருதினர்.

விவசாயம் இங்கு முக்கியமாக இடம்பெற்றது. நதி நீர்வளத்தையும், வெள்ளப் பெருக்கினால் ஏற்படும் அதிகரித்த நீரையும் மக்கள் நீர்ப்பாசனத் திட்டங்களினூடாக விவசாயத்திற்குப் பயன்படுத்தினர். நீர்வளப் பயன்பாட்டில் அவர்கள் சிறந்த பொறியியல் நிபுணத்துவத்தைப் பெற்றுக்கொள்ள நதிகளின் வெள்ளப் பெருக்கு அவர்களைக் கட்டாயப்படுத்தியது. அவர்களுடைய பட்டினங்கள் கடலை அண்மித்திருந்ததால் வணிகமும் செழித்து வளர்ந்தது. பாபிலோனியர் வணிகக் கடலோடிகளும் விவசாயிகளும் ஆவர். பாபிலோன், யூப்ரடீஸ் நதிக்கரையில் அமைந்திருந்த வளர்ச்சியும் செழிப்பும்மிக்க நகராகும். அது மெஸெபொட்டேமியாவின் மிகப் பெரும் வணிக நகராக விளங்கியது. எரிது (Eridu), உர் (Ur), நிப்பூர் (Nippur) என்பனவும் இங்குக் காணப்பட்ட முக்கிய நகரங்களாகும்.

சமயம்

சுமேரிய காலப்பகுதியில் அனு, எயா, என்லில் ஆகிய கடவுள்கள் முக்கியம் பெற்றிருந்தன. இந்தக் கடவுளரின் மூலத்தை அறிவது கடினமானது. சுமேரிய மொழியில் அன் என்பது வானத்தைக் குறிக்கிறது. அனு, வானக் கடவுளாகும். அனுவை மனிதர் மட்டுமல்ல வானத்துப் பறவைகளும் நிலத்தில் ஊர்வனவும் மரம், மலை என யாவும் வணங்குவ தாகக் கொள்ளப்பட்டது. அது அதிக வல்லமை மிக்க தெய்வம்.

என்லில் காற்றுக் கடவுளாகும். அடிப்படையில் என்லில் சுமேரியக் கடவுள். சுமேரிய மொழியில் 'லில்' என்பதற்கு காற்று- சுவாசித்தல், ஆவி என்று பொருள் கொள்வர். மலைக் காற்றுடனும், வெள்ளத் துடனும் இந்த தெய்வத்தின் பெயர் தொடர்புபட்டுள்ளது. எயா அல்லது என்கி தூய நீருடனும் அதன் மூலம், ஆக்கச் சக்தியுடனும் தொடர்புபடுத்தப்படுகிறது. அறிவு, புத்தி என்பவற்றுடனும் எயா குறிப்பிடப்படுகிறது. கரையோர மீனவர்கள் எயாவைத் தமது பாதுகாப்புக் கடவுளாகக்கொண்டனர். எல்லாவற்றையும்விட அது ஆற்றல் மிக்கதாக விளங்கியது. என்லில் சக்தி மிக்கது. எயா புத்தியும் புனிதமும் கொண்டது.

தொடக்க காலத்தில் மிக அதிக அளவிலான கடவுளின் உருவங்கள் மனித வடிவில் அமைந்திருந்தன. பாதி மீனும் பாதி மனிதனும் கொண்ட எயா தெய்வத்தைவிட மெஸெபொட்டோமியத் தெய்வங்கள் மனித உருவையே பெற்றிருந்தன. ஏனைய மெஸெபொட்டோமியத் தெய்வங்கள் பல மனிதன், சந்திரன், நட்சத்திரம், தூயநீர் போன்ற

பல்வேறு பொருள்களின் தோற்றத்தை விளக்கும் மனிதத் தேவையினடியாக எழுந்தனவாகக் காணப்படுகின்றன. ஒவ்வொரு பொருளையும் ஒவ்வொரு கடவுள் படைத்ததாக மக்கள் நம்பினர்.

சுமேரியக் கடவுளரையும் செமித்தியக் கடவுளரையும் வேறு படுத்துவது கடினமாகும். செமித்தியக் காலப்பிரிவில் சுமேரியரின் கடவுள்கள் சுமேரியப் பெயர்களாலேயே அழைக்கப்பட்டு வந்தன. அதே வேளை செமித்தியருக்கே உரிய கடவுள்களும் காணப்பட்டன. செமித்தியக் கடவுள்கள் மனிதப் பண்புள்ளனவாகச் சித்திரிக்கப்பட்டன.

மெஸெபொட்டோமியாவில் நடத்தப்பட்ட ஆய்வுகள் மூலமாக 2500க்கும் மேற்பட்ட தெய்வங்கள் கண்டுபிடிக்கப்பட்டுள்ளன. சுமேரியர் எண்ணிறந்த கடவுளரை வணங்கிவந்த போதும் அவர்களின் முதன்மைக் கடவுள் சூரியனாகும். இதை அவர்கள் 'ஷமாஷ்' என அழைத்தனர். இது நீதிக்கும் பாதுகாப்புக்குமுரிய கடவுளாகக் கருதப்பட்டது. சந்திரனையும் அவர்கள் வழிபட்டனர். இது அறிவுக் கடவுளாகவும் இரவின் நீதிபதியாகவும் கருதப்பட்டது. இது காரன், உர் போன்ற நகரங்களில் சிறப்பாக வழிபடப்பட்டது.

சுமேரிய சமயம் பூவுலகிலும் அதன் சக்திகளிலும் அதிக அக்கறை காட்டுகின்றது. எல்லாம் திட்டத்திற்கமைவானதென்றும் அமைதியும் பாதுகாப்பும் அவசியம் என்றும் அது கூறுகின்றது. சுமேரிய சமயத்தில் பூமி பெண் தெய்வமாகக் கருதப்பட்டது. தாய்த் தேவதை வணக்கத்திலும் அவர்கள் ஈடுபட்டனர். பாபிலோனிய சமயம் கடவுளுக்குச் சேவை செய்வதே மனிதனின் முதன்மைக் கடமை எனப் பணித்தது. இதற்காக மக்கள் சடங்குகளிலும் தெய்வங்களுக்குப் படைப்பதிலும் ஈடுபட்டனர். ஆயினும் பொதுமக்கள் தெய்வங்களை நெருங்க முடியாதிருந்தது. கடவுளுக்கான பணிவிடைகளை புரோகிதர்களும் குருக்களும் செய்து வந்தனர்.

மரணத்தின் பின்னர் மனித உயிருக்கு வாழ்க்கை உண்டென்பது சுமேரியரின் நம்பிக்கை. சடலங்களைப் புதைக்கும்போது சவக்குழியுள் உணவும் நீரும் வைக்கப்பட்டன. இறந்த பின்னர் உயிர்கள் இருண்ட உலகொன்றுக்குச் செல்வதாகவும் அங்கு துன்பம் அனுபவித்து சில காலத்தின் பின்னர் விடுதலை அடைவதாகவும் அவர்கள் நம்பினர். உலக உற்பத்தி, பெருவெள்ளங்களைப் பற்றியும் உலகை மூழ்கடித்த ஏழு நாள் பெருவெள்ளம் பற்றியும் பல நம்பிக்கைகள் அவர்களிடம் நிலவின.

செமித்தியர்

செமித்தியர் மெஸெபொட்டோமியாவில் ஏற்கனவே வாழ்ந்த மக்கள் குழுவினராவர். சுமேரிய நாகரிகங்களுக்கு அணித்தாக அவர்கள் வாழ்ந்தனர். பாபிலோனிய வரலாற்றில் பெரும்பகுதி செமித்தியரின் வரலாறாகும். தமது பெரும் சாதனைகளைச் செமித்தியர் பபிலோனியாவில் உருவாக்கினர். எனினும் பபிலோன் செமித்தியரின் மூலப் பிறப்பிடமா என்பது ஐயத்துக்குரியதாகும். அவர்களின் மூலப்பிறப்பிடமாக அரபியா, மெஸெபொட்டோமியா, ஆபிரிக்கா என்ற மூன்று நிலப்பாகங்கள் கூறப்படுகின்றன. இவற்றுள் செமித்தியரின் மூலப் பிறப்பிடம் அரபுத் தீபகற்பம் என்ற கொள்கையே அதிக வலுவுள்ளதெனக் கருதுகின்றனர்.

தொன்மை வரலாற்று அடிப்படையில் நோக்கும்போது செமித்தியர் என்பது ஓர் இனப்பண்புடைய சொல். வரலாற்றுக்கு முந்திய மூலத்தோற்றமுள்ள மக்கள் குழுவினரை இந்தச் சொல் குறிக்கிறது. அரபு, அம்ஹரிக், ஹீப்ரு, அரமெய்க், அஸ்ஸீரிய மொழிகள் செமித்திய மொழிக் குடும்பத்துக்குரியவை. வரலாற்றில் மிகவும் நீண்ட காலத்துக்கு முன்னரே செமித்திய மொழி எழுத்துக்களுக் கிடையிலான தொடர்புகள் ஒருமைப்பாடுகள் பற்றி கருத்துகள் வெளியிடப்பட்டுள்ளன.

அரமெய்க், பீனிக்ஸ், ஹீப்ரு, அரபு, பபிலோனியா மொழிக் குழுமங்களைக் குறிப்பதற்காக செமித்திய என்ற பதத்தை ஸ்கெலோசர் 1781இல் உருவாக்கினார். இவை நூஹ் நபியின் சந்ததிகள் பேசிய மொழிகள் என்று அவர் கருதுகிறார். இவற்றுக்கான மூலமொழி எது என்பதில் கருத்துவேறுபாடுகள் உள்ளன. எல்லா செமித்திய மொழிகளுக்கும் அரபுமொழிதான் தாய்மொழி என்று சில ஆய்வாளர் வலியுறுத்துகின்றனர். அவை செமித்திய மொழிகள் என்றோ அல்-ஜஸாரியா மொழிகள் என்றோ அழைக்கப்படுகின்றன (Solehah Yaacob, 2014).

இன்று கிடைத்துள்ள சான்றுகளின் அடிப்படையில் செமித்தியரின் மூலப் பிறப்பிடம் அரபியாவின் உட்பகுதி என்றே கொள்ளப்படுகிறது. பனி ஊழியின் (Glacial Period) இறுதிப் பகுதியில் கி.மு. 8000ஆம் ஆண்டிலிருந்து தற்காலம்வரை கருணைக்கிடமற்ற மண்ணரிப்பினால் அரபியா சேதமாக்கப்பட்டது. இதனால் பாலைவனம் மேலும் விரிவுபெற்றுச் சென்றது. மக்கள் வாழ்வுக்கு ஆதாரமாயிருந்த ஈரப்பதமான நிலப்பகுதிகள் அருகிச் சென்றன. வரலாறு முழுக்க

இங்கிருந்த மக்கள் வேறிடங்களை நோக்கி நகர்ந்துகொண்டிருந்தனர் (H. W. F. Saggs, 1965: 29).

ஐரோப்பாவின் பாரிய பனி ஊழிக் காலப்பகுதியில் அரபியா தற்காலத்தைவிடச் சிறந்த மழைப் பொழிவை பெற்றுவந்தது. இங்கு நடைபெற்றுள்ள அகழ்வாய்வுகள் பழைய கற்காலக் கலாசாரத்துக்குரிய-வரலாற்றுக்கு முந்திய மக்கள் வாழ்ந்துள்ளதை உறுதிசெய்துள்ளன.

இந்த மக்கள்தான் வளமான பபிலோனியப் பகுதி களுக்குப் பல தடவைகளில் சென்று குடியேறி வாழ்ந்துள்ளனர். பபிலோனிய ராகவும் அஸ்ஸீரியர்களாகவும் ஹீப்ருக்களாகவும் அரபியர்களாகவும் பெரும் நாகரிகங்களை உருவாக்கியவர்கள் செமித்தியர்களே என்பது இந்தக் கோட்பாட்டின் முடிபு. இதன்படி சுமேரியரைத் தவிர அக்காடியர், சால்டியர், அஸ்ஸீரியர், ஹீப்ருக்களின் இனப் பின்னணியில் இருப்பதும் செமித்தியராகும். செமித்திய மொழி, நவீன மொழிகளில் அரபு, ஹீப்ரு ஆகிய மொழிகளுடனும் தொன்மை மொழிகளில் அக்காடெய்ன், அரமெய்க் மொழிகளுடனும் தொடர்புடையதாகும்.[1]

சுமேரியர் பபிலோனியாவை வந்தடைந்தபோது பபிலோனியா வெற்றுத் தரையாகக் கிடக்கவில்லை. பபிலோனியாவில் ஏற்கனவே காணப்பட்ட கிராமங்களை சுமேரியர் நகரங்களாக்கினர். கோட்டை கொத்தளங்களையும் நீர்ப்பாசனங்களையும் தொழில் நுட்பங்களையும் சுமேரியர் தழுவினர். தமது பங்கிற்குப் புதிய பல விடயங்களையும் பபிலோனிய நாகரிகத்திற்கு சுமேரியர் வழங்கினர். தெற்கு இராச்சியத்திற்குச் சுமேரியர் வந்தபோது அது வெற்றிடமாக இருக்கவில்லை. அங்கு ஒரு மூத்தகுடியினர் வாழ்ந்துகொண்டிருந்தனர். அவர்கள் செமித்தியராக இருக்கலாம் என்பதே இன்றுள்ள ஊகமாகும். தென் இராச்சியப் பகுதிகளில் சுமேரியர் குடியேறியபோது அங்கு செமித்தியர் வாழ்ந்திருக்கலாம் என்பதற்கு அகழ்வாய்வுச் சான்றுகள் காட்டப்படுகின்றன (பார்க்க, 1965: 9).

எமது அறிவுக்கு எட்டியவரை செமித்தியரின் பிறப்பிடம் அரபியா என்பார் ஹியூகோ வின்க்லர். பபிலோனிய வரலாற்றின் பெரும் பகுதி செமித்தியரின் வரலாறு என்றும் செமித்தியர் தமது பாரிய சாதனைகளைப் பபிலோனியாவிலே படைத்தனர் என்றும் அவர் குறிப்பிடுகிறார் (பார்க்க: Hugo Winkler 1907: 9).

கலாசாரக் கலப்பு

மெஸெபொட்டோமிய வரலாறு சிக்கலானது. பல இனக் குழுக்களின் தாக்கங்களுக்கும் படையெடுப்புகளுக்கும் அது இலக்காகி வந்துள்ளது. அவர்களின் சமய வரலாறும் கலாசார வரலாறும் இதனைப் பிரதிபலிப்பதைக் காணலாம். குறிப்பாகச் சமய விடயங்களில் சுமேரிய பபிலோனிய, அஸ்ஸீரிய, செமித்தியக் கூறுகள் பிரித்தறியக் கடினமான முறையில் இங்கு ஒன்று கலந்துள்ளன. விவசாயத்தைத் தொழிலாகக்கொண்ட மக்களின் பண்பாடும் கருத்துகளும் மந்தை மேய்ப்பாளரின் பண்பாடு-கருத்துகளோடு ஒன்றிணைந்திருப்பதை அகழ்வாய்வுகள் காட்டியுள்ளன.

பூர்வீகத்தில் அரபியா செழுமையான நிலப்பரப்பாக இருந்தது என்பதும் அதுவே செமித்தியரின் மூலப் பிறப்பிடம் என்பதும் இன்று பெருமளவு ஏற்கப்பட்ட கருத்தாகும். 920,000 ஆண்டுகள் நீடித்த பனி ஊழிக்காலத்தில், ஐரோப்பா நிரந்தரமான உறைபனியில் மூழ்கியிருந்தபோது ஸஹாரா மழை மிகுந்த பிரதேசமாக இருந்தது. ஐரோப்பா மனித வாழ்க்கைக்குப் பொருந்தாததாகவும் ஸஹாரா மனித வாழ்க்கைக்கு ஏற்ற இடமாகவும் இருந்தது. பின்னர் நிகழ்ந்த புவியியல் மாற்றங்களின் போது ஸஹாரா நிலப்பகுதி மழைப் பொழிவை இழந்தது. ஐரோப்பா மனித வாழ்க்கைக்குரிய நிலப் பரப்பாக மாறிவந்தது (Carroll Quigly: 1979: 182).

கி.மு. 2500ஆம் ஆண்டில் உண்டான வறட்சிக் காலத்தில் ஸஹாராவில் புல்நிலங்களும் கால்நடைகளும் வெகுவாகக் குறைவடைந்தன. வறுமை இங்கு வாழ்ந்த மக்களைச்செழிப்பான நிலங்களுக்கு விரட்டியது. பெருவறட்சிக் காலங்களில் அரபியாவி லிருந்து சென்றவர்கள் செமித்தியரே என்பது கெரோல் குவிக்லியின் கருத்தாகும். இவ்வாறு சென்ற செமித்தியர் (i) கிழக்கில் மெஸெபொட்டோமியா (ii) மேற்குப் பகுதியிலிருந்த சிரியா-பாலஸ்தீனம் (iii) ஆப்பிரிக்காவின் தென்மேற்குப் பகுதிகள் ஆகியவற்றில் குடியேறினர். முதலாவது குடியேற்ற அலை கி.மு. 3000ஆம் ஆண்டளவில் நிகழ்ந்துள்ளது. காலத்திற்குக் காலம் ஏற்பட்டுள்ள இந்தப் புலம்பெயர் அலைகளில் சம்பந்தப்பட்டவர்கள், ஒருவரோடொருவர் நெருங்கிய தொடர்புகொண்டவர்களாயிருந்த போதும் அவர்கள் தனித்துவமான பெயர்களால் அடையாளப் படுத்தப்பட்டனர். பலஸ்தீனத்திற்கும் சிரியாவிற்கும் சென்றவர்கள் செமித்தியர் என்றும் கிழக்கு நோக்கிச் சென்ற இவர்களின்

சகோதரர்கள் அக்காடியர் என்றும் மத்திய, வடசமவெளிகளில் குடியேறிய இதே பிரிவினர் அஸ்ஸீரியர் என்றும் அழைக்கப்பட்டனர். *(1979: 195)*.

எனினும் மெஸெபொட்டோமியா வரலாறு கூறும் முதலாவது நாகரிகம் கி.மு.5000 ஆண்டுகளுக்கு முன்னரே ஆரம்பமாகியிருந்தது. விலங்கு வளர்ப்பிலும் விவசாயத்திலும் ஈடுபட்டிருந்த ஐரோப்பாவின் மேட்டு நிலப்பரப்பைச் சார்ந்த மக்கள் (சுமேரியர்) இங்கு வந்து வாழத் தொடங்கினர். ஹைாரா உட்பட சமநிலப் பரப்புக்களில் வாழ்ந்து வந்தவர்கள் இன்னும் வேட்டையாடுபவர்களாகவே காணப்பட்டனர். ஓரிடத்தில் தனித்து வாழும் காலம் தோன்றிய பின்னர் வேட்டையின் முக்கியத்துவம் குறைந்து சென்றது. ஆண்கள் விலங்கு வளர்ப்பில் ஈடுபட்டனர். ஆண்களுக்கும் விலங்குகளுக்குமான உணவு உற்பத்தியில் பெண் ஈடுபட்டாள்.

பெண்

வேட்டையிலிருந்து விவசாயத்திற்கு மாறியபோது வாழ்க்கை அதிக பாதுகாப்புள்ளதாகவும் வளர்ச்சியுள்ளதாகவும் மாறியது. போதிய நீர்வளமும் நிலவளமும் இருந்ததால் போரிடும் தேவை இருக்கவில்லை. நிலம் பயிர்களைப் பிறப்பிக்க வேண்டும்; பெண் குழந்தைகளைப் பிறப்பிக்க வேண்டும் என மனிதன் இக்காலத்தில் கருதினான். கருவளம் (Fertility) பற்றிய எண்ணம் அவனில் வளர்ந்தது. பொருள் உற்பத்திக்கும் இனவிருத்திக்குமான வளம் பயபக்திக்குரியதாகியது. மண்ணும் பெண்ணும் போற்றப்படும் நிலையை இது தொடக்கி வைத்தது. முக்கியமாக சமூக பொருளாதார நிலைகளில் பெண்ணின் அந்தஸ்து உயர்ந்தது. இதன் செல்வாக்கு சமயங்களுக்குள் ஊடுருவிய போது புதிய சமயக் கருத்துகள் தோற்றம் பெற்றன. முந்தைய வேட்டையாடும் மக்களிடத்தில் காணப்பட்ட சமயமான ஆவியுலகக் கோட்பாட்டுக்கு (Animism) மாறுபட்ட பூமித்தாய் தெய்வ வழிபாடு ஆரம்பமாகியது *(1979: 177)*.

எனினும் அரபிய சம நிலப்பரப்பு புதுக் கற்காலக் கலாசாரத்திற்கு ஏற்றதாயிருக்கவில்லை. விலங்கு மேய்ச்சலுக்குரிய புல்வெளிகளைப் பெறுவதற்குச் சண்டை தேவையாக இருந்தது. நீர் வசதியும் போதியதாக இருக்கவில்லை. பொதுவில் 'யுத்தத்தில் தொடர்ந்திருக்க' வாழ்க்கை இவர்களை நிர்ப்பந்தித்த போது இவர்களிடம் தந்தைத் தலைமை சிறப்புப் பெற்றிருந்தது. ஆண்மைமிக்க வானக் கடவுளை

அவர்களின் சமயம் பிரதிபலித்தது. வெண்கல யுகத்தில் அவர்களின் யுத்த ஆவல் மேலும் தீவிரம் பெற்றது. தந்தைத் தலைமை சமூக அமைப்பை அது மேலும் உறுதிப்படுத்தியது.

கால்நடை வளர்ப்பு முதன்மை பெற்றதும் ஆணின் சமூக முக்கியத்துவம் அதிகரித்தது. இனவிருத்தியில் ஆணின் பங்கு உணரப்பட்டது. புதிய கற்காலக் கலாசாரத்தில் பயிர் உற்பத்தியிலும் பிள்ளை உற்பத்தியிலும் பெண் பெற்றிருந்த இடத்திற்குச் சமமான இடத்தை ஆண் பெறுகிறான். மெஸெபொட்டோமியக் கலாசாரத்தில் பொருளாதார உற்பத்தியிலும் பிள்ளை உற்பத்தியிலும் ஆணின் முக்கியத்துவம் அங்கீகரிக்கப்பட்டிருந்தது (1979: 215). பெண்ணுடன் இணைந்திருந்த வளத்தன்மைக்கு சமயம் வழங்கிய முக்கிய இடத்தை இப்போது ஆண்மை பெற்றுக்கொண்டது.

பெண்ணை முக்கியப்படுத்திய பூமித்தாய் தெய்வம் பெண்வடிவில் சிருஷ்டிக்கப்பட்டது. ஆணுக்குரிய கடவுட் குறியீடாகத் தற்போது காளைமாடு வந்து சேர்ந்தது. ஆணின் அந்தஸ்து மேலோங்கிய போது புரோகிதத்துவம் (Priesthood) உடன் வளரலாயிற்று. புரோகிதத்துவம் மிகவும் பிரத்தியேகமாக ஆணாதிக்க அமைப்பாக வடிவம் பெற்றது. பழைய பெண்கடவுள் வழிபாடு செல்வாக்கிழந்து சென்றபோதும் அது இல்லாதொழிந்து விடவில்லை.

சந்திரக் கடவுள்

மெஸெபொட்டோமியாவில் கலாசாரக் கலப்புக் காணப்பட்டதை சூரிய, சந்திர கடவுள்களுக்கிடையிலான குழப்பம் காட்டுகிறது. சூரியன் அதிக சந்தர்ப்பங்களில் ஆண் கடவுளாகக் கொள்ளப் பட்டுள்ளது. அதே வேளை குறைந்த அளவில் பெண் கடவுளாகவும் கொள்ளப்பட்டுள்ளது. சூரியக் கடவுள் ஒரு தட்டு வடிவமாகவோ பலமுனைகள் கொண்ட நட்சத்திர வடிவமாகவோ குறியீடாக்கப் பட்டிருந்தது. சந்திரன் வழக்கமாகப் பெண் கடவுளாகக் கொள்ளப் பட்டது. அதே வேளை குறைந்த அளவில் ஆணாகவும் கொள்ளப் பட்டுள்ளது. சந்திரனின் பொதுவான அடையாளம் 'இளம்பிறை' யாகும். சில சந்தர்ப்பங்களில் அது முழு வட்டமாகவும் குறியீடாக்கப் பட்டிருந்தது. இவ்விரு விண்பொருள்களைப் பற்றிய வேறுபட்ட கருத்துகளுக்கு புதிய கற்கால உழவனின் கருத்தும் செமித்திய மந்தை மேய்ப்போரின் கருத்தும் இவற்றில் கலந்திருந்தமையே காரணமென்பது கெரோல் குவிக்லேயின் கொள்கையாகும்.

தொன்மை வேட்டைக்கார மக்கள் தந்தைத் தலைமையைப் போற்றினர். சூரியனைவிடச் சந்திரனை அவர்கள் முதன்மையாகக் கருதினர். வேட்டையாடுபவன் தனது வாழ்வுக்குச் சந்திரன் மிகுந்த பயனை அளிப்பதாகக் கருதினான். வேட்டையாடும் மக்கள் சந்திரனை ஆணாகவோ, தெய்வமாகவோ கருதினர். இது சூரியனைப் பெண்ணாக்கியதோடு சந்திரனின் மனைவியுமாக்கியது. செமித்திய மந்தை மேய்ப்போர் சந்திரனை ஆண்கடவுளாகக் கொண்டனர். மெஸெபொட்டோமியா இந்தக் கருத்தை செமித்தியரிடமிருந்தே பெற்றது (1979: 215). விவசாய வாழ்க்கையிலிருந்த மக்களிடையே ஆண்களைவிடப் பெண்கள் முதன்மை இடத்திலிருந்தனர். சூரியனை விடப் பூமி அதிக கௌரவத்தைப் பெற்றுக்கொண்டது. புதிய கற்கால உழவர்கள் மழைச் செழுமைமிக்க மெஸெபொட்டோமியா ஆற்றங்கரைச் சமவெளிகளில் நாகரிக அபிவிருத்தியில் பங்கு கொண்டிருந்தபோது சமூக பொருளாதார வாழ்வில் ஆண்கள் முதன்மை இடத்தைப் பெற்றனர். இது பூமித்தாய்க் கடவுளை இரண்டாம் நிலைக்குக் கொண்டு வந்தது. செமித்தியச் செல்வாக்கு அங்கு அதிகரித்தபோது சந்திரன் ஆணாகக் கருதப்பட்டதுடன் சந்திரனின் முக்கியத்துவமும் அதிகரித்தது.

தென் அரபியா

தேசிய மரபுகள், நாகரிகம், மொழியியல், வாழ்நிலை, புவியியல் வேறுபாடு என்பனவற்றின் அடிப்படையில் அரபியாவை தென் அரபியா, வட அரபியாவென இரு பெரு நிலப்பாகங்களாகப் பிரிக்கலாம். அரபுத் தீபகற்பத்தின் முதற்பெரும் நாகரிகத்தைத் தென் அரபியாவே பெற்றிருந்தது. தென் அரபியா போதிய மழைப் பொழிவும் நீர்வளமும் மேய்ச்சல் நிலங்களும் கொண்ட செழிப்பான பிரதேசமாகும். அரபியாவின் வடபாகமும், வடமேற்குப் பாகமும் பாலைநிலமாகும். மலைப்பாங்கான இவ்வறண்ட நிலப்பரப்பு விவசாயத்திற்கு ஏற்றதன்று. இஸ்லாம் தோன்றிய ஹிஜாஸ் மாநிலமும் நபிகளாரின் பிறந்தகமான மக்கா, யத்ரிப் என்பனவும் இந்த நிலப்பரப்பிலேயே அடங்குகின்றன.

தென் அரபியாவின் யெமன், ஹழரமவுத் போன்ற மாநிலங்கள் செழிப்பான பகுதிகள். செமித்திய இனத்தவர் தமது வாழிடமான தெற்கு யூப்ரடீஸ் நதியிலிருந்து குடிபெயர்ந்து குடியமர்ந்த பிரதேசங்களில் அரபியாவின் இவ்வளமுள்ள பகுதியும் ஒன்றாகும்.

யெமனின் சன்ஆ உலகின் மிகப் பழைமையான நகரென்று வரலாறு கூறுகிறது. கத்தபான் பழங்குடி இனத்தவர்களின் முன்னோர்கள் இந்த நகரை நிறுவி உள்ளனர். இவர்கள் நூஹ் நபியின் வம்சா வழியைச் சேர்ந்தவர்கள். சபா, ஹளறமவுத், அவ்ஸான், குத்தாபான், மெய்ன் என்பன விவசாய உற்பத்தியிலும் சாம்பிராணி உள்ளிட்ட வாசனைப் பொருள் உற்பத்திலும் வணிகத்திலும் வர்த்தக ரீதியில் பெரும் முன்னேற்றங்களை சாதித்திருந்தன. நறுமண அறுசுவைப் பொருள்கள் மத்தியதரை நாடுகளுக்கு ஏற்றுமதி செய்யப்பட்டன. கட்டிடக் கலையிலும் உருவக் கலைகளை நிர்மாணிப்பதிலும் அவர்கள் முன்னணியில் இருந்தனர்.

இவை தொன்மை அரபியாவின் நாகரிக வெளிப்பாட்டிற்குப் பெரிய சான்றுகளாக விளங்குகின்றன. தொன்மை அரபியாவில் வேறுபட்ட, அதே வேளை அதிக எண்ணிக்கையிலான கலாசாரங்கள் இருந்தபோதும் மனித முன்னேற்றங்களையும் இயற்கையுடன் போராடிப் பெற்ற வெற்றிகளையும் அவை உலகுக்குப் பறைசாற்றின. ஈரான், எகிப்து, மெஸெப்பொட்டோமியா, சிரியா போன்ற அயல் நாடுகளுடன் மட்டுமல்ல ஆப்பிரிக்காவுடனும் இந்தியாவுடனும் சீனாவுடனும் தொடர்புகள் மேற்கொள்ளப்பட்டன. அரபியர் மத்திய கிழக்கின் பல பாகங்களில் பரந்து வாழ்ந்ததோடு சிறந்த வணிகர்களாகவும் கடலோடிகளாகவும் புகழ் பெற்றிருந்தனர்.

கி.மு. ஆயிரமாம் ஆண்டுகளுக்கு முன்னரே எழுத்தறிவு பரவி யிருந்தது. எழுத்துக்களைக் கொண்ட பெருந்தொகையான கற்பொறிப்புக்களும், கல்வெட்டுக்களும் ஆவணங்களும் இங்கு கிடைத்து வருகின்றன. அரபியா அதற்கான வேறுபட்ட லிபியைப் பெற்றிருந்தது. அந்த அரபிய எழுத்து தெற்கு செமித்திய மொழிக் குடும்பத்திற்குச் சொந்தமானதாகக் கருதப்படுகின்றது. கி.மு. நாலாம் நூற்றாண்டு காலப் பகுதியிலேயே அரபு மொழியில் எழுத்துக்கள் உருவாகிவிட்டன. அரை-நாடோடிகளான நபேத்தியர்கள் பரவியிருந்த வட அரபியா, தென் சிரியா, சினாய், ஜோர்தான் போன்ற பிரதேசங்கள் வரை அரபு எழுத்துக்கள் காணப்பட்டுள்ளன. அரபியப் பாலைவனங் களிலும் கற்குகைகளிலும் இவர்கள் விட்டுச் சென்றுள்ள எழுத்துப் பொறிப்புகளும் எழுத்து வடிவ ஆவணங் களும் அதற்குச் சான்று பகர்கின்றன.

கிறிஸ்து பிறப்பதற்கு எழுநூறு ஆண்டுகளுக்கு முன்னர் இந்த அரசு நிறுவப்பட்டிருந்ததாக இங்கு பெறப்பட்ட கல்வெட்டுக்கள்

மூலம் அறிய முடிகிறது. அதன் தலைநகர் மஆரிப். இவற்றை உறுதிப்படுத்த பல கற்பொறிப்புச் சாசனங்களை இன்று நாம் பெற்றுள்ளோம் (ஷிப்லி நூமானி, 1979: 99).

தென் அரபியாவைப் பற்றிய வரலாற்று உண்மைகள் 19ஆம் நூற்றாண்டிலிருந்துதான் வெளி உலகை எட்டத் தொடங்கின. இங்கு நடைபெற்ற அகழ்வாய்வுகள் தென் அரபியா முன்னேற்றமான நாகரிகத்தைப் பெற்றிருந்ததை உறுதிசெய்தன. தென் அரபியா பற்றிய அறிவு முற்றுப் பெறுவதற்கு இன்னும் வெகுதூரத்தில் உள்ள போதிலும், இஸ்லாம் உதயமாவதற்கு ஆயிரமாண்டுகளுக்கு முன்னரே அரபியாவில் இருந்த பழைமையான நாகரிகத்தைப் பற்றிய தகவல்கள் இன்று நமக்குக் கிடைக்கின்றன.

சபாயின்கள்

தென் அரபிய நாகரிகம் எவ்வளவு பழமையானது என்பதைக் காலரீதியில் அறுதியிட்டுச் சொல்ல முடியவில்லை. கி.மு. 15ஆம் நூற்றாண்டுகளில் தென் அரபியாவை ஆண்ட மன்னர்களைப் பற்றிச் சில வரலாற்றாசிரியர்கள் குறிப்பிட்டுள்ளனர். இந்தக் கருத்து போதுமான நிரூபணத்தைப் பெறவில்லை. எனினும், கி.மு. 10ஆம் நூற்றாண்டளவில் தென் அரபியாவில் காணப்பட்ட பல அரசுகள் பற்றி உறுதியான சான்றுகள் கிடைத்துள்ளன.

தென் அரபிய மாநிலங்களில் காணப்படும் தூர்ந்துபோன நிலையில் உள்ள மாளிகைகளும் அரண்மனைகளும் பாரிய கற்றூண்களைக் கொண்ட கட்டிடத் தொகுதிகளும் அழிபாட்டிலிருந்து தப்பி நிற்கும் பல்வேறு கட்டிடங்களும் இந்த நாகரிகத்தின் சான்றுகளாக உள்ளன. இவற்றைத் தவிர நூற்றுக்கணக்கான கல்வெட்டுக்களும் வரலாற்று ஆவணங்கள், நாணயங்கள், உலோக உருவங்கள் ஆகியவை இங்கிருந்து கண்டெடுக்கப்பட்டுள்ளன. மறைந்துபோன இந்த நாகரிகத்தைப் பற்றி எங்கெல்ஸ் பின்வருமாறு கூறுகிறார்:

> எகிப்தியர்கள், அஸீரியர்கள், ஏனையோர்கள் வரிசையில், ஓரிடத்தில் நிலையான வாழ்க்கையில் ஈடுபட்டிருந்த தென் மேற்கு அரபியர் ஒரு நாகரிகத்தைப் பெற்றிருந்தனர் என்பதற்கு அவர்களின் கட்டிடக்கலைச் சாதனைகள் சான்றாக உள்ளன (எங்கெல்ஸ், 1976: 105).

கிடைத்துள்ள பழைமையான பதிவுகளின்படி தென் அரபியாவின் புராதன அரசாக 'சபா' (Saba) குறிப்பிடப்படுகிறது. கி.மு. முதல்

ஆயிரமாண்டுகளில் தென் மேற்கு அரபியாவில் பல அரசுகள் தோன்றின. அவற்றுள் மைனியன் (Minaeans), சபாயின் (Sabaeans), கத்தபான் (Kataban), ஹழரமவுத் (Hadaramaut) ஆகியவை தலைசிறந்த ராஜ்யங்களாகும் (S. Moscati 1957: 184). 'சபா' பைபிள் குறிப்பிடும் ஷீபா ராணியுடன் (அரபியில் பல்கீஸ்) தொடர்பு படுத்தப் படுகிறது. சபஃ (சபா) சமுதாயம் பற்றி அல்குர்ஆன் பின்வருமாறு கூறுகிறது.

> மெய்யாகவே அந்தத் தேசத்தவர்களை ஒரு பெண் ஆட்சிபுரிவதை நான் கண்டேன். அனைத்துச் செல்வங்களும் அவள் பெற்றிருக் கிறாள். மகத்தானதொரு அரியணையும் அவளுக்கு இருக்கிறது *(குர்ஆன் 27: 24)*

வரலாற்றுக் கால ஒழுங்கு பற்றிய பிரச்சினையில் மைனியன் அரசே அதிகம் பேசப்பட்டு வந்துள்ளது. மைனியன் அரசு சபாயின் அரசிற்கும் முந்தியதாக அல்லது சமகாலத்து அரசாகக் கருதப்படுகிறது. கி.மு. 400ஆம் நூற்றாண்டில் மைனியன் ஆட்சி நிலவியதைக் காட்டும் சான்றுகள் உள்ளன. எனினும் கி.மு. முதலாம் நூற்றாண்டின் முடிவில் இந்த அரசு சபாயின் அரசின் அதிகாரத்திற்குள் வந்துவிட்டது. கத்தபீன் உட்பட ஏனைய அரசுகளும் படிப்படியாக சபாயின் அதிகாரத்திற்குள் வந்துசேர்ந்தன.

அனைத்துத் தென் அரபிய சமுதாயங்களிலும் சபாயின்களே செல்வாக்கும் அதிகாரமுமிக்க சமுதாயமாக விளங்கி வந்துள்ளனர். இவர்களின் ராஜ்யம் தென் யெமனில் அமைந்திருந்தது. இங்கு கண்டெடுக்கப்பட்ட கல்வெட்டுக்கள் கி.மு. 8ஆம் நூற்றாண்டிற்கு முன்னரே இந்த அரசு நிலைபெற்றிருந்ததை உறுதிசெய்கின்றன. மேலும் பல கல்வெட்டுக்கள் சபாயின்களின் தொன்மையான நாகரிகச் சிறப்பையும் வளர்ச்சியையும் எடுத்துக்காட்டுகின்றன *(1957: 185)*.

சபாயின்கள் நிர்மாணித்த நகரங்களையும் அவர்களின் செல்வவளத்தையும் அல்குர்ஆனின் சபஃ அத்தியாயம் குறிப்பிடுகிறது. சபாவை மட்டுமன்றி பாரிய வர்த்தகப் பாதையில் அமைந்திருந்த வேறு பல நகரங்களையும் குர்ஆன் குறிப்பிடுகிறது. சபாவின் பொருளாதார நடவடிக்கைகளையும் செல்வத்தையும் பற்றிக் குர்ஆன் கூறுகையில் இவ்வுலகின் வளமிக்க நகர் என அதை வர்ணிக்கிறது.

மெய்யாகவே 'ஸபா' (எனும் ஊர்) வாசிகள் வசித்திருந்த இடத்தில்

அவர்களுக்கு ஒரு (நல்ல) அத்தாட்சி இருந்தது. (அதன் வழியாகச் செல்வோருக்கு) வலப்புறமாகவும் இடப் புறமாகவும் இரு சோலைகளிருந்தன. (இவற்றின் மூலம்) உங்கள் இறைவன் உங்களுக்கு அருள் புரிந்தவற்றைப் புசித்துக் கொண்டு அவனுக்கு நன்றியும் செலுத்தி வாருங்கள் (இம்மையில்) வளமான நகரமும் மிகவும் மன்னிப்புடைய இறைவனும் (உங்களுக்கு) உண்டு (குர்ஆன் 34: 15).

பொருளாதாரம்

தென் அரபியா நீர்வளமுள்ள பகுதி. விவசாயம் இதன் முதன்மைத் தொழிலாக விளங்கியது. தென் அரபியர் அணைக்கட்டுக்களையும் கால்வாய்களையும் உருவாக்கி விவசாயத்தில் உயர்ந்த வளர்ச்சியை ஏற்படுத்தினர். கடலை நோக்கிச் செல்லும் நீரைத் தேக்கி வைப்பதிலும் நீர்ப்பாசனத் திட்டங்களின் மூலம் நீரைப் பயிரிடுவதற்குப் பயன்படுத்துவதிலும் சபாயின்கள் மிகுந்த தேர்ச்சி பெற்றிருந்தனர். நீர்வள இயலில் அவர்களின் திறமை சிறப்பாகக் குறிப்பிடப் படுகிறது.

சபாயின் மன்னர்களில் ஒருவர் கி.மு. 750இல் மஆரிபில் நிர்மாணித்த அரிம் அணை தென் அரபியாவின் பரந்த நிலப்பரப்பிற்கு நீர் வழங்கிய பாரிய அணையாக விளங்கியது. யெமன் தேசத்தின் செல்வச் செழிப்பிற்கு இந்த அணையே ஒரு முக்கிய ஆதாரமாக இருந்தது. இதனை அல்குர்ஆன் 'மகத்தான அணை' என்று வர்ணித்துள்ளது.

நறுமணப் பொருள்களின் உற்பத்தியிலும் ஏற்றுமதியிலும் தென் அரபியாவே முக்கிய இடத்தைப் பெற்றிருந்தது. தென் அரபியச் செடிவகைகளில் சாம்பிராணி உற்பத்திக்குப் பயன்பட்ட மரம் தென் அரபியாவிற்குச் செல்வத்தையும் கீர்த்தியையும் பெற்றுத் தந்தது. கஸ்தூரி முதலிய ஆடம்பர நறுமணப் பொருள்கள் இங்கிருந்து ஏற்றுமதி செய்யப்பட்டன. 'சபாயின் மஆரிப் நகர் பண்டைக் காலத்துப் பாரிஸ்' என அழைக்கத் தகுதிவாய்ந்தது என்று வரலாற்றாசிரியர்கள் வர்ணித்தனர். இதனை 'நறுமண அரபியா' (Arabia Odorifera) எனவும் குறிப்பிட்டனர் (197: 10).

விவசாயத்தோடு வர்த்தக நடவடிக்கையிலும் தென் அரபியர் ஈடுபட்டனர். நறுமண ஏற்றுமதியோடு பாரசீகக் குடாவிலிருந்து முத்துக்களையும் இந்தியாவிலிருந்தும் சீனாவிலிருந்தும் பட்டையும் எத்தியோப்பியாவிலிருந்து அடிமைகளையும் மற்றும், யானைத்

தந்தம், தங்கம், தீக்கோழி இறகு முதலியவற்றையும் கொள்வனவு செய்து மேற்கு நாடுகளுக்கு ஏற்றுமதி செய்தனர். விலைமதிப்புள்ள கற்களுக்கும், தங்கத்திற்கும், வேறு கனிப் பொருள் வகைகளுக்கும் அன்று தென் அரபியா மிகவும் புகழ்பெற்ற நாடாக விளங்கியது.

தென் அரபியர் வர்த்தகத்திற்கான கடல்வழியையும் தரை வழியையும் பயன்படுத்தினர். செங்கடலைக் கடந்து உலகின் பல பாகங்களுக்கும் அவர்களின் நாவாய்கள் சென்றன. இந்து சமுத்திரத்திலும் அவர்களின் நாவாய்கள் நுழைந்தன. மிகத் தொன்மைக் காலந்தொட்டே யெமன் நாட்டவர் இந்தியாவிற்கும் இலங்கைக்குமான கடற்பாதைகளை நன்கறிந்திருந்தனர். இந்தியாவின் மலபார் பகுதி யிலும், இலங்கையின் குதிரைமலை போன்ற கரையோரத் துறைமுகங்களிலும் அவர்களின் நாவாய்கள் தரித்து நின்றன. கடற்பயணம் ஆபத்து நிறைந்ததாக இருந்தமையால் கடலைவிடக் குறைந்த ஆபத்துள்ள தரைவழிகளை விரிவாக்குவதிலும் இவர்கள் முன்னோடிகளாக விளங்கினர்.

தென் அரபிய, வடமேற்கு அரபிய நாகரிகங்களை உருவாக்கியதில் சர்வதேச வர்த்தக நடவடிக்கையும் பாலைவன தரைவணிகப் பாதையும் முதன்மை இடத்தை வகித்தன. அரபியப் பாலைவனம் முழுக்கப் பரந்து கிடந்த வணிகப் பாதைகளில் தைகிரிஸ் ஊடாகப் பலஸ்தீனத்தை நோக்கிச் சென்ற பாதையும் யெமனிலிருந்து செங்கடலோரமாக மத்திய தரைக்கடல் துறைமுகங்கள் வரை சென்ற பாதையும் இரு முக்கிய பாதைகளாகும். இப்பாரிய வணிகப் பாதைகளில் பல மக்காவையும் ஏனைய பல நகரங்களையும் ஊடறுத்துச் சென்றன என்பது குறிப்பிடத்தக்கது.

வீழ்ச்சி

கி.பி. 5ஆம் நூற்றாண்டில் இந்த நாகரிகம் முற்றாக வீழ்ச்சியுற்றது. இந்த நாகரிகத்தின் வீழ்ச்சிக்கு எத்தியோப்பியாவினால் மேற்கொள்ளப் பட்ட தொடர்ச்சியான படையெடுப்புகள் ஒரு முக்கிய காரணமாகும். போரினால் வணிகமும் விவசாயமும் பாதிப்படைந்தன. யெமன் வாசிகள் நிர்மாணித்திருந்த பாரிய செயற்கை நீர்ப்பாசனத் திட்டங்கள் போர்களினால் சீரழிந்தன. யெமன் மட்டுமன்றி முன்னேறிய நாகரிகங்களைப் பெற்றிருந்த வேறு நாடுகளும் போர்களினால் நிர்மூலமாகியுள்ளன. எங்கெல்சின் வார்த்தைகள் இதைப் பின்வருமாறு கூறுகின்றன:

ஒரு காலத்தில் அற்புதமாகப் பண்படுத்தப்பட்டிருந்த இப்போது வெறும் நிலமாகவும் தரிசாகவும் கிடக்கும் பல்மைரா, பெட்ரா, எமன் முதலிய நகரங்களிலுள்ள இடிபாடுகள் படுநாசமான போர்களினால் எவ்வளவு பெரிய நாகரிகத்தையும் நாசமாக்க முடியும் என்பதற்குச் சான்றாக உள்ளன *(1926: 129)*.

முக்கியமாக கி.பி. 200-கி.பி. 600 நூற்றாண்டுகளுக்கிடையே நடைபெற்ற எத்தியோப்பியாவின் தொடர்ச்சியான போர்கள் யெமனில் பெருவீழ்ச்சியை நிர்ணயித்தன. ஆயிரமாண்டுகளாகச் செல்வாக்குடன் விளங்கிய இந்த நாகரிக நகரம் இஸ்லாத்தின் தோற்றத்தின் போது முற்றாகக் கைவிடப்பட்ட பாழடைந்த வெறும் சின்னமாகக் கிடந்தது. 'ரோமானியர் காலத்திலிருந்து செழிப்புற்று விளங்கிய தென் அரபிய நாகரிக நகரங்கள் கி.பி. 7ஆம் நூற்றாண்டில் கைவிடப் பட்டுப்போன தூர்ந்த இடிபாடுகளாகக் கிடக்கின்றன' என்ற எங்கெல்சின் கூற்று நன்கு பிரதிபலிப்பதாக கருதலாம்.

போர் அழிவுகள் ஒருபுறம் நிகழ, மறுபுறம் இந்த நாகரிகத்தின் வீழ்ச்சியை உள்ளார்ந்த காரணிகளும் நிர்ணயித்தன. இங்கு கண்டெடுக்கப்பட்ட கல்வெட்டுக்கள், பயிரிடுதல் நடைபெற்ற மலைச் சரிவுகளிலும் சமவெளிகளிலும் காணப்படும் அடையாளங்கள் என்பன சில உண்மைகளை உணர்த்துகின்றன. மக்கள்தொகை பெருகி வந்ததோடு உணவுப் பற்றாக்குறை, எரிபொருள் தட்டுப்பாடு போன்ற வேறு பிரச்சினைகளும் உருவாகின. உற்பத்தி ஒரே நிலத்தில் நடைபெற்று வந்ததாலும், மாற்றீடின்றி ஒரே நிலப்பகுதி மேய்ச்சலுக் காகத் தொடர்ந்து பயன்படுத்தப்பட்டதாலும் உற்பத்தியிலும் விவசாய நடவடிக்கைகளிலும் பெரும் பின்னடைவு ஏற்படலாயிற்று *(1986: 28)*.

இவற்றோடு, போர்களும் மஆரிப் அணை உடைப்பும் யெமன் தேசத்தை மக்கள் வாழ முடியாத நிலப்பரப்பாக்கின. பெரு வெள்ளத்தால் மஆரிப் அணை இருமுறை உடைந்ததாக வரலாறு கூறுகிறது. இரண்டாவதாக ஏற்பட்ட அணை உடைப்பினால் எஞ்சியிருந்த வளங்களும் நிர்மூலமாகின. நபிகளார் பிறப்பதற்கு முப்பது ஆண்டுகளுக்கு முன்னர் இரண்டாவது அணை உடைப்பு நிகழ்ந்தது. இது யெமனின் முழுப் பொருளாதாரத்தையும் சீர்குலைத்தது. மஆரிப் அணை உடைப்பைக் குர்ஆன் இவ்வாறு குறிப்பிடுகிறது.

ஆகவே அவர்கள் மஆரிபில் கட்டியிருந்த மகத்தான அரிம் அணையை உடைக்கக்கூடிய பெரும் வெள்ளத்தை அவர்கள்

மீது அனுப்பிவைத்தோம் (34: 16).

யெமன் தேசத்தவர் செய்த பாவத்தின் காரணமாக அவர்கள் இவ்வாறு அழிக்கப்பட்டதாகவும் சிதறடிக்கப்பட்டதாகவும் மற்றொரு குர்ஆன் வசனம் கூறுகிறது.[2]

ஆகவே (அவர்களையும் அவர்களுடைய நகரங்களையும் அழித்து) அவர்களைப் பல இடங்களுக்குச் சிதறடித்துப் பலரும் இழிவாகப் பேசக்கூடிய) கதைகளாக்கிவிட்டோம் (34: 16).

தென் அரபிய ராஜ்யங்களின் அரசியல் அமைப்புப் பற்றி ஓரளவு தகவல்களே கிடைத்துள்ளன. அங்கு மன்னராட்சி நடைபெற்றது. மன்னனும் அவனுடன் உயர்குடிகளின் சபையும் இருந்தது. மன்னன் தனக்குப் பின்னர் தனது மைந்தனிடமே ஆட்சியை ஒப்படைத்தான். உயர்குடிகளின் சபை அரசின் அதிகாரத்தைக் கட்டுப்படுத்தியது. பெரும்பாலும் அரசு நிலமானிய வடிவத்தைப் பிரதிபலித்தது.

கட்டிடக்கலை

தென் அரபியாவில் கருங்கற் பாறைகள் செறிவாகக் காணப்பட்டன. இதனால் கட்டிடக் கற்களைத் தென் அரபியர் இவற்றிலிருந்து எளிதாகப் பெற்றுக்கொண்டனர். தூண்களுக்குக் கருங்கற்கள் பயன்படுத்தப்பட்டன. கட்டிடங்களில் அலங்கார வேலைப்பாடுகள் செய்யப்பட்டிருந்தன. அலங்கார வேலைப்பாடுகளுக்கும் சுவர்கள் அமைப்பதற்கும் செங்கற்கள் பயன்படுத்தப்பட்டன. சுவர்களிலும் தூண்களின் மேற்பகுதிகளிலும் காணப்படும் மலர், அலங்காரங் களிலும் உருவ அலங்காரங்களிலும் தங்கமும் ஏனைய உலோகங்களும் பயன்படுத்தப்பட்டிருந்தன.

பல மாடிகளைக் கொண்ட அரண்மனைகளும் வீடுகளும் சமய வழிபாட்டாலயங்களும் இங்கு காணப்படுகின்றன. கட்டிடங்கள் மெஸெபொட்டோமியக் கட்டிடங்களையும், செங்கல் வேலைப் பாடுகள் பபிலோனிய மரபையும் தழுவியிருந்தன. பாரிய கலைகளைத் தவிர சிறு அலங்காரக் கலைகளிலும் அவர்கள் தேர்ச்சி பெற்றிருந்தனர். தங்கம், வெள்ளி முலாம் பூசப்பட்ட சபாவாசிகளின் கோப்பைகளும் பூச்சாடிகளும் உயர்வாக மதிக்கப்படுகின்றன. தங்க ஆபரணங்களும் அவர்களிடையே தாராளமாகப் புழக்கத்தில் இருந்தன.

சபாயின்களும் ஹிம்யரிட்டஸ்களும் மிகவும் உயர்வான நாகரிகத்தைப் பெற்றிருந்தாக பேராசிரியர் நொல்டேன் போன்ற நவீன

ஐரோப்பிய ஆய்வாளர்களும் ஏற்றுக்கொண்டுள்ளனர். ஜெர்மனைச் சேர்ந்த கீழைச் சிந்தனையாளரான நொல்டேன் பின்வருமாறு கூறுகிறார்:

> கிறிஸ்து பிறப்பதற்கு ஆயிரம் ஆண்டுகளுக்கு முன்னால் தென் அரபியாவின் யெமனில் சபாயீன்களும் ஹிம்யரிட்டஸ்களும் வாழ்ந்தனர். வேனிற்கால மழை காரணமாக அங்கு விவசாய நடவடிக்கை சிறப்பாக நடைபெற்றது. மிகவும் உயர்ந்த நாகரிகத்தையும் பண்பாட்டையும் அவர்கள் பெற்றிருந்தனர். வியப்பளிக்கும் கட்டட இடிபாடுகளும் எண்ணற்ற கல்வெட்டுக் களும் நமது பாராட்டு உணர்வுகளைத் தூண்டுவதாக உள்ளன *(ஷிப்லி நூமானி, 1979: 100)*.

வட அரபியா

பெற்ரா

கி.மு. 2ஆம் நூற்றாண்டில் வட அரபியாவிலும் சில அரசுகள் உருவாகின. இவை நாகரிகமும் செல்வ வளமும் பெற்று விளங்கின. மேற்கிலும் கிழக்கிலும் ஊடறுத்துச் சென்ற முதன்மையான வணிகப் பாதைகள் சந்திக்குமிடங்களில் இந்த அரசுகள் காணப் பட்டன. இவற்றுள் நபேத்தியர் அரசு முக்கியமாகக் குறிப்பிடப்பட வேண்டியதாகும். நபேத்தியர் செல்வ வளத்தையும் முன்னேறிய நாகரிகத்தையும் பெற்றிருந்தனர். ஓரிடத்தில் தரித்து வாழ்க்கை நடத்திய இவர்கள் பல நகரங்களை உருவாக்கினர் அல்லது மறுசீரமைத்தனர். இவர்களின் பொருளியல் நடவடிக்கைகள் விவசாயத்திலும் வணிகத்திலுமே தங்கியிருந்தன.

பெற்ரா, பல்மைரா, ஹீரா போன்றவை இந்த வகையில் குறிப்பிடத்தக்க நகரங்கள். பெற்ரா அரபியாவிலிருந்து சிரியா நோக்கிச் செல்லும் காரவன் பாதையைத் தனது கட்டுப்பாட்டில் வைத்திருந்தது. வட மாநிலத்தில் வளர்ச்சிபெற்ற வணிக நிலையமாகவும் பெற்ரா நகரம் விளங்கியது. அங்கு காணப்பட்ட நீர்க் கால்வாய்களும் ஏனைய நீர்பெறுமிடங்களும் நபேத்தியரின் திறனை எடுத்துக்காட்டுபவையாக உள்ளன.

பெற்ராவின் மக்கள் நபேத்தியராவர். நபேத்தியருக்கு முன்னர் இது எடோமிட்டஸ்களின் (Edomites) வாழிடமாக இருந்தது. நபேத்தியரின் வணிக, அரசியல் சாதனைகளின் பின்னணியில் இருவேறு நாகரிகங்கள் செல்வாக்குச் செலுத்தியுள்ளன. அவை பபிலோனியாவின் அஸ்ஸீரிய நாகரிகமும் கிரேக்க நாகரிகமுமாகும்.

நபேத்திய நாகரிகம்

கி.மு. 65 அளவில் பலஸ்தீனத்தில் சில பகுதிகளை நபேத்தியர் தம் வசமாக்கினர். குறுகிய காலத்திற்குள் நபேத்தியரின் ஆதிக்கம் அல் ஹிஜ்ர் (மதாயின் ஸாலிஹ்) வரை பரவியது. இது மதீனாவிற்கும் தபூக்கிற்கும் இடைப்பட்ட பகுதியாகும். தமூத் (Thamud) சமூகத்தவர் உருவாக்கிய கட்டிடங்கள் இங்குள்ளன. அல்ஹிஜ்ர், அல் உலா ஆகிய நகரங்களில் தமூத் மக்களின் நாகரிகம் காணப்பட்டமைக்குச் சான்றுகள் உளதென்பர். தமூத் மக்களின் செல்வ வளத்தையும் பொருளாதார நடவடிக்கைகளையும் அல்குர்ஆன் பல இடங்களில் குறிப்பிட்டுள்ளது. நபேத்தியருக்கு முன்னதாகவோ நபேத்தியரின் ஆதிக்கத்திற்கு உட்பட்டவர்களாகவோ தமூத் மக்கள் வாழ்ந்துள்ளனர். கிரேக்க, நபேத்திய எழுத்துப் பொறிப்புகள் தமூத் வாசிகள் பற்றிக் குறிப்பிடுகின்றன *(1946: 38)*.[3]

வேறு எந்த அரபியரையும்விட இஸ்லாத்தின் தோற்றத்திற்குச் சற்று முன்னர் நபேத்தியரின் நாகரிகமே செல்வாக்குடன் விளங்கியதை இங்கு சுட்டிக்காட்டலாம். நபேத்தியர் தூய அரபு இரத்தத்தை உடையவர்கள் அல்லர் என்பர். அவர்கள் பெரிதும் அரெமெய்க் நாகரிகத்தைச் சார்ந்தவர்கள். அவர்களின் எழுத்துப் பொறிப்புகள் அரெமெய்க் லிபியிலேயே காணப்படுகின்றன. நபேத்தியரின் கலைகளில் கிரேக்க உரோமச் செல்வாக்கு அதிகம் காணப்படுகின்றது.

நபேத்திய அரசு வீழ்ச்சியுற்றதன் பின்னர் பாலைவனப் பசுந்தரை நாடான பல்மைரா முன்னேற்றமடையத் தொடங்கியது. கி.மு. முதலாம் நூற்றாண்டில் பல்மைரா வளர்ச்சியடைந்த நாகரிக அரசாக விளங்கியது. ஆசியாவையும் மத்தியதரைப் பகுதியையும் இணைக்கும் முதன்மை வணிகப் பாதையில் இந்த நாடு அமைந்திருந்தமை குறிப்பிடத்தக்கதாகும்.

பல்மைரா மக்கள் உண்மையில் அரபியர் ஆயினும் அரமெய்க், கிரேக்க நாகரிகச் செல்வாக்கு அவர்களிடையே காணப்பட்டது. அவர்களின் எழுத்துப் பொறிப்புகள் அரமெய்க் மொழியாகவே விளங்கின. கிரேக்கத்துடன் அவர்களுக்கு நெருங்கிய தொடர்பிருந்தது. அவர்களுடைய சமய மரபுகளிலும் கருத்துகளிலும் அரமெய்க் மெஸெபொட்டோமிய செல்வாக்குக் காணப்பட்டது.

பெற்றா, பல்மைரா, ஹீரா போன்ற நகரங்கள் சமய மரபில் தொன்மை உருவ வழிபாட்டுவாதத்தையே (Paganism)[4] சார்ந்திருந்த

போதும் இந்தப் பழைய மரபை யூத, கிறித்தவ சமயங்கள் அசைக்க முயன்றன. குடியேற்றங்களினூடாகவும் படையெடுப்புக்களின் ஊடாகவும் இவ்விரு உலக சமயங்களும் இந்த நாகரிக நகரங்களை முற்றுகையிடத் தொடங்கின.

நாகரிகமும் வீழ்ச்சியும்

வட மேற்குப் பாகத்தில் வாழ்ந்த தமூதுக் கூட்டத்தினரும் பெற்ரா, பல்மைரா, ஹீரா முதலிய நகரங்களில் வாழ்ந்த சமூகத்தவர்களும் கட்டிடக் கலையில் உயர்ந்த முன்னேற்றத்தை வெளிப்படுத்தினர். குறிப்பாக கற்பாறைகளைச் செதுக்கிக் கட்டிடம் அமைக்கும் கலையில் (Rock Cut Architecture) அவர்கள் தனித்திறமை பெற்றிருந்தனர்.

இளஞ்சிவப்பு, செம்மஞ்சள், ஊதா முதலிய இயற்கை வண்ணங்களால் ஒளிதரும் பாரிய செங்குத்தான கல்மலைகளைக் குடைந்தும் செதுக்கியும் பெரும் பாறை மாளிகைகளை இவர்கள் நிர்மாணித்தனர். கோபுரங்களையும், ஆலயங்களையும், கல்லறை களையும் அவர்கள் இதே அமைப்பில் உருவாக்கினர்.

பெற்ரா நகரில் வீதியை நோக்கிச் செங்குத்தாக அமைந்துள்ள கல்மலைகளில் செதுக்கப்பட்டுள்ள அழகிய கல்லறைகளும் கட்டிட முகப்புகளும் இன்றும் அங்கு செல்வோரைக் கவர்வனவாக உள்ளன. கல்மலைகளில் செதுக்கப்பட்ட எழுநூறு கல்லறைகள் பெற்ராவில் உள்ளன. இவற்றைவிட இயற்கையிலேயே அமைந்துள்ள நூற்றுக் கணக்கான குகைகளும் இந்தப் பல வண்ண கல்மலைச் சரிவுகளை அழகூட்டுகின்றன. பெற்ராவிலும் ஏனைய வட அரபிய தொன்மை நகரங்களிலும் அமைந்துள்ள கல்மலைக் கட்டிடங்கள் பற்றி அல் குர்ஆன் பின்வருமாறு கூறுகிறது:

> *நீங்கள் உயர்ந்த இடங்களிலெல்லாம் (ஸ்தம்பங்கள் போன்ற) ஞாபகச் சின்னங்களை வீணாகக் கட்டுகிறீர்களா. நீங்கள் அழியாது என்றென்றும் இருப்பவர்கள் போல் உங்கள் மாளிகைகளில் உயர்ந்த வேலைப்பாடுகளையும் அமைக்கின்றீர்கள் (26: 128, 129).*
>
> *நீங்கள் அதன் சம பூமியில் மாளிகைகளைக் கட்டியும் மலைகளைக் குடைந்தும் வீடுகளை அமைத்துக்கொள்கின்றீர்கள் (7: 74).*

பெற்ரா, பல்மைரா, ஹீரா போன்ற பண்டைய நகரங்களில் இன்னும் தலை நிமிர்ந்து நிற்கும் மாளிகைகளும் தூபங்களும் தூர்ந்து கிடக்கும் கட்டிட இடிபாடுகளும் இவர்களின் கடந்த கால நாகரிகச்

செழுமையின் சான்றுகளாக உள்ளன. இந்த வட அரபிய நாகரிகத்தின் உட்தூண்டல்கள் கிரேக்க ரோம நாகரிகங்களைத் தழுவியனவாகும். தூண்களின் அமைப்பும் கட்டிடங்களின் முகப்புத் தோற்றமும் மலர் வடிவங்களையும் உருவடிவங்களையும் கொண்ட செதுக்கு வேலைப் பாடுகளால் அழகூட்டப்பட்டு உள்ளன.

மக்கா ஒரு வணிக நகரமாகத் தோற்றம் பெறுவதற்குச் சற்று முன்னர் வரை புகழுடன் விளங்கிய இந்த நகர நாகரிகங்கள் அவை தோன்றி நிலைத்த சில நூற்றாண்டுகளுக்குள்ளாகவே மறைந்து போகின்றன. இந்த நகரவாசிகள் விஷமங்கொண்டு அலைந்ததனால் அவர்கள் அழிக்கப்பட்டதாகக் குர்ஆன் கூறுகிறது.

> ஆகவே (முன்னர் அவர்களுக்கு எச்சரிக்கப்பட்டு வந்த) பூகம்பம் அவர்களைப் பிடித்துக்கொண்டது. அதனால் அவர்கள் தங்கள் வீடுகளில் (இறந்து) வீழ்ந்து கிடக்கப் பொழுது விடிந்தது (7: 78).

இஸ்லாத்தின் தோற்றத்துக்குச் சற்று முன்னர் வரை நபேத்திய நாகரிகம் இருந்தது. நபேத்திய நாகரிகத்தில் அண்மைக் கிழக்கின் நாகரிகம், கிரேக்க ரோம நாகரிகங்கள் ஆகியவற்றின் முக்கிய கூறுகள் சங்கமித்திருந்தன. எனினும் நபேத்தியரிடையே இஸ்லாத்திற்கு ஒப்பான சக்திமிக்க சமய ஆர்வமோ பலம் பொருந்திய இராணுவமோ காணப்படவில்லை. சில நூற்றாண்டுகள் மட்டுமே நிலைத்திருந்த இந்த நாகரிக நகரம் கி.பி. 100 அளவில் முற்றாக வீழ்ச்சியுற்றது.

தென் அரபிய நகரங்களுடன் ஒப்பிடுகையில் வட அரபியா அரசுகள் சிறிய அரசுகளாகும். மேலும் இச்சிறிய அரசுகள் உறுதியற்ற கட்டமைப்பையும் குறைந்த ஆயுளையும் பெற்றிருந்தன. நாடோடி வாழ்க்கையில் இருந்த மக்கள் மீது, தரித்து வாழ்ந்தோரின் நகர நாகரிகச் செல்வாக்கினால் உருவான நகரங்களாகும் இவை.

வணிக வளர்ச்சியால் ஏற்பட்ட பொருளாதார ஏற்றத் தாழ்வுகளும் இப்பிரதேசத்திற்கே உரித்தான புவியியல் காரணிகளும் இந்தச் சிறு அரசுகளின் தோற்றத்தையும் அழிவையும் தீர்மானிப்பதில் முக்கிய பங்கு வகித்தன. இந்த நகரங்களின் வளர்ச்சிக்கும் நாகரிகத்திற்கும் இந்த நகரங்கள் முதன்மையான வணிகப் பாதைகளில் அமைந்திருந்தமை மற்றொரு முக்கிய காரணமாகும்.

இந்தப் பாதைகளில் நடைபெற்ற வணிக நடவடிக்கைகளை இந்தப் பிரதேசத்தின் அரசியல் தீர்மானித்தது. இப்பாதைகள் வணிகத்திற்காகத் திறக்கப்படுவதும் அல்லது மூடப்படுவதும்

அரசியலையே சார்ந்திருந்தது. இதுவே அரபிய எல்லைப்புறச் சிற்றரசுகளின் தலைவிதியை நிர்ணயிப்பதாகவும் அமைந்தது (1957: 170).

தென் அரபியாவிற்கும் வட அரபியாவிற்குமிடையில் மிகத் தொன்மைக் காலந்தொட்டே தொடர்புகள் இருந்துவந்துள்ளன. நாகரிகங்களின் தோற்றமும் வணிக வளர்ச்சியும் அரசியல் சமயச் செல்வாக்கும் தெற்கு, வட அரபியாக்களுக்கிடையில் பரஸ்பரத் தாக்கங்களை ஏற்படுத்தின. தென் அரபியாவின் அரசியல் அதிகாரம் வட அரபியா வரை பரவி இருந்தமைக்குச் சான்றுகள் இருப்பதாக வரலாற்றாய்வாளர் கூறுகின்றனர். தென் அரபியாவால் வட அரபியா பெற்ற எல்லா நலன்களிலும் நகரமயமாக்கலில் வட அரபியாவில் ஏற்பட்ட தாக்கமே முக்கியமானதாகும்.

வட அரபியாவில் ஹிஜாஸிற்கு வடபகுதியில் தென் அரபியாவின் மைனியன் குடியேற்றங்கள் காணப்பட்டமையைக் கல்வெட்டுச் சான்றுகள் உறுதிசெய்கின்றன (1946:32). எத்தியோப்பிய போர்களாலும் மஆரிப் அணை உடைப்பினாலும் மக்கள் பல பகுதிகளும் பரந்து குடியேறினர். இவ்வாறு சென்ற யெமனியக் குலத்தவர்களில் பலர் நபிகளார் பிறந்த ஹிஜாஸ் மாகாணத்திலும் குடியேறினர்.

பாலைவனப் பசுந்தரைகள் (Oases) தொடர்ந்தும் வெறும் பசிய நிலப்பரப்பாகவோ பேரீச்சை மரங்கள்கொண்ட சிறு துண்டு நிலங்களாகவோ இருக்க நேரவில்லை. அவற்றை ஊடறுத்துச் சென்ற வணிகப் பாதைகள் விரைவில் பெரும் மாற்றங்களைத் தோற்றுவித்தன. ஆரம்பத்தில் வணிகக் கூட்டங்கள் தங்கிச் செல்லும் தரிப்பிடங்களாகவும் பின்னர் புதுவகை நகரக் குடியிருப்புக்களாகவும் அதாவது காரவன் நகரங்களாகவும் அவை வளர்ச்சி பெற்றன. அரபிய சமூக அமைப்பில் வலிமை பெற்றுவரும் வணிக சமூகத்தினரின் ஆதிக்கத்தை முன்னடையாளப்படுத்தும் நிகழ்வுகளாகவும் இவை அமைந்தன.

முஹம்மத் நபிகளார் பிறந்த பிறகு கி.பி. 7ஆம் நூற்றாண்டில் அரபியாவில் நிகழ்ந்துகொண்டிருந்த வரலாற்று முக்கியத்துவமிக்க சமூக மாற்றங்களில் முக்கிய பங்கு வகித்த வர்க்கத்தினராக இந்த வணிகச் சமூகத்தவரே காணப்பட்டனர்.

மக்கா

நபிகளார் பிறந்த நகர் மக்காவாகும். இது வட அரபியாவின் ஹிஜாஸ்

மாநிலத்தில் உள்ளது. ஒரு புண்ணியத் தலம் என்ற அறிமுகத்திலிருந்தே மக்காவின் பண்டைய வரலாறு ஆரம்பமாகின்றது. பெற்ரா, பல்மைரா முதலிய வட அரபிய நகரங்களின் வீழ்ச்சியின் பின்னரே மக்கா அதன் முக்கியத்துவத்தைப் பெறத் தொடங்கியது. கி.மு. 5ஆம் நூற்: ஹெரோடோடஸ் (Herodotus) 'மக்காரபா' (Makaraba) எனவும் இரண்டாம் நூற்றாண்டு தொலமி மக்கோரபா (Macoraba) எனவும் குறிப்பிட்டு இருப்பது மக்காவையே எனக் கொள்வர்.

மார்கோலியத் போன்ற கீழைத்தேய ஆய்வாளர் சிலர் மக்காவின் தொன்மையைக் குறைத்து மதிப்பிட்டுள்ளனர். இதற்குப் பதிலளிக்கும் விதத்தில் அல்லாமா ஷிப்லி நூமானி அதன் தொன்மை குறித்து தந்துள்ள ஆதாரங்களை (சுருக்கமாக) இங்கு நோக்குவது பொருத்தம்.

> மக்காவின் பழைய மூலப்பெயர் Bakka வாகும். அல்குர்ஆன் இதனை பக்கா (Bakka 3: 96) எனக் கூறுகிறது. தவ்ராத்தில் (ஆதியாகமம்) பக்கா என்று குறிப்பிட்டிருப்பது மக்காவையே யாகும். பிரான்ஸ் நாட்டைச் சேர்ந்த கீழைத்தேயவாதியும் சிறந்த ஆய்வாளருமான பேராசிரியர் டோஸி (Dozy) கிரேக்கப் புவியியலாளர் மெக்ரோபா என்று கூறுவது பக்கா என்ற அதே இடத்தையே எனக் கூறுகின்றார். ரோம வரலாற்றாசிரியர் சலஸ்ட்டியஸ் (Gius Sallustius Crispus C. 86-36 B. C) 'எல்லா வணக்க வழிபாட்டிடங்களை விடவும் உயர் வணக்கத்திற்குரியதாக இருந்தது கஅபா' எனக் குறிப்பிடுகிறார். இது கிறிஸ்து பிறப்பதற்கு ஐம்பது ஆண்டுகளுக்கு முன்னர் எழுதப்பட்டது. தொன்மை யானவர்களில் ஒருவரான தொலமி தமது புவியியலில் மக்காவைக் குறிப்பிட்டுள்ளார். இவற்றைவிட மக்காவின் பழைமைக்கு வேறு என்ன ஆதாரங்கள் வேண்டும் (பார்க்க: 1979: 135-5).

தென் அரபியா மொழியில் 'மக்பர்' என்றும் எத்தியோப்பிய மொழியில் 'மெக்வராப்' என்றும் கூறப்படும் சொல்லின் வடிவமே மக்ரோபா. பாதுகாக்கப்பட்ட இடம் என்பது இதன்பொருள் என்பர். 'உயிர்த் தியாகம் செய்யுமிடம்' என்ற பொருளும் இதற்கு உண்டு (பார்க்க: 1969: 87). ஹிஜாஸ் மாநிலத்தையும் அதன் சுற்றுப்புறத்தையும் சேர்ந்தோர் நினைவுக்கெட்டிய நாள் முதலே மக்காவை ஒரு புண்ணியத் தலமாகப் போற்றி வந்துள்ளனர்.

புண்ணியத் தலமாக மட்டுமன்றி மிக நீண்ட காலமாக மக்கா ஒரு வணிக மையமாகவும் இருந்து வந்துள்ளது. அன்று யெமனிலிருந்து பலஸ்தீனம்வரை தெற்கிலிருந்து வடக்காக நீண்டுகிடந்த

முதன்மையான வணிகப் பாதைகளில் மக்கா ஒரு முக்கிய தரிப்பிடமாக விளங்கியது. மக்காவில் காணப்பட்ட தூய நீரூற்றும் யுத்த பீதியற்ற அதன் புனிதத் தல அந்தஸ்தும் வணிகர்களைப் பெரிதும் கவர்ந்தன. புனித மாதங்களில் அரபியாவின் எல்லா மூலை களிலிருந்தும் புனித யாத்திரை மேற்கொண்டு மக்கள் மக்காவில் ஒன்றுகூடினர். மக்காவைச் சூழ வாழ்ந்துவந்த நாடோடிகளும் சிறு வியாபாரிகளும் புனித யாத்திரைக் காலத்தில் வணிகத்திற்காக மக்காவை நாடி வந்தனர்.

கற்களும் மணலும் கலந்த மக்காவின் வறண்டநிலம் விவசாயத் திற்கோ மந்தை வளர்ப்பிற்கோ உகந்ததாயிருக்கவில்லை. எனினும் வணிக வளத்திற்கான வாய்ப்பை மக்கா பெற்றிருந்தது. புனித யாத்திரைக் காலமும் வணிகக் காரவன்கள் தரித்துச் செல்வதும் மக்கா வாசிகளுக்கு வணிகத்தில் நாட்டத்தை ஏற்படுத்தின. சிறு வர்த்தகர் களாகவும் வாங்கிவிற்கும் தரகர்களாகவும் வணிகத் தொழிலை அவர்கள் ஆரம்பித்தனர். படிப்படியாக காரவன்களை அனுப்பும் பாரிய வணிகர்களாகவும் அவர்கள் வளர்ச்சி பெற்றனர். குர்ஆன் இதனைப் பின்வருமாறு கூறுகிறது.

அவன்தான் (அவர்கள் உழவடித்துப் பயிரிடாமலே இந்த வணிகப் பயணத்தின் மூலம்) அவர்களுடைய பசிக்கு உணவளித்து வருகிறான் (106: 04).

வரலாற்று முக்கியத்துவமுடைய 'பரிமளப் பாதையில்' (Incense Route) தெற்குப் பாகத்து யெமனுக்கும் வடக்கைச் சேர்ந்த பெற்றாவுக்கும் இடையில் மிக வாய்ப்பான வர்த்தக மையத்தில் மக்கா இருந்ததும் அதன் வர்த்தக வளர்ச்சிக்கு முக்கிய தூண்டுதலாக அமைந்தது. மேலும் மக்காவில் கடைப்பிடிக்கப்பட்டு வந்த யுத்தம் தடைசெய்யப்பட்ட புனிதப் பிரதேசம் என்ற சமயக்கொள்கையும் வர்த்தகத்திற்குப் பெரிய வாய்ப்பாக அமைந்தது. உண்மையில் புனித மாதங்களில் வர்த்தக நோக்கிலும் சமய நோக்கிலும் அரபு நாட்டின் பல்வேறு பாகங்களிலிருந்தும் அங்கு வந்து கூடிய மக்களிடையே ஐக்கிய உணர்வை ஏற்படுத்தவும் இந்தச் சமயக் கொள்கை வழிவகுத்தது.

4
அரபியப் பழங்குடி அமைப்பும் பண்பாடும்

பழங்குடி

இன்று உலகம் எவ்வாறு தேச-அரசுகளுக்குச் (Nation-states) சொந்தமானதாக உள்ளதோ, அதே போல பல ஆயிரம் ஆண்டுகளுக்கு முன்னர் இதற்குச் சமமாக இவ்வுலகு பழங்குடிக்குச் சொந்தமானதாக இருந்தது (Sahlins Marshall, 1968: 195). நாகரிகம் தொடர்ந்து மாறிவரும் வளர்ச்சியின் ஒரு கட்டமாகும். பழங்குடி, நாகரிக உலகுக்கு வழிவகுத்த சமூக அமைப்பு. முன்பைவிட உயர் கலாசாரத்தைக் கொண்ட சமூக அமைப்பு பழங்குடியிலிருந்தே உருவாகி வளர்ந்தது.

இஸ்லாம் தோன்றுவதற்குச் சற்று முன்னர் அரபுத் தீபகற்பத்தை ஆதிக்கம் செய்த கலாசாரம் நாடோடிப் பழங்குடிகளுக்குச் சொந்த மானதாகும். அவர்கள் இரத்த உறவுகளால் குடும்ப, குல, பழங்குடி அமைப்புக்களாகப் பிணைக்கப்பட்டிருந்தனர்.

மனிதன் வேட்டையாடி உணவு சேகரித்து வாழ்ந்த காலத்தைவிட புதிய கற்காலம் மாறுபட்டிருந்தது. புதிய கற்காலம் (Neolithic Period) வழங்கிய விவசாயம், கால்நடை வளர்ப்பு போன்ற புதிய பொருளாதார முறைகளின் மூலம் உலக நிலப்பரப்பின் பெரும் பகுதியைப் பழங்குடிகள் ஆதிக்கம் செலுத்திவந்தனர். பழங்குடி அமைப்பும் அவர்களின் பண்பாடும் புதிய கற்கால உற்பத்தித் தொழில்நுட்பங்களுடன் தொடர்புபட்டிருந்தன. சுற்றாடலை ஆக்க பூர்வமாக மாற்றுவதற்கான தொழில்நுட்ப முறைகளையும் இந்தப் பழங்குடியினர் நன்கறிந்திருந்தனர் (1968: 197).

தாவரங்களையும் மிருகங்களையும் வீட்டுச் சூழலுக்குரியதாக மனிதன் மாற்றியதிலிருந்தே புதிய கற்காலத்தின் புரட்சி

ஆரம்பமாகின்றது. இதன் மூலம் புதிய கற்காலத்து மக்கள் வேட்டையாடி வாழ்ந்த சமூகத்தைவிட உயர்ந்த சமூக ஒழுங்கமைப்பை யும் பண்பாட்டையும் பெற்றவர்களாக நாகரிக வளர்ச்சி உடையவர் களாகக் காணப்பட்டனர்.

பயிரிடுதல், வீட்டுத் தேவைக்காக மிருகங்களைப் பழக்கப் படுத்துதல், உயர்தரப் பொருளாதார உற்பத்தி ஆகியவை இங்கு காணப்பட்டன. அதற்கும் மேலாக உறுதியானதும் நிலையானதுமான உற்பத்திகளும் ஊக்குவிக்கப்பட்டன. எங்கெல்ஸின் வார்த்தைகளில் கூறுவதாயின்:

> மிருகங்களைப் பழக்குவதும் மந்தைகளைப் பெருக்குவதும் இதுவரை கேட்டறியாத மூலாதாரங்களிலிருந்து பெற்ற செல்வமாக முற்றிலும் புதிய சமூக உறவுகளைத் தோற்றுவித்தன... இப்பொழுது குதிரைகள், ஒட்டகங்கள், கழுதைகள், எருதுகள், ஆடுகள், பன்றிகள் முதலிய மந்தைக் கூட்டங்களும் மேய்ச்சல் தொழில் புரிந்த மக்கள் சமூகங்களும் உருவாகின. இவற்றினூடாக மக்கள் செல்வப் பெருக்கத்தையும் பெற்றனர். இந்தியாவில் கங்கை, சிந்து சமவெளியிலும் யூப்ரடீஸ், தைகிரிஸ் நதிக்கரை அருகே வாழ்ந்த செமிட்டியர்களிடையேயும் இதுவே நடைபெற்றது (Engels, 1972: 54).

சமுதாயப் படிமுறை வளர்ச்சியில் மூன்று சமுதாய நிலைகளை மானிடவியலாளர் எடுத்துரைப்பர். அவை *(1)* சமத்துவ சமுதாயங்கள் (Egalitarian Societies). *(2)* தரநிலைச் சமுதாயங்கள் (Rank Societies). *(3)* வர்க்க, சாதி சமுதாயங்கள் (Class/ Caste Societies) என வகையீடு செய்யப்பட்டுள்ளன. இதுவரை நாம் அவதானித்த ஆதி சமுதாய அமைப்புகள் சமத்துவ சமுதாயப் படிநிலைக்குரியனவாகும் *(பக்தவத்சல பாரதி, 1990: 291).*

சமத்துவ சமுதாய அமைப்பில் முதலில் குலக்குழுவும் (Band) அடுத்த நிலையில் பழங்குடியும் இடம்பெறுகின்றன. வேளாண்மை தோன்றிய காலம்வரை பத்தாயிரம் ஆண்டுகளுக்கு முன்னர்— ஏறக்குறைய அனைத்து சமுதாயங்களும் குலக் குழுக்களாகவே வாழ்ந்தனரென மானிடவியல் கூறுகிறது.

சமத்துவ சமுதாயங்களில் வளங்கள் சமமாகப் பகிரப்பட்டன. சமுதாயத் தகுதியிலும் வேறுபாடிருக்கவில்லை. குலக்குழுவை அடுத்துத் தோன்றிய பழங்குடியில் அதிக அங்கத்தவர்கள் அல்லது

குடும்பங்கள் காணப்பட்டனர். பழங்குடிச் சமுதாயம் குடும்பங் களுக்கும் குடும்பத் தலைவர்களுக்கும் முக்கியத்துவமளித்தது. 'ஒவ்வொரு குழுவும் நிலப்பகுதியை வரையறுத்துக்கொண்டது' *(1990: 294)*. வர்க்க வேறுபாட்டிற்கு இடமளிக்கும் தனி உடைமைப் பொருளாதாரம் வளரும்வரை பழங்குடியிலும் பெரும்பாலும் சமத்துவ நிலையே காணப்பட்டது.

குலக்குழுவைவிடப் பழங்குடி இரத்த உறவுத் தொகுதிகளை அதிக அளவில் பெற்றிருந்தது. இன்னொரு வகையில் பல இனக் குழுக்களின் தொகுதியாகவும் பழங்குடி அமைந்திருந்தது எனக் கூறலாம். பழங்குடி குலக்குழுவைவிட அளவில் பெரியதாக இருந்ததால் அது ஐக்கியமின்மைக்கு இட்டுச் செல்வது எளிதாயிற்று. எனவே பழங் குடிகளிடையே இயங்கும் சமதரத்தையுடைய கூறுகளிடையே ஐக்கியத்தை ஏற்படுத்துவதற்குரிய புதிய ஒழுங்கு முறைகளும் உருவாகின.

அரபியாவில் பழங்குடி

இஸ்லாத்தின் தோற்றத்தின்போது அரபியா பழங்குடி சமூக அமைப்பில் இருந்தது. பேராசிரியர் மொண்ட்கொமறி வொட் கூறுவதுபோல பழங்குடி என்பதைவிட நபிகளார் காலத்தில் ஒரே சமூகமாக ஒரே பொது வாழ்க்கையைப் பெற்றிருந்தனர் என்று ஒரு மக்கள் குழுவினரைக் குறிக்கும் வேறொரு பொருத்தமான எண்ணக்கருவை முன்வைப்பது கடினம்.

தொன்மை அரபியரை நாடோடிகள், ஓரிடத்தில் தரித்து வாழ்ந்த விவசாயிகள், வணிகர்கள் என்று மூன்று பிரிவினராக வகுக்க முடியும். எனினும் பழங்குடியே இந்த அலகுகள் அனைத்தினதும் பொதுச் சமூக அமைப்பாக இருந்தது.

இஸ்லாத்திற்கு முந்திய அரபியாவில் நாடோடிகளே (Nomads) பெரும்பான்மையோராக இருந்தனர். இவர்கள் 'பதாவி' (Badaw) எனப்பட்டனர். பாலைவன நாடோடிகளைக் குறிக்கும் சிறப்புச் சொல் இதுவாகும். சுதப்பிகளிலும் (Steppes) அரைப் பாலைவனங்களிலும் பதாவிகள் பரந்து வாழ்ந்து வந்தனர். நபிகளார் பிறந்த வட அரபிய, மத்திய பாகங்களில் பதாவிகளே அதிக அளவில் காணப்பட்டனர்.

பதாவி, நாடோடி வாழ்க்கையில் இருந்தான். பாலைவனப் பிரதேசங்களின் பூர்வீக வாழ்க்கைமுறை அதுவென இப்னு கல்தூன்

கூறுவார். நாடோடிகள் எனப்படுவோர் அர்த்தமற்று அலைந்து திரியும் கூட்டத்தினர் அல்லர். 'ஒரு குறிப்பிட்ட வாழிடத்தைக் கொண்டு நிலையாக வாழாமல் பருவ காலத்திற்கேற்ப தொடர்ச்சியாக இடம் விட்டு இடம் சென்று வாழும் மக்களே நாடோடிகளாவர். இவர்கள் இடம் பெயர்ந்து வாழும்முறை ஒரு முறைப்படுத்தப்பட்ட சுழற்சியாக இருக்கும். இதனாலேயே இவர்கள் இடம்பெயர்ந்து வாழ்பவர்கள் என்று குறிப்பிடப்படுவதில்லை (1990: 470).

விவசாயத்தில் ஈடுபடுவோர், கால்நடை வளர்ப்போர் எனப் பாலைவன நாடோடிகளை இரு பிரிவில் அடக்குவர். கால்நடை வளர்ப்போரையும் இரு பிரிவினராகக் கொள்ளலாம். இதில் முதல் நிலை ஒட்டக வளர்ப்புக்குரியதாகும். அரபியாவின் முழுமையான நாடோடித்துவம் ஒட்டக நாடோடிகளையே சார்ந்திருந்தது. இவர்கள் முழு நாடோடிகளாவர். முழு நாடோடிகளே பாலைவனத்தில் உட்பிரதேசத்துள் சென்றனர். ஆடு வளர்ப்பில் ஈடுபட்டிருந்த நாடோடிகள் அரை நாடோடிகளாவர். பாலைவனத்தின் ஓரப் பகுதிகளில் மட்டும் இவர்கள் சஞ்சரித்தனர்.

ஒட்டக நாடோடிகள்

ஒட்டகமோட்டிகள் பாலைவனத்தில் நீண்ட தூரப் பயணங்களை மேற்கொண்டனர். ஒட்டகத்திற்குத் தேவையான உணவு, நீர், வெப்பம் முதலியவற்றைத் தேடி ஒட்டக நாடோடிகள் பாலைவனத்தின் மத்திய பகுதிகளிலும் ஆழ்ந்த உட்பிரதேசங்களிலும் நுழைந்தனர். ஒட்டக நாடோடி தரித்து ஓரிடத்தில் வாழும் மக்கள்கூட்டத்திலிருந்து பிரிந்து தனித்துவமானவனாக நின்றான். பாலைவனமும் ஒட்டகமும் அவனது வாழ்வைத் தீர்மானித்தன.

பாலைவன வாழ்க்கைக்கு பதாவிகள் ஒட்டகத்தை நம்பியிருந்தனர். மறுபுறத்தில் ஒட்டகங்களின் வாழ்க்கைக்காகவும் பதாவிகள் பாலைவன வாழ்க்கையை நாடினர். சுதப்பியிலும் வறண்ட பாலைவனத்திலும் வாழக்கூடிய ஒட்டகம் பதாவியின் உற்றதுணை யாகியது வியப்புக்குரியதன்று.

கி.மு. 2000ஆம் ஆண்டளவிலேயே ஒட்டகம் வீட்டு மிருகமாக அறிமுகமாகியது. பாலைவன வாழ்க்கைக்குப் பயனுள்ள மிருகமாக ஒட்டகம் அறிமுகமானதன் பின்னர் பதாவி தனது வாழ்க்கையை அதனோடு மாற்றிக்கொண்டான். ஒட்டகத்திற்குப் பாலைவன உட்பகுதியில் உள்ள புதர்களும், உவர் நீரும், பாலை மணலும்,

வெப்பக் காற்றும் இன்றியமையாதவையாகும். எனவே ஒட்டகப் பராமரிப்பு அவனைப் பாலைவனத்தின் ஆழமான உட்பகுதிகளுக்கு இட்டுச் சென்றது.

பதாவிகளைப் பொறுத்தவரை ஒட்டகம் வெறும் பாலைவனக் கப்பல் என்பதற்கும் மேலானதாகும். பதாவி தனது பொருளாதார முன்னேற்றத்திற்கு ஒட்டகத்தையே நம்பி வாழ்ந்தான். ஒட்டகம் அவனது வணிகக்காரவன்,, மணமகளுக்கான சீதனம், கொலைக் குற்றத்திற்கான இரத்த வெகுமதி, சூதாட்டத்தில் இலாபம், பணம், கூடாரம், பாதணி, மருந்து, வாசனைத் திரவியம். இவ்வாறு ஒட்டகத்திலிருந்து அவன் நேராகவும் மறைமுகமாகவும் பெற்ற பலன்கள் பல. எலொய் ஸ்ப்ரெஞ்சர் (Alois Sprenger) 'அரபியரை ஒட்டக ஒட்டுண்ணிகள்' என்று குறிப்பிட்டார். பதாவிக்கு ஒட்டகம் அழகிய பிராணி. ஒட்டகத்தை உவமித்துப் பெண்களின் அங்கங்களை அவன் வர்ணித்தான். அதன் குளம்பொலிகளின் தாளத்திற்கு இசைவாக இனிய ராகங்களை அவன் உருவாக்கினான்.

பதாவிக்கு வாழிடமும் நிரந்தரமற்றது பாலைவனப் பசுமையும் தோன்றி மறைவது. ஒரு பசுந்தரையின் வறட்சி மற்றொரு பசிய நிலத்தை நோக்கி அவனை விரட்டியது. மேய்ச்சல் நிலத்தையும் நீரையும் தேடிச் செல்வது அவனது வாழ்க்கையின் விதி. ஒரேவிதமான சுழற்சி வாழ்க்கையில் அவன் இருந்தான். மாற்றத்தை அவன் விரும்பாமைக்கு இது ஒரு காரணமாக இருக்கலாம். தனிமையும் பட்டினியும் தொடர்ச்சியான பயணங்களும் எதிரிகளின் அச்சமும், இயற்கை உபாதைகளும், அவனைக் கடின குணமுள்ளவனாக்கு கின்றன. ஆனால் இந்த அனுகூலமற்ற நிலைமைகள் எதுவுமே அவனது முயற்சிகளுக்குத் தடையாயிருக்கவில்லை. இவற்றை எதிர்கொள்ள அவன் தயாராக இருந்தான். ஒட்டகமும் துணிவும் அவனது இந்த முயற்சிக்கு பெரும் துணையாக விளங்கின.

நாடோடிகள் தமது வாழ்க்கைக்குரிய கட்டாயமான, வெளிப்படை நிபந்தனைகளுக்குக் கட்டுப்பட வேண்டியிருந்தது. அதனை அவர்கள் கடந்து செல்வது கடினம். அதனால் அவர்கள் பாலைவனத் தேவை களுக்கும் நிபந்தனைகளுக்கும் தம்மை வரையறுத்துக்கொள்ள நிர்ப்பந்திக்கப்பட்டனர் (Ibun Khaldun, 1958: 249).

பாலைவனப் பசுந்தரைகளில் விவசாயம் நடைபெற்றது. பேரீச்சைச் செய்கைக்கு இவை புகழ் பெற்றிருந்தன. மலைப் பகுதிகளில் உணவுத்

தானியங்கள் பயிரிடப்பட்டன. இந்த வகைச் செழிப்பான பகுதிகள் மக்களின் வாழிடங்களாகின. நபிகளார் காலத்தில் மக்கள் தரித்து வாழ்ந்த யத்ரிப் (மதீனா) சிறப்பான பசுந்தரைப் பொருளாதாரத்தைப் பெற்றிருந்தது. இவ்வாறு ஓரிடத்தில் தரித்து வாழ்ந்தோரின் வாழ்வுக்கும் நாடோடிகளின் வாழ்வுக்குமிடையில் இயற்கை யாகவே வேறுபாடுகள் காணப்பட்டன. தரித்து வாழ்வோரோடு ஒப்பிடுகையில் நாடோடிகளின் வாழ்க்கை நாகரிகமற்றதாகும். தரித்து வாழ்வோரின் சௌகரியத்திற்கும் ஆடம்பரத்திற்கும் இது முற்பட்ட வாழ்க்கையாகும்.

சுற்றாடல் வேறுபாடுகள்தான் மக்கள் தமது வாழ்வை வெவ்வேறு வழிகளில் உருவாக்கிக்கொள்ளக் காரணமாகின்றன. தரித்து வாழ்வோரும் நாடோடிகளும் தேவைகளின் அடிப்படையில் அமைந்த இரு வேறு இயற்கைக் குழுக்களாகும்.

சமூக அமைப்பு

பதாவியின் சமூக அமைப்பு பழங்குடியாகும். கபீலா (பழங்குடி) இரத்த உறவை மட்டும் குறிக்கவில்லை. குடும்பங்கள் கோத்திரங் களுக்கிடையிலான உயர்வு தாழ்வு அல்லது தர நிலைகளும் இருந்தன. ஒரு பழங்குடி பல குலங்களைக்கொண்டிருந்தது. ஒவ்வொரு பழங்குடியும் தனக்கென முகாம்களையும் குடும்பங்களுக்கென தனித்தனிக் கூடாரங்களையும் பெற்றிருந்தன. ஒவ்வொரு குலமும் அல்லது பழங்குடியும் அதற்குரிய பெயரால் அழைக்கப்பட்டது.

பழங்குடியின் இரத்த உறவு வம்சவழித் தொடர்ச்சி, தாயிலிருந்து அல்லது தந்தையிலிருந்து கணக்கிடப்பட்டது. உலகின் தொடக்ககாலக் குல அமைப்பு தாய்வழிமரபுக்கு உரியது என்பது பொதுவான கருத்து. தாய்வழிமரபு பூர்வீக மனித குலத்தின் ஒழுங்கமைப்பின் தொடக்க கால வடிவமென எல். எச். மோர்கனும் எங்கெல்சும் நிறுவ முயன்றனர். இவ்வமைப்பு பொருளாதார மாற்றங்களால் பின்னர் மாற்றமடைந்தது. தாய்வழி மரபு குலச் சமுதாயத்தின் ஆரம்பக் கட்டம் எனலாம். வம்சத் தொடர்ச்சி பெண்ணிடமிருந்து கணக்கிடப் படுவதை இது குறிக்கிறது. பெண்கள் ஆண்களை அடக்கியாண்டனர் என்ற கருத்தில் இது கொள்ளப்படுவதில்லை. எனினும் பொருளாதார முக்கியத்துவமும் தாய்த் தலைமை மரபும் இதில் காணப்பட்டன.

அரபியப் பழங்குடி அமைப்பு, நபிகளார் காலத்தில் தந்தைவழி மரபையே பெற்றிருந்தது. எனினும் தாய்வழி மரபை அரபுப்

பழங்குடிகள் பெற்றிருந்தமைக்கு அடையாளங்களிருந்தன (Jurgi Zaydian, 1987: 6). தாயின் கௌரவமிக்க இடம் இன்னும் மறைந்துவிடவில்லை என்பதை அவர்களின் கலாசார மரபுகள் எடுத்துக்காட்டின. குலங்களைக் குறிக்கும் பெயர்களில் பெண்களின் பெயர்களும் காணப்பட்டன *(1937: 26)*. இஸ்லாம் தோன்றுவதற்கு முன்னர் மனைவியைவிடத் தாயைக் கௌரவிக்கும் வழக்கம் ஆழமாக வேரூன்றியிருந்தது. மனைவியைவிடத் தாயின் உறவு நிரந்தரமானதென மதிக்கப்பட்டது *(1987: 6)*.

அரபுக் குல மரபில் தாய்வழி மாமனுக்கும் முக்கியத்துவம் இருந்தது. இதற்குரிய உதாரணங்கள் நபிகளின் வாழ்வில் இடம்பெற்ற தாய்மாமன்களை நோக்கிப் பயணமான சம்பவங்கள் கவனத்திற்கு உரியவை என ஜுர்ஜி ஸெய்தான் விளக்குகிறார்.[5] நபிகளார் ஆறு வயதில் இருக்கும் போது அவரைத் தாயார் ஆமினா மதீனாவுக்கு அழைத்துச் சென்று பனூ நஜ்ஜார் பழங்குடியைச் சேர்ந்த நபிகளாரின் தாய்வழி உறவினர்களுடன் தங்கினார் (ஷிப்லி நூமானி *1979: 154)*. இந்தத் தாய்வழி உறவை நபிகளார் எல்லாக் காலத்திலும் போற்றி வந்துள்ளார்.

தாயுரிமை மறைந்து தந்தை உரிமை நிலைபெறும் போது பெண்ணின் சமூக அந்தஸ்தும் பாதிக்கப்படுகிறது. பெண், அடிமையாகவும் வெறும் குழந்தைகள் பெறுபவளாகவும் ஒடுக்கப் படும் நிலை உருவாகிறது. நபிகளின் கால அரபியாவின் நிலை இதுவாகவே இருந்தது. தந்தைவழிக் குடும்பத்தின் முக்கிய அடையாளமான பலதார மணம் தாராளமாகவே அரபியப் பழங்குடி மரபில் அங்கீகரிக்கப்பட்டிருந்தது. ‘செமித்திய வடிவத்தில் இந்தக் குடும்பத் தலைவன் பலதார மணமுறையில் வாழ்கிறான்’ என எங்கெல்ஸ் குறிப்பிடுவார்.

உண்மையில் பலதார மணமென்பது பணக்காரர்களுக்கும் பிரபுக்களுக்குமுரிய சலுகையாகும். பிரதானமாகப் பெண் அடிமைகளை விலைக்கு வாங்குவதன் மூலம் இந்த மனைவியர் சேகரிக்கப்பட்டனர். செமித்திய வடிவத்தில் குடும்பத் தலைவனே இந்தச் சலுகையை அனுபவித்தான். அதாவது பலதார மணமென்பது எல்லோருக்கும் உரியதாக இருக்கவில்லை. இந்த மணமுறையில் சீர்திருத்தம் வேண்டும் என்ற கோரிக்கையை நபிகளே முன் வைத்தார்.

இது எவ்வாறெனினும் நபிகளார் காலத்தில் குல உணர்ச்சியும் வம்சவழித் தொடர்ச்சியும் ஒரு தந்தையிலிருந்தே தொடரும் முறை முதலிடத்தைப் பெற்றுவிட்டது (1987: 6).

சமூக இணைப்பு அல்-அசபிய்யா

ஒரு பழங்குடிச் சமூகம் அதன் நேரடியான இரத்தக் கலப்பினாலேயே நிர்ணயிக்கப்பட்டது. குல உறுப்பினர்களிடையே உறுதியான பிணைப்பை ஏற்படுத்தும் முதல் சாதனமாக இரத்த உறவு விளங்கியது. இந்த உறவின் மறுபொருள் குல உறுப்பினர்களின் பாதுகாப்பாகும். தந்தை வழியாயினும் தாய்வழியாயினும் குல உறுப்பினர்கள் அனைவரின் நரம்புகளிலும் ஒரே இரத்தம் ஓடுவதாகவே அரபியர் கருதினர்.

இரத்த பந்தம் என்பது பாசப்பிணைப்பு மட்டுமல்ல அது குலத்தின் வலுவுமாகும். கைம்மாறு கருதாத உதவியையும் பாதுகாப்பையும் அது குல உறுப்பினர்களுக்கு வழங்குகிறது. பழங்குடிக் கலாசாரத்தில் ஒரு குழுவினரின் முழுப் பாதுகாப்பையும் அது உறுதிப்படுத்தும். இதனை இப்னு கல்தூன் 'அல்அசபிய்யா' எனக் கூறுகிறார்.

குழு உணர்வு இரத்த உறவினால் மட்டும் ஏற்படுவதாகும். அல்லது ஏதாவதொரு வகையில் அதனோடு தொடர்புடையதாகும். இரத்த பந்தத்தை மதிப்பது அற்ப விதிவிலக்குகளைத் தவிர மனிதனின் பொதுவான இயல்பாகும் (1958: 264).

பழங்குடி மக்களின் எளிய பொருளாதார நடவடிக்கைகளும், சமூக வாழ்வும், சுற்றாடல் பிரச்சினைகளும் அவர்களிடையே குறிப்பிட்ட வகையான லௌகீக, ஒழுக்கப் பண்புக்கூறுகளைத் தோற்றுவிக்கின்றன. நாடோடிகளாயினும் தரித்து வாழ்வோராயினும் அவர்கள் சிறு தொகையினராக இருந்ததும் அவர்களின் எளிய பொருளாதார முறையும் அவர்களைப் பெரிதும் சுதந்திரமானவர்களாக வாழ்வதற்கே இடமளித்தன. அரசு போன்ற ஆதிக்க நிறுவனங்கள் அவர்களுக்குத் தேவையாயிருக்கவில்லை. எனினும் அவற்றின் இடத்திற்கு 'சமூக ஒருமைப்பாடு (அசபிய்யா) என்ற எளிய வடிவத்தைப் பெற்றிருந்தனர்.'

குழு உணர்வுகளையும், சமூக இணைப்பையும் ஐக்கியத்தையும் உள்ளடக்கிய சமூக ஒருமைப்பாட்டு கோட்பாடு அசபிய்யா எனலாம். இஸ்லாத்துக்கு முந்திய அரபியாவினுள் பழங்குடிகளிடமும்

கோத்திரங்களிலும் இன உறவின் அச்சாணியாக அசபிய்யா விளங்கியது. பழங்குடி உணர்வுடனும் இரத்த உறவுகளுடனும் தொடர்புபட்ட கருத்து இது. இதைப் பழங்குடிவாதம் என்றும் கூறலாம். அரபுப் பழங்குடிகளிடத்தில் அவர்களை இணைக்கும் சக்தியாக விளங்கிய அசபிய்யா உணர்வை சரித்திர வளர்ச்சியின் உந்துசக்தியாக இப்னு கல்தூன் (கி.பி. 1332-1406) தமது முகத்திமாவில் அறிமுகப்படுத்தினார். ஒரு குழுவாக வடிவம் பெறுவதற்கு மனிதர்களுக்கிடையிலான இணைப்பின் பந்தமாகவும் சமூகப் பிணைப்பாகவும் அசபிய்யா செயல்படுகிறது.

வரலாறு, நாகரிகம் என்பவற்றின் வளர்ச்சியை விவரிப்பதற்கும் அரசையும் அரசு என்ற நிறுவனத்தின் தோற்றத்தை விளக்குவதற்கும் இப்னுகல்தூன் அசபிய்யா கோட்பாட்டைப் பயன்படுத்தினார். வரலாற்றை இயக்கும் செயலூக்கம் மிக்க ஆற்றலாக அசபிய்யா முகத்திமாவில் பேசப்படுகிறது.

அசபிய்யா என்ற அரபுச் சொல்லின் வேர்ச்சொல் 'அஸப்' அதன் பொருள் இணைத்தல் என்பதாகும். இப்னு கல்தூனுக்கு அசபிய்யா ஒரு சிறப்புச் சொல், தொழில்நுட்பப் பதம். முக்கத்திமாவில் மிக அடிப்படையான எண்ணக்கருவாக இந்தச் சொல் அமைந்துள்ளது. மனித சமூகத்தை அதன் வளர்ச்சிப்படிகளில் மேலே கொண்டு செல்வதை நிர்ணயிக்கும் ஆற்றல் அசபிய்யாவாகும் (Helnrich Simon, 1996). மனித நாகரிகம் மற்றும் நகர வாழ்வு தொடர்பிலும் இன்றியமையாத வகிபாகத்தை அசபிய்யா நிகழ்த்துகிறது. இதனை ஒரு தேசிய கருத்தாகக் கொள்ளலாம் என்ற வாதமும் உள்ளது. பொதுவாக இரத்தவுறவும் குழு ஐக்கியமும் அசபிய்யாவின் அடிப்படையாயினும் மனித நாகரிக வளர்ச்சியில் அதன் பங்கு பற்றிப் பேச அதிக வாய்ப்புகள் உள்ளன.

பதாவிப் பழங்குடிகளைப் பொறுத்தவரை அவர்களின் இருப்பிற்கும் வெற்றிக்கும் அசபிய்யாவே காரணமாக இருந்துள்ளதாக இப்னு கல்தூன் கூறுகிறார். ஒரு குழு தனது அதிகாரத்தை வலிமைப் படுத்தவும் மற்ற குழுக்கள் மீது ஆக்கிரமிப்புக்களை மேற்கொள்ளவும் அச்சுறுத்தவும் இதுவே அடிப்படைச் சக்தியாக இருந்துள்ளது. மக்கள் குழுவினரைப் பிணைத்திருக்கும் அல்லது ஒன்றுபடச் செய்திருக்கும் காரணி என்ன என்பதுதான் இப்னு கல்தூனின் கேள்வி. பதாவிப் பழங்குடிகளுக்கு மட்டுமல்ல எல்லாப் பண்பாட்டிற்கும் இதுதான் அடிப்படை.

அரபுப் பழங்குடி வாழ்விலும் தரித்து வாழ்ந்தவர்களின் நகர ஆக்கத்திலும அசபிய்யா ஆதிக்கமிக்க சக்தியாகச் செயல்பட்டுள்ளது. பாலைவனப் பழங்குடிகளின் வாழ்க்கை நெறி இந்த அடிப்படை உணர்வைப் பாதுகாப்பதற்கும் வளர்ச்சியடையச் செய்வதற்குமான ஒழுங்கிலேயே கட்டமைக்கப்பட்டிருந்தது. முஹம்மத் பிறந்த குறைஷிக் குலத்தின் வளர்ச்சியில் இந்த உணர்வு பெரிய பங்காற்றி உள்ளது.

அசபிய்யாவை சக்திமிக்கதாகக் கொண்டிருக்கும் பலமிக்க குழுவினர் பலவீனமான அசபிய்யா உணர்வுடன் உள்ள குழுவினரை ஆக்கிரமித்து, தமது பழங்குடிக்குள் கொண்டுவரும் முயற்சிகளில் ஈடுபட்டு இருந்ததையும் இப்னு கல்தூன் கூறுகிறார். அசபிய்யா ஒரு தீவிரமான எண்ணக்கரு. லென் ஈவான் குட்மேன் இப்னு கல்தூன் பற்றிய கட்டுரை ஒன்றில் பின்வருமாறு கூறியுள்ளார்: அசபிய்யாவை தேசத்துக்குரிய அல்லது பழங்குடிக்குரிய கருத்தாக எவ்வாறு எடுத்துக்கொண்டாலும் சாவதற்குத் தயார் என்ற தீவிரத்தை அது உள்ளடக்கியுள்ளது. ஒரு அங்கத்தவர் அவரின் குலத்திற்காக, கோத்திரத்திற்காக, தேசத்திற்காக சாவதற்குத் தயாராக இல்லையாயின் அந்தக் கோத்திரம், அந்தத் தேசம், அல்லது அந்தக் குடும்பம் அழிந்துவிடும் (பார்க்க: Introducing Asabiyah - The scholar's stage 2015 இணையதளம்).

இதுவொரு பிரச்சினைதான். அரபுத் தீபகற்ப பதாவி நாடோடிப் பழங்குடிகள் எப்போதும் போருக்கு ஆயத்தமாக இருந்ததில் இதன் தீவிரத் தன்மையை நாம் அவதானிக்க முடியும். அசபிய்யா ஒரு குழு ஒருமைப்பாடு; சமூக ஒன்றிணைப்பு. அசபிய்யா ஓர் ஒட்டும் பசை. அது குழுவிற்குள் பெரிய ஒன்றிணைப்பை ஏற்படுத்துகிறது. வெளி ஆக்கிரமிப்பாளர்களிடமிருந்து குலத்தை அது பாதுகாக்கிறது. குழுவிற்குள் சமாதானத்தையும் ஒழுங்கமைப்பையும் உருவாக்குகிறது. அதுதான் நாகரிகத்தையும் உருவாக்குகிறது. தனித்து வாழ்வோரின் நகர வாழ்விற்கும் நாகரிகங்களின் தோற்றத்திற்கும் உறுதியான பங்களிப்பை அசபிய்யா வழங்குகிறது.

ஆனால் இந்த வளர்ச்சிகளின் பின்னால் ஓர் ஆபத்தான பகுதியும் உள்ளது. நாகரிக, நகர வாழ்வு, அரசியல் வளர்ச்சிகளுடன் பழங் குடிகளின் அதிருப்தியும் பதற்றமும் வெளிப்படுகின்றன. பழங்குடிகள் இந்த மாற்றங்களின் பிரதிவிளைவுகளுக்கு முகங்கொடுக்க வேண்டிய சூழல் உருவாகிறது. வணிகச் சூழலும் வணிக ஆதிக்கமும் நகர உருவாக்கமும் அரபுப் பழங்குடிகளிடையே பதற்றங்களையும் தீவிர எதிர்ப்புணர்வுகளையும் தோற்றுவிக்கின்றன.

இப்னு கல்தூனின் கட்டளைப் படிமம் (paradigm) வெளிப்படையாக இதனை உறுதி செய்கிறது. நாகரிகத்துக்காகவும் நகர வாழ்வின் செழுமைக்காகவும் இது காலம் வரை பழங்குடியினர் அனுபவித்து வந்த குழு ஒருமைப்பாட்டையும் பழங்குடியின் வாழ்வைப் பாதுகாக்கக்கூடிய பழங்குடி சமூகப் பெறுமானங்களையும் இழக்கும் நிலைக்கு கோத்திரவாதிகளும் பழங்குடியினரும் தள்ளப் படுகின்றனர்.

அதிகாரத்தைக் கட்டி எழுப்புவதற்கும் நகரவாழ்வையும் நாகரிகத்தையும் தோற்றுவிப்பதற்கும் அசபிய்யா ஆதாரமாக இருந்தது. ஆனால் அவற்றை அனுபவிக்கும்போது முன்னர் குலங்களாகவும் பழங்குடிகளாகவும் கட்டி வளர்த்திருந்த ஒன்றிணைப்புச் சங்கிலி அறுந்து போகிறது.

இரத்த உறவின் அடிப்படையில்தான் அசபிய்யா எண்ணக்கரு அறிமுகப்படுத்தப்பட்டிருந்தது. இரத்த உறவினருக்கு ஆபத்து நேராமல் பாதுகாப்பதும், தனது இரத்த உறவினர் நீதியற்ற முறையில் தாக்கப்பட்டால் அதற்காக வெட்கமடைவதும் எந்த எதிர்ப்பு வரினும் இரத்த உறவினருக்காக அந்தப் பிரச்சினையில் தலையிடுவதும் மனிதனின் இயல்பான தூண்டுதல் என்று இப்னு கல்தூன் விளக்குகிறார். பழங்குடிச் சமூக உறுப்பினர்களின் பாதுகாப்பிற்கென அன்று மனிதனுக்கு இருந்த ஒரே வழி இந்த இரத்த உறவே என்பது இப்னு கல்தூனின் கருத்தாகும். 'இரத்த உறவினர்களை நேரடியாகப் பாதுகாப்பது என்ற உணர்விலிருந்தே அசபிய்யா தோற்றம் பெறுகிறது. இது குடும்பத்தையும் குலத்தையும் பாதுகாக்கும் வடிவமாகவும், அக்காலத் தேவைகளுக்கேற்ப இந்த இயல்பான உணர்வு திடமான சமூக வடிவமாகவும் வளர்ச்சியடைந்தது' (Muhsin Mahdi, 1957: 196).

இரத்த உறவுக்கு நபிகளார் வழங்கிய முக்கியத்துவத்தையும் இப்னு கல்தூன் எடுத்துக் காட்டினார். தமது கருத்துக்கு ஆதரவாக 'முடிந்த வரை உங்கள் இரத்த உறவை உறுதிப்படுத்துவதற்காக உங்கள் வம்சத்தைத் தெரிந்துகொள்ளுங்கள்' என்ற நபிகளின் வாக்கை அவர் முன்வைத்தார் (பார்க்க, 1958: 264). திருக்குர்ஆனிலும் இரத்த பந்தத்திற்கு முக்கியத்துவம் தரும் கூற்றுக்கள் உள. '(அல்லாஹ்வுக்குப் பயந்து) இரத்தக்கலப்பு உறவுக்கும் மதிப்பளியுங்கள்' (குர்ஆன் 4: 1) என்பது அத்தகைய கூற்றுகளில் ஒன்றாகும்.

பாலைவனப் பதாவிகளின் இலட்சிய ஒழுக்கம் பாலைவன வாழ்க்கையை அடிப்படையாகக் கொண்டிருந்தது. அவர்களின் இலட்சிய ஒழுக்கம் 'வீர காவிய உணர்ச்சிவாதமாகும்.' அது 'முர்ருஆ' எனக் கூறப்பட்டது. வீரமரபும் பெருந்தன்மையும் இதன் இரு முதன்மைப் பண்புகளாகும். அவர்களின் சொல்லலங்காரத் திறனையும் இது குறித்தது. குடும்ப உறவோடு இணைந்திருந்த கடமைகள், பாதுகாப்பு, விருந்தோம்பல், இரத்தப் பழியை நிறைவேற்றும் பாரிய பொறுப்பு என்பனவும் இதில் அடங்கியிருந்தன (1967: 22). போரில் தீரம், துயரத்தில் பொறுமை, பழிவாங்குவதில் தீவிரம், பலவீனருக்குக் கருணை எனப் பாலைவனப் பதாவிகளின் 'முர்ருஆ'வை ஆர். ஏ. நிக்கல்ஸன் குறிப்பிடுவார்.

அடிப்படையில் 'முர்ருஆ' தனிமனிதருக்கு உரியதாயினும் சமூக உணர்விலும் அதற்குப் பங்கிருந்தது. பழங்குடிகளின் ஐக்கியம் நிலைபெற அதன் துணை பெரிதும் உதவியது (1986: 63). முர்ருஆவின் ஒழுக்கப் பண்புகள் பாலைவன வாழ்க்கைக்கு ஈடுகொடுக்கக்கூடிய இயற்கையின் ஆற்றல்களுக்கு எதிரான மானிடக் கூட்டுறவென பேராசிரியர் மொண்ட் கொமறிவொட் குறிப்பிடுகிறார்.

குலங்களின் ஐக்கியம்

இரத்த உறவைத் தவிர வேறு பிணைப்புகளும் இந்தக் குடும்ப உறவில் இருந்தன. ஒரே இரத்தத்தில் தோன்றிய பிள்ளை குட்டிகளின் அலகாக அன்றித் தமக்குள் சண்டையிடுவதில்லை என்ற வாக்குறுதியுடன் நேச ஒப்பந்தங்கள் (Confederations) பல உருவாகின. இதன் மூலம் தனி மனிதர், குடும்பம் அல்லது குலங்கள் இணைவது சாத்தியமாயிற்று. இஸ்லாத்தின் தோற்றத்திற்கு முன்னர் செய்துகொள்ளப்பட்ட ஹில்ஃபுல் ஃபுலூல் போன்ற ஒப்பந்தங்கள் முக்கியமாவை.

நபிகளாரின் மூத்த பெரிய தந்தையும் குடும்பத்தின் தலைவருமான அஸ்ஸுபைர், மதிப்பிற்குரிய செல்வந்தர் அப்துல்லாஹ் இப்னு ஜுதானின் இல்லத்தில் கூட்டிய கூட்டத்தில் புகழ்பெற்ற ஹில்ஃபுல் ஃபுலூல் என்ற குழாத்தை அமைப்பதற்கான முடிவு எடுக்கப்பட்டது. நகரத்தில் ஒடுக்கப்படுவோருக்கு விரைந்து உதவி அளிப்பதற்கு இளைஞர்கள் உறுதிபூண்டனர் (முஹம்மத் ஹமீதுல்லாஹ் இ.பெ. 1993: 69). சிறிதும் தொடர்பற்ற தூரத்துக் குலங்களையும் இந்த ஒப்பந்தங்கள் பிணைத்தன (1987: 9). இதில் பிணைப்புற்ற உறுப்பினர்

எவராயினும் பழங்குடியின் உண்மையான உறுப்பினராகவே கணிக்கப்பட்டனர்.

ஒப்பந்த அடிப்படையில் ஏற்பட்ட உறவாயினும் அரபியர்கள் அதில் இரத்த உறவுக்குரிய கடப்பாடுகளை நிறைவேற்றினார்கள். பழங்குடியினுள் இணைந்தோருக்கு உரிய பாதுகாப்பு முழு அளவில் வழங்கப்பட்டது. அரபியரிடையே வழங்கிய 'சகோதரர்' என்ற பட்டம் இரத்த உறவினரை மட்டும் குறிக்கவில்லை. இரத்த உறவற்ற சகோதரத்துவத்திற்கு, ஒத்த கருத்து இருந்தால் அதுவே போதுமானதாக இருந்தது *(1969: 21)*.

ஏழைகளும், கைதிகளும், பலவீனர்களும் இந்த வகை நேச ஒப்பந்தங்களால் பாதுகாப்புப் பெற்றனர். சக்தியற்ற குலங்களுக்கு இது பெரு வாய்ப்பாக அமைந்தது. அரச நிறுவனமோ, சமாதானத்தைத் திணிக்கும் வேறு இயந்திரமோ இல்லாத நிலையில் மக்காவில் அப்போது ஏற்பட்ட புதிய நெருக்கடிகளுக்கு இதுவே இயலக்கூடிய அதிகபட்சத் தீர்வாக அமைந்தது. கடும் வறட்சி, உணவுத் தட்டுப்பாடு, வழிப்பறி, குலச்சண்டைகள் போன்ற பிரச்சினைகளின் தாக்கத்திலிருந்து தனிமனிதரை அல்லது பலவீனமான குலத்தைப் பாதுகாக்கவும் இந்தப் பிணைப்பு உதவியது.

தொன்மை அரபுச் சமூகத்தில் உருவான இந்தக் குல இணைவை 'செயற்கைக் குல ஒருமைப்பாடு' எனப் பேராசிரியர் வொட் குறிப்பிடுகிறார். நேச ஒப்பந்தங்களால் இவ்வாறு உருவான குல ஐக்கிய எழுச்சி நபிகளார் காலத்தில் பரவலாகக் காணப்பட்டது. இந்தக் குல ஐக்கியங்கள் ஓர் அரசியல் இணைப்பை அடையாளப் படுத்தின (Ignas Goldziher, *1967: 14*).

நபிகளார் காலத்தில் நடைபெற்ற இந்தக் குல ஐக்கியச் செயற்பாட்டில் வணிக நலன்கள் முக்கிய இடத்தைப் பெற்று வந்தன. வணிகப் போட்டியில் தனி ஆதிக்கத்தைச் செலுத்த முனைந்த குலங்களுக்கு அல்லது வணிகக் குபேரர்களுக்கு எதிராகவும் இவை உருவாகின. பலவீனமான வணிகர்கள் ஒப்பந்தங்கள் செய்து தமக்குள் ஐக்கியத்தை ஏற்படுத்திக்கொண்டனர். சக்திமிக்க குபேரர்கள் தமக்குள் குலக் கூட்டுறவை உருவாக்கிக்கொண்டதுபோல் பலவீனர்களும் தமது குல எல்லைகளைத் தாண்டி வேறு குலத்தவர்களுடன் அல்லது தனிமனிதர்களுடன் ஒப்பந்தங்கள் செய்துகொண்டனர். ஹில்ஃபுல் ஃபுலூல் இவற்றுள் குறிப்பிடத்தக்க அமைப்பாகும்.

குல ஐக்கியத்தின் இடத்திற்கு வர்க்க ஒருமைப்பாடு வந்து சேர்வதை இதுவும் இதுபோன்ற ஒப்பந்தங்களும் உணர்த்தின.

ஹில்ஃஃபுல் ஃஃபுலூல் அமைப்பை உருவாக்குவதில் நபிகளின் ஹாஷிம் குலத்தினரே முன்னணியில் நின்றனர். சுதந்திரமாக வணிகக் காரவன்களை அனுப்ப முடியாத வணிகர்களின் பாதுகாப்பு இதில் முக்கியத்துவம் பெற்றது. குபேர வணிகர்களால் அல்லது வணிகப் போட்டியில் தனி ஆதிக்கம் செலுத்தியவர்களால் நபிகளின் ஹாஷிம் குலமும் பாதிக்கப்பட்டிருந்தது. பாதிக்கப்பட்ட வணிகர் குழாத்தினர் ஒன்றுகூடி ஒருங்கிணைப்பை ஏற்படுத்திக்கொண்டனர்.

மக்கா நகரில் ஒடுக்கப்படும் அமைப்புக்களின் உறுப்பினர்களுக்கு உதவி வழங்குவதென்று ஃஃபுலூல் உடன்படிக்கையின் போது உறுதிமொழி எடுக்கப்பட்டது. பாதிக்கப்பட்டவர்களின் ஒருங்கிணைப் பாக மட்டுமன்றி பலவீனர்களுக்கு ஆதரவளிப்பதும் அவர்களுக்கு நீதியைப் பெற்றுத்தருவதும் இதன் நோக்கங்களில் ஒன்றாக இருந்ததும் கவனத்தில் கொள்ளத்தக்கதாகும் (Asghar Ali Engineer, *1980: 17*).

நபிகளாரின் இளமைப் பருவத்தில் நடைபெற்ற இந்த உடன் படிக்கையின் போது நபிகளும் அங்கு இருந்தார். பிற்காலத்தில் இந்த உடன்படிக்கையை நபிகளார் நினைவுகூர்கையில், ஹில்ஃஃபுல் ஃஃபுலூல் தொடங்கப்பட்ட கூட்டத்தில் நானும் கலந்துகொண்டேன். இந்தப் பெருமையைவிட்டுக் கொடுப்பதற்கு ஈடாகச் செந்நிற ஒட்டகங்களின் மந்தை ஒன்றைக் கொடுத்தால்கூட நான் இணங்க மாட்டேன் (முஹம்மத் ஹமீதுல்லாஹ் இ. பெ. *1993: 63*). ‘இப்போது கூட யாரேனும் இந்த உடன்படிக்கையின் பேரில் உதவி கோரினாலும் உதவத் தயாராக உள்ளேன்’ என்றும் நபிகளார் கூறினர்.

போர்ச் சூழல்

அரபியரின் வாழ்வில் இரத்தம் சிந்துவதும் கொள்ளையிடுதலும் பொது வழக்காகும். விடுதலையளிக்கப்பட்ட நான்கு புனித மாதங்களைத் தவிர ஆண்டு முழுவதும் அவர்கள் போர் புரிந்தனர். ஒரு சாதாரணச் சச்சரவோ ஒரு தனிமனிதக் கொலையோ பல பத்தாண்டுகள் நீடிக்கக்கூடிய போருக்குப் போதிய காரணங்களாக இருந்தன. அவர்களின் போர்முறைகள் மிகவும் குரூரமானவை; மனிதத் தன்மையற்றவையாகவும் இருந்தன. நபிகளார் காலத்திலும் அதற்கு முன்னரும் மனித நேயத்திற்குப் புறம்பான பல கொடூரங்களைப்

போர்களில் அவர்கள் நிகழ்த்தினர். பண்டைய போர்களின் குரூரத் தன்மைகள் பற்றி பைபிள் பின்வருமாறு கூறுகிறது:

> சமூவேல் பவுலை நோக்கி இப்போது நீ போய் அமலேக்கைக் கொன்று அவன் உடைமைகள் அனைத்தையும் அழித்துவிடு. அவன் மேல் இரக்கங்கொள்ளாதே. அவனது சொத்துக்களில் ஒன்றையும் விரும்பாதே. ஆனால் ஆண்பிள்ளைகள் முதல், பெண் பிள்ளைகள் வரை, சிறுவர், பால் குடிக்கிற பிள்ளைகள், மாடுகள், ஆடுகள், ஒட்டகங்கள், கழுதைகள், முதலியவற்றைக் கொன்றுவிடு *(15: 13)*.
>
> அவர்கள் கொள்ளைப் பொருள்களின் மேல் பாய்ந்து ஆடுமாடு களையும் கன்றுகளையும் கொணர்ந்து தரையில் போட்டு அடித்து இரத்தத்துடன் சாப்பிட்டனர் *(14: 32-33)*.

அரபியப் போர்களிலும் இதற்குச் சமமான செய்திகள் உள்ளன. குழந்தைகளையும் பெண்களையும் அவர்கள் எரியூட்டிக் கொலை செய்தனர். கர்ப்பிணிகளின் வயிற்றை வெட்டிப் பிளந்தனர். அம்பெய்யும் பயிற்சிக்கு சிறுவர்கள் பலியாக்கப்பட்டனர். போரில் பிடிபட்ட கைதிகள் கொலை செய்யப்பட்டனர். இறந்தவர்களின் சடலங்கள் குரூரமாகச் சிதைக்கப்பட்டன. தாயும் பிள்ளைகளும் பிடிக்கப்பட்டால் அவர்களைப் பிரித்து வைத்தனர். போரின் போது மரங்களையும் கட்டிடங்களையும் பாழ்படுத்தினர்.

போர்க் கொள்ளை கிட்டத்தட்ட அங்கீகரிக்கப்பட்ட தொழிலாக இருந்தது. கொள்ளைப் பொருள்களுக்காகவே அவர்கள் போர்களில் இறங்கினர். போர்க் கொள்ளையும் வழிப்பறியும் கண்டிக்கப்பட வில்லை. இவை அவர்களின் வாழ்வாதார வழியாக இருந்ததால் அவர்களின் ஒழுக்க நியமங்கள் இவற்றை ஆதரித்தன. போர்க் கொள்ளைக்குரிய அரபுச்சொல் கனீமத். அரபுமக்களின் வாழ்வில் கனீமத் சிறப்பான இடத்தைப் பெற்றிருந்தது.

தார் விதி

பாலைவன அரபியர் போரை நேசித்தனர். ஓரளவுக்குப் போர், அவர்களின் வாழ்க்கையுமாகும். 'தார்' முறை போர் ஆவலை மேலும் தூண்டியது. இது 'தார் விதி' (Law of Thar) எனப்பட்டது. ஏதாவதொரு வழியில் ஒரு பழங்குடி நபர் கொலை செய்யப்பட்டால் அந்தக் கொலைக்காக முழுக்குல உறுப்பினர்களும் கூட்டுமுறையில் பழிவாங்குவதை தார் விதி கட்டாயப்படுத்தியது. இந்த முறையில்

எழும் போர்கள் பல நூற்றாண்டுகள் வரையும் நீடிக்கும். இந்தப் போர்களிலிருந்து கிளை உறுப்பினர்களும் தொடர்வதுண்டு. தார் அரபியரின் பண்புக்கூறுகளில் ஊறியிருந்த ஒன்று என அல்லாமா ஷிப்லி நூமானி குறிப்பிடுகிறார் (பார்க்க: 1981: 245, Vol. II).

கொலைக்குரிய பழி வாங்கப்படாத வரை கொலையுண்டவனின் ஆன்மா ஒரு பறவையாக ஓலமிட்டு அலையுமென்றும், பழி வாங்கப்படாதவரை கொலையுண்டவனின் சவக்கிடங்கு தீராத இருளில் மூழ்கிக்கிடக்கும் என்றும் அவர்களிடம் புராண நம்பிக்கைகள் நிலவின. இத்தகைய நம்பிக்கைகள் தார் விதியை மேலும் தீவிரப்படுத்தின. அரபுகளைப் பொறுத்தவரை காயப்பட்டு போர்க்களத்தில் இறப்பதுதான் கண்ணியமான மரணம். ஆன்மா மூக்கின் வழியாக அன்றி காயத்தின் வழியாக வெளியேறியது என்ற இறப்புச் செய்திக்கே அவர்கள் மதிப்பளித்தனர். நோயுற்று இயற்கையாய் மரணிப்பதைத் தொன்மை அரபியன் இழிவுச் சாவு எனக் கருதினான்-இதனை அவர்கள், 'மூக்கு மரணம்' என்றனர். அவர்களின் பாடல் ஒன்று இவ்வாறு கூறுகிறது:

எமது எந்தத் தலைவனும்
மூக்கினால் மரணிக்கவுமில்லை
பழிவாங்கப்படாத நிலையில்
எங்களில் ஒருவன் கொலை செய்யப்படவுமில்லை.

இஸ்லாம் பழைய போர்முறைகளிலும் போர்க்கொள்ளையிலும் (கனீமத்) மாற்றங்களை ஏற்படுத்தியது. போர் ஒழுக்கக் கோவை என்று கூறுவதற்குச் சமமான கருத்துகளை இஸ்லாம் போர் தொடர்பாக முன்வைத்தது. 'நீதியான வழியிலன்றிப் போரில்லை' என்ற அடிப்படைக் கருத்தை இஸ்லாம் பிரகடனப்படுத்தியது. 'போரில் வரம்பு மீறவேண்டாம்', 'அல்லாஹ்வின் வழியில் போர் புரியுங்கள்' 'அநீதி இழைப்பாருடன் மட்டுமே போர்' என்ற குர்ஆனின் கட்டளைகள் பழைய போர்முறைகளையும் அதற்கான காரணி களையும் குர்ஆன் முற்றாக நிராகரிக்கிறது என்பதற்கான சான்றுகளாகக் கொள்ளலாம்.

அபூதாவூதின் பதிவின்படி நபித்தோழர் அனஸ் (ரலி) அவர்களுக்கு நபிகளார் வழங்கிய போர் அறிவுரைகளில் ஒன்று 'பலவீனப்பட்ட முதியோர், சிறார்கள், மகளிர் எவரையும் நீங்கள் கொலை செய்துவிட வேண்டாம்' என்பதாகும். கலீஃபா அபூபக்கர் தமது தளபதிகளுக்குப் போர் அறிவுரை வழங்கியபோது கிறிஸ்தவ குருமார்கள், துறவிகள்,

தொழிலாளர்கள் போன்றவர்களை அவர்கள் போரில் பங்கெடுத்துக் கொள்ளாத வரையில் தாக்க வேண்டாம் எனக் கூறினார்.

பிணைக்கப்பட்ட நிலையில் இருப்பவர்களையோ கைதிகளையோ கொலை செய்வதை நபிகளார் தடுத்துவிட்டார். எதிரிகளின் சடலங்களைச் சிதைப்பதையும் சடலங்களிலிருந்து மூக்கு, காது, ஈரல் போன்ற உறுப்புக்களை அறுத்தெடுப்பதையும் நபிகளார் தடுத்தார். எதிரி நாட்டிற்குள் நுழையும்போது நாச வேலைகளில் ஈடுபட வேண்டாம் என்றும் பள்ளிவாசல்களைக் கண்டால் அல்லது பாங்கோசையைக் கேட்டால் யாரையும் கொல்லவேண்டாம் என்றும் நபிகளார் கூறினார். போர்த் தளபதிகளை நியமிக்கும்போது இறையச்சத்துடன் அல்லாஹ்வின் பாதையில் போர் புரியுமாறு பணித்தார். ஒப்பந்தங்களுக்கு மாறு செய்ய வேண்டாம் என்றும் யாரையும் கோரப்படுத்தவேண்டாம் என்றும் சிறுவர்களைக் கொலை செய்ய வேண்டாம் என்றும் தமது தளபதிகளுக்கு அறிவுரை கூறினார்.

நபிகளார் காலத்தில் போர்கள் நடைபெற்றபோதும் அதில் மாற்றங்கள் தென்பட்டன. இரத்தவெறி இல்லாதொழிக்கப்பட்டது. போர்களுக்கு வரையறைகளும் விதிகளும் வகுக்கப்பட்டன. உண்மையில் 'ஆயுதப் பயன்பாடும் இரத்தம் சிந்துதலும் அதன் இறுதி எல்லைவரை கட்டுப்படுத்தப்பட்டன' (Hamidullha, 1979: 87). மேலும் இதுகாலம்வரை பெரும் கௌரவத்துக்குரியதாகக் கருதப்பட்ட கொலைக்குரிய இரத்தக் கோரிக்கையை நபிகளார் தமது இறுதி ஹஜ்ஜின்போது நிராகரித்தார். அல்லாஹ்வின் பாதையில் போர் செய்யுமாறும் உலகியல் எதிர்பார்ப்புகளைக் கைவிடுமாறும் நபிகளார் கோரிக்கை விடுத்தார். போரில் பொருள்களைக் கவர்வதைவிட மறுமையின் பலன்களே மேலானதென்று கூறியது புதிய கருத்தாகும். இதன்மூலம் போர்க்கொள்ளையின் மீது அவர்கள் பாராட்டிவந்த மரபுரிமையை நபிகளார் கேள்விக்குரியதாக்கினார்.

பழிக்குப் பழி

அரபுப் பழங்குடியில் பழிக்குப் பழி ஓர் உயிர்ப் பாதுகாப்பு முறையாக விளங்கியது. குலத்தினுடைய பொதுப் பாதுகாப்பும் இதில் அடங்கியிருந்தது. குலத்தின் அல்லது குடும்பத்தின் உறுப்பினர் தாக்கப்பட்டால், பொது எதிர்ப்பு உருவானால் காரணகாரிய ஆராய்ச்சியின்றி பதில் தாக்குதல் நடத்தப்பட்டது. பதில் தாக்குதலைப்

பழங்குடி புனிதக் கடமையாகக் கருதியது. இது பழங்குடி சமுதாய அமைப்பு அனைத்திற்கும் பொதுவான முறையெனக் கருதலாம்.

அமெரிக்க இந்திய இரோகுவாய் பழங்குடியிடம் காணப்பட்ட இதே வகைப் பண்பாட்டு அம்சத்தை எங்கெல்ஸ் பின்வருமாறு குறிப்பிடுகிறார்: ‘ஒவ்வொரு பழங்குடியினுள்ளும் ஒருவருக்கொருவர் உதவுவதும், பாதுகாப்பளிப்பதும் குறிப்பாக அந்நியரின் கெடுதிகளிலிருந்து பாதுகாப்பளிப்பதும் கட்டாயச் செயலாகும். ஒவ்வொரு பழங்குடி உறுப்பினரும் பாதுகாப்பிற்குத் தனது பழங்குடியை நம்பியிருந்தார், அவ்வாறு நம்பியிருக்க வேண்டியிருந்தது. ஒருவருக்குச் செய்த அநியாயம் முழுப் பழங்குடிக்கும் செய்ததாகக் கருதப்பட்டது. பழங்குடியின் இரத்த இணைப்பிலிருந்தே இரத்தப் பழி வாங்கும் கடப்பாடு தோன்றுகிறது’ *(1972: 86)*.

நிறுவனப்படுத்தப்பட்ட சமாதான, பாதுகாப்பு ஏற்பாடுகள் இன்னும் உருவாகாத தொன்மைச் சமூக அமைப்பில் பழிக்குப்பழி அவற்றின் இடத்தை நிரப்பியது. எதிரிகளை மன்னிப்பதும் சமரசம் செய்துகொள்வதும் ஒழுக்கமென அரபுப் பழங்குடியினன் கருதவில்லை. நாடோடி அரபியரிடம் மாத்திரமல்ல உயர்ந்த நாகரிகத்திற்கு உரியவர் எனக் கருதப்படும் பண்டைய எகிப்தியரிடமும் கிரேக்கரிடமும் இந்தக் கருத்தே நிலவியது.

பழங்குடிச் சமூகத்திற்கும் நாகரிகச் சமூகத்திற்குமுள்ள வேறுபாடு போருக்கும் சமாதானத்திற்குமான வேறுபாடாகும். நாகரிகச் சமூகத்தில் சட்டத்தையும் ஒழுக்கத்தையும் நிலைநிறுத்துவதற்கென நிறுவனங்கள் உள்ளன. இந்த நிறுவனங்களைப் பெற்றிராத பழங்குடிச் சமூக அமைப்பு போர்ச் சூழலிலேயே தங்கியிருக்க வேண்டியிருந்தது. பலாத்காரத்திற்குக் கட்டற்ற உரிமை வழங்கப்பட்டது. ஹொாப்ஸ் இதைச் ‘சண்டையிடும் போர்ச்சூழல்’ எனக் குறிப்பிட்டார். இது நேரடியான போரைவிட பலாத்காரத்தைப் பயன்படுத்துவதற்கு, அன்றிருந்த சுதந்திரத்தையே குறித்தது. நிறுவனப்படுத்தப்பட்ட பாதுகாப்பு ஏற்பாடுகளையும் சமாதானத்தையும் மனிதன் தேடுவதில் உள்ள நியாயம் இந்தப் போர்ச் சூழலிலிருந்தே தோன்றுவதாக ஹொாப்ஸ் கருதுகிறார் (Ashley Montagu, *1968: 201*).

இஸ்லாத்தின் தோற்றத்தின் பின்னரும் பழங்குடியின் போர்ச் சூழல் இருந்தது. இது பண்டைய ‘முர்ருஆ’வின் பழிக்குப் பழி, பதிலுக்குப் பதில் என்ற நிலை நீடித்திருந்ததையே காட்டுவதாகும்.

(1967: 24). சமூகத்தில் இரத்தக் களரியைக் கட்டுப்படுத்தும் அரணாகப் பழிக்குப் பழி இயங்கியதை இஸ்லாம் அறிந்திருந்தது. 'நம்பிக்கையாளர்களே கொலைக்குப் பழிவாங்குவது உங்கள் மீது விதிக்கப்பட்டிருக்கிறது' (குர்ஆன் 2: 178) எனக் குர்ஆன் குறிப்பிட்டது. 'அறிவாளிகளே, கொலைக்குப் பழிவாங்குவதில் உங்களுக்கு வாழ்க்கை உண்டு' என்று மற்றோர் இடத்தில் குர்ஆன் கூறும் போதும் சமாதானத்தை ஏற்படுத்த உதவும் நிறுவனங்களற்ற நிலையில் பழிக்குப்பழியின் சமுதாயப் பங்கினை அது உணர்த்துகிறது எனக் கொள்ள வேண்டும்.

எனினும் பழிக்குப் பழி தொடர்ந்தும் அதன் பழைய நிலையில் இருந்து வருவதைப் புதிய சூழ்நிலை அங்கீகரிக்கவில்லை. பழிக்குப் பழியில் மாற்றம் நிகழ வேண்டியிருந்தது. பழிக்குப்பழி என்பதைவிட இழப்பீட்டிற்கும் மன்னிப்பிற்கும் முன்னுரிமை அளிக்கப்பட்டது. பழிக்குப் பழி என்பதிலும் அல்லது பதிலுக்குப் பதில் என்பதிலும் ஏற்பட்ட இந்த மாற்றத்தை நபிகளார் தமது சீர்திருத்தங்களில் முக்கியப்படுத்தினார். பழிக்குப் பழியே கௌரவமானது என்ற பழங்குடி மனோபாவத்தை மாற்றுவதற்கும் மன்னிப்பும் கௌரவமானது என்பதை நிலைநிறுத்துவதற்கும் நபிகளார் பெரிதும் முயன்றார். இது பழங்குடிக்கே உரித்தான அடிப்படை ஒழுக்க அமைப்பில் ஏற்படுத்தப்பட்ட மாற்றமாகும். 'பண்டைய முர்ருஆவில் நபிகளாரின் புதிய நெறி (தீன்) ஏற்படுத்திய மாற்றமென' இங்னஸ் கோல்ட்ஷியர் இதனைக் குறிப்பிடுவார்.

பழிக்குப்பழி அதன் பாத்திர முக்கியத்துவத்தை இழந்துகொண்டு இருந்தது என்பதே உண்மை. பழிக்குப்பழிக்கு அனுமதி இருந்தபோதும் அதன் கொடூர நடைமுறைகளைக் குர்ஆனின் கட்டளைகள் தடுத்தன. 'பழிக்குப்பழியில் வரம்பு மீறவேண்டாம்' எனக் குர்ஆன் (2: 278) எச்சரிக்கை செய்ததுடன் மன்னிப்பதை வீரச் செயல் எனவும் வர்ணித்தது.

> எவரேனும் பொறுத்துக்கொண்டு மன்னித்துவிட்டால் இது மிக்க வீரம் பொருந்திய காரியங்களில் உள்ளதாகும் (குர்ஆன் 42: 43).

குல அரசியல்

குலம் அல்லது பழங்குடி தனக்கெனச் சில எளிமையான அதிகார அமைப்புக்களைப் பெற்றிருந்தது. ஒவ்வொரு குலத்திற்கும் ஒரு தலைவனிருந்தான். அவனைச் 'செய்யித்' அல்லது 'ஷெய்க்' என அழைத்தனர். செய்யித் தலைவனாக இருந்தபோதும் அவனது

தலைமைத்துவம் மட்டுப்படுத்தப்பட்டதாகும். ஷெய்க்கிடம் சில அதிகாரங்கள் இருந்த போதிலும் தீர்ப்புக்களை அவன் தனது சுய பொறுப்பில் எடுப்பதில்லை. மற்றவர்களின் ஆலோசனைகளை அவன் பெற வேண்டியிருந்தது.

சமாதான காலத்தில் தமது குலத்தவர் மேய்ச்சல் நிலங்களுக்குச் செல்வதைக் கண்காணிப்பதும், முகாம் அமைப்பதற்குப் பொருத்தமான இடத்தைத் தெரிவு செய்வதும் ஷெய்க்கின் பணியாகும். குலத்திற்குள் ஏற்படும் பிணக்குகளைத் தீர்த்து வைப்பதும் குலங்களுக்கிடையிலான பேச்சு வார்த்தைகளில் குலத்தின் சார்பாகப் பங்குகொள்வதும் செய்யிதைச் சார்ந்ததாகும். எனினும் போர்க் காலத்திற்குரிய தலைமை யைக் குலம் வேறொருவருக்கே வழங்கியது. நீதிப் பிரச்சினைகளில் தீர்ப்பளிப்பதற்கு மூதாதையினரின் மரபுகளை நன்கறிந்த போதிய அறிவுள்ள (ஹக்கீம்) ஒருவரே தேர்ந்தெடுக்கப்பட்டார். கொலை களுக்கான இழப்பீட்டை அல்லது குருதி நிதியைப் (blood - money) பெற்றுத்தரும் பொறுப்பு செய்யிதுடையதாகும்.

பதாவிகளின் தலைவர்களுக்கு மெய்ப்பாதுகாவலர்கள் இல்லை. தலைவனை விளிக்கும் கௌரவச் சொற்களும் கிடையாது. தலைவனுக்கும் குலத்தின் சாதாரண உறுப்பினர்களுக்கும் இடையே 'அந்தஸ்து' பேதம் இருக்கவில்லை. பாலைவனப் பழங்குடி சமூகத்தின் ஒருமைப்பாட்டை வளர்க்கும் முக்கிய சமூக அலகாக செய்யித் செயல்பட்டார்.

இரோகுவாய்ப் பழங்குடிகளின் 'சாகெமிற்கும்' 'செய்யிதிற்கும்' ஒற்றுமைகள் அதிகமுள்ளன. குல ஐக்கியம் சாகெமின் கைகளில் இருந்தது. சாகெமிடமோ, செய்யிதிடமோ அவர்களின் ஆணைகளை நிறைவேற்றும் பலாத்காரச் சாதனங்கள் எதுவுமே இருக்கவில்லை. இரோகுவாய்த் தலைவனின் அதிகாரம் தந்தையின் இடத்தையும் தார்மீகத் தன்மையையும் கொண்டிருந்தது என்ற கருத்து செய்யிதிற்கும் பொருந்துவதாகும். அரபுப் பழங்குடிகள் உட்படப் பொதுவாகப் பழங்குடிகள், குல ஒருமைப்பாட்டைக் கட்டிக் காப்பதற்கு பலாத்கார மற்ற ஜனநாயக ரீதியான முறைகளிலேயே பெரிதும் தங்கியிருந்தனர்.

மாலா

அரபுக் குல அமைப்பில் தலைவனைத் தவிர ஒவ்வொரு குலத்திற்கும் ஒவ்வொரு மஜ்லிஸ் அல்லது சபை இருந்தது. இந்த மஜ்லிஸ்களின் ஒருங்கிணைப்பாக மாலா என்ற மேல்சபை உருவாகியது. மாலா

முறை, நபிகளார் பிறப்பதற்கு முன்னரே நடைமுறையிலிருந்த ஓர் அமைப்பாகும். நூஹ், ஷுஐப் நபிகளார் காலங்களிலும் மாலா அமைப்பு காணப்பட்டுள்ளது. அவர்கள் தம் காலத்துத் தலைவர்களுடனும் சபைகளுடனும் பேசிவந்துள்ளார்கள் (பார்க்க, 1984: 19, 20). இந்த அமைப்பு பொதுவாக நகர்ப்புறங்களில் காணப் பட்டுள்ளது. வெளியாரின் தாக்குதல்களிலிருந்து தமது நகரங்களைப் பாதுகாக்க மாலாக்கள் ஆரம்பத்தில் செயற்பட்டுள்ளன. இஸ்லாத்திற்கு முன்னர் மக்காவில் இது செயல்பட்டது (1984: 19, 20).

மக்காவை மையமாகக் கொண்டு இயங்கிய மாலாவை மக்காவின் அரசாங்க உறுப்பெனக் கருதலாம். மாலாவின் தீர்ப்புகளைக் குலங்கள் அங்கீகரித்தன. ஒவ்வொரு உறுப்பினரும் அல்லது குடிமகனும் மாலாவின் தீர்மானங்களுக்கு மதிப்பளித்தனர். எனினும் உறுப்பினர்களைக் கட்டுப்படுத்தும் அதிகாரம் இந்தச் சபைக்கு இருக்கவில்லை. அங்கத்தவர்கள் சுதந்திரமாக இயங்கினர். உறுப்பினர்களிடையே உயர்வு தாழ்வு காட்டப்படவில்லை. மக்காவின் மாலா எதென்ஸ் நகரத்தின் எக்லேஷியா என்ற மக்கள் சபையைவிட அதிக அளவு ஜனநாயகப் பண்புகளைக் கொண்டது என்பது பேராசிரியர் வொட் அவர்களின் கருத்து (1979: 4).

எக்லேஷியாவில் பேச்சாற்றலுக்கே முக்கியத்துவம் அளிக்கப் பட்டது. இதனால் நாவன்மை உள்ளவர்கள் சபையின் மதிப்பை எளிதில் பெற்றனர். மேலும் மக்கள் சபையில் பேசுவதற்கு உறுப்பினர் உரிய தகைமைகளைப் பெற்றிருக்க வேண்டும் என்று எதிர்பார்க்கப்பட்டது. சொத்துடைமையோ, திருமணமோ, பூர்த்தி செய்யப்பட வேண்டிய நிபந்தனைகளாக இருந்தன. மாலாவின் உயர்வைக் காட்டும் பேராசிரியர் வொட்டின் கீழ்வரும் கருத்தையும் நோக்கலாம்:

> எத்தேனியரின் எக்லேஷியாவைவிட மக்காவின் மாலா அதிக விவேகமுள்ளதாகவும் பொறுப்பு வாய்ந்ததாகவும் இருந்தது. மாலாவில் எடுக்கப்பட்ட தீர்மானங்கள் வெறும் பேச்சாற்றலினாலன்றி மனிதனின் திறமைகளின் பேரில் எடுக்கப்பட்டன (1979: 9).

இலக்கியம்

அரபியாவில் இஸ்லாத்திற்கு முந்திய இலக்கியம் பெரும்பாலும் கவிதையைத் தனித்துவமாகக் கொண்டது. நாடகம், காவியம் என்பன அவர்களிடத்தில் இருக்கவில்லை. அவர்களின் கவிதைகள் பாடல்

கவிதை (Lyrical Poetry) வடிவில் அமைந்தவை. இந்தப் பாடல் கவிதைகள் காவியங்களுக்குரிய, நாடகங்களுக்குரிய சில கூறுகளைப் பிரதிபலித்தன. தொன்மைக் காலத்தில் நாடகங்களின் வளர்ச்சிக்கும் புராணவியலுக்கும் நெருங்கிய தொடர்பு இருந்துள்ளன. அரபிய மரபில் சிக்கல்மிகுந்த புராணவியல் இருக்கவில்லை. அரபியரின், கடின வாழ்க்கை முறையும் பாலைவனச் சூழலும் நாடகம், காவியம் போன்ற கலைகளின் வளர்ச்சிக்கு சாதகமானதாக அமையவில்லை.

அரபியரின் மனப்பாங்கு மிகக்கூரிய தனிமனிதத் தன்மை கொண்டது. இதனால் தனிமனித மனோநிலைகளைக் கூறக்கூடிய சிறுபாடல் வகைகளில் அவர்கள் அதிக நாட்டம் செலுத்தினர். இந்த வகையிலான சிந்துகளும் கஸீதாக்களும் அவனுக்குக் கைவந்த கலைகளாகின (Adonis, *1990: 14*). இவை செவிப்புல வாய்ப்பாட்டுக் கவிதைகள், இவற்றுக்கு எழுத்து வடிவம் இல்லை. பரம்பரை பரம்பரையாக இந்தக் கவிதைகள் வாய்மாறிச் சென்றன. இந்தப் பாடல் கவிதைகளுக்குக் குரல் உயிர்மூச்சாகும். இவை பேச்சாகவோ பேச்சுநிலை கடந்ததாகவோ ஆனால் குரலுக்கும் மொழிக் குமிடையிலான செழுமையும் சிக்கலும் நிறைந்த தொடர்பின் பிறப்பிடமாகவோ இருந்தன என்பார் எடொனிஸ் *(1990: 14)* அரபு மக்களின் வழக்காறுகள், மரபுகள், வீரப்பிரதாபங்கள், துயரங்கள், தோல்விகள் முதலியனவற்றை இந்தக் கவிதைகள் வெளிப்படுத்தின.

வாய்வழியாகக் கவிதையைக் கேட்பதையே முந்தைய அரபியர் தகுந்த வடிவமெனக் கருதினர். அரபுமொழியில் பாடல் என்பது குரலையே வேர்ச்சொல்லாகக் கொண்டிருந்தது. வாய்வழியாய்க் கவிதை இசைத்தலை தனித்துவமான கலையென அரபியர் கருதினர் *(பார்க்க: எம். எஸ். எம். அனஸ், 2017)*.

அரபுப் பாடல்கள்தான் அரபு இலக்கியத்தின் முதல் வடிவமாகும். அழகான சொற்களால் உயர்வான உண்மைகளை அரபுக் கவிஞர்கள் பாடினர். தத்துவக் கவிகளில் ஒருவரான அபூதமாம் *(கி.பி. 788)* கிதாபுல் ஹமாஷ் என்ற அரபுப் பாடல் தொகுப்பை வெளியிட்டு உள்ளார். ஹமாஷ் என்றால் துணிவு என்று பொருள். அதில் *884* ஆரம்ப காலப் பாடல்கள் தொகுக்கப்பட்டுள்ளன.

தொன்மை அரபுக் கவிஞர்கள் வாழ்கையைக் கூறுவதில் மட்டும் வல்லவர்களாக இருக்கவில்லை. எதுகை மோனைகளுடன்

சொற்களைக் கையாள்வதில் பெரிய மந்திரஜாலம் செய்யும் ஆற்றல் அவர்களுக்கு இருந்தது (பார்க்க: எம்.எஸ்.எம். அனஸ், 2017). ஓர் அரபிய குடும்பத்திலிருந்து ஒரு கவிஞர் தோன்றிவிட்டதாக அறிந்தால் அக்கம் பக்கத்தில் உள்ள குடும்பத்தினர் அனைவரும் ஒன்றுகூடி அந்தக் குடும்பத்திற்கு மகிழ்ச்சியையும் வாழ்த்துகளையும் தெரிவிப்பர். விருந்து வைபவங்களும் ஏற்பாடு செய்யப்படும் (Robert Holyland 2001:113). கவிஞர்களுக்கு அரபியரிடம் அவ்வளவு கௌரவம் இருந்தது.

இஸ்லாத்திற்கு முந்திய அரபு இசை பண்டைய மத்திய கிழக்கு இசைக்குச் சமமானது. அரபுத் தீபகற்பத்தில் தனித்துவமான இசை வடிவங்கள் இருந்துள்ளன. குறிப்பாக இஸ்லாத்தின் தோற்றத்திற்கு முன்னர் கி.பி 5ஆம் நூற்றாண்டில் இருந்து 7ஆம் நூற்றாண்டின் தொடக்கம் வரை ஜாஹிலியாக் கால (அறியாமைக் காலம் என்று இது அழைக்கப்படும்) இசைதான் அரபு இசையின் தோற்ற மூலம் என்று கருதப்படுகின்றது. ஆயினும், பண்டைய அரபு நாகரிக வளர்ச்சியுடன் நோக்கும் போது அரபு இசைக்கு இன்னும் ஆழமான வரலாறு உண்டு என்பது புலனாகும்.

அந்தக் காலத்தில் இலக்கியப் போட்டிகள் நடைபெற்றன. அவற்றில் கவிஞர்கள் பங்கேற்றனர். பாடகிகள் (ஹீய்னா) பாடல் நிகழ்ச்சிகளில் பங்கேற்பது பெருவழக்காக இருந்தது. அல்ஹிஜாஸ் இசைக் கலைஞர்கள் ஏனைய நாடுகளில் அரசவைகளிலும் பாடிப் பாராட்டுகளைப் பெற்றனர். மிஹ்ஹர், மிஸாபா, கூஸாபா, மிஸ்மார், தஃப் போன்ற இசைக் கருவிகள் இங்கு புகழ்பெற்று விளங்கின (எம். எஸ். எம். அனஸ் 2014: 2).

வருடாந்த சந்தைகள் கூடும்போது வணிக நடவடிக்கையோடு கவிதை வெளியீடுகளும் வேறு பொழுதுபோக்குகளும் இடம் பெற்றன. மக்காவுக்கு அருகே இருந்த 'உக்காஸ்' இத்தகைய நிகழ்ச்சி களுக்குப் பெயர்பெற்று விளங்கியது. கவிஞர்கள் கவிதைகளை இங்கு வெளியிட்டனர். பேச்சாளர் தமது மொழி அலங்கார வல்லமையைக் காட்டினர். வருவதுரைப்போரும், குறிசொல்வோரும் நடக்க இருப்பன பற்றி எடுத்துரைத்தனர் (பார்க்க 1979: 165).

வீழ்ச்சி

பழங்குடியினரிடம் காணப்பட்ட பல்வேறு சமூக மரபுகளிலும் வழக்காறுகளிலும் உயர்ந்த பண்பாட்டம்சங்களுக்கும் ஒழுக்கங் களுக்கும் இடமிருந்ததை மோர்கன், எங்கெல்ஸ் போன்றோரின்

எழுத்துக்கள் அழுத்தமாகத் தெரிவிக்கின்றன. குல உறுப்பினர் பெற்றிருந்த சுதந்திரம், ஜனநாயக மரபுகள், அதிகாரம் ஓரிடத்தில் குவிக்கப்படாத தலைமைத்துவம், இரத்த உறவுக்கு வழங்கப்பட்ட முக்கியத்துவம், குல ஐக்கியம், சகோதரத்துவம் என்பன இவற்றுள் எடுத்துக்காட்டக்கூடிய அம்சங்களாகும்.

அரசு தோன்றுவதற்கு முன்னதாக நாகரிக யுகத்தின் தொடக்கத்தி லிருந்த நியாயமானதும் நயமானதுமான பண்புகள் கொண்ட, எளிமையும் அற்புதமுமான அமைப்பென எங்கெல்ஸ் இதனைப் புகழ்ந்துரைத்தார். எனினும் எளிமையும் அற்புதமுமான இந்த அமைப்பு தொடர்ந்தியங்க முடியாத நிலை உருவாகியது. அரசர்கள் அற்ற, போர்வீரர்கள் அற்ற இந்தச் சமூக அமைப்பு அதன் தொன்மை மிக்க ஒழுங்கமைப்பை இழக்கவேண்டியிருந்தது.

எளிமையும், குறைந்த தேவைகளும், பொதுச் சொத்துக்கள் என்ற உணர்வும், பொருள்களைப் பகிர்ந்தளிக்கும் பரோபகாரமும், தாராளத் தன்மையும் மாற்றமடைந்தன. இதனையே 'பண்டைக்காலப் பழங்குடிச் சமுதாயத்தின் ஒழுக்க மேன்மைகள் வீழ்ச்சியடைந்தன' என்ற எங்கெல்ஸின் வார்த்தைகள் எடுத்துக் கூறின. மீண்டும் எங்கெல்ஸ் வார்த்தைகளில் கூறுவதாயின் உண்மையில் 'அந்தச் சமுதாயம் அழிய விதிக்கப்பட்டிருந்தது.' அவர் இதனை இவ்வாறு கூறினார்:

இந்தப் பழங்குடி அழிவதற்கு விதிக்கப்பட்டிருந்தது என்பதை நாம் மறக்கக்கூடாது. பழங்குடி என்பதற்கு மேலாக அது வளரவில்லை. நிகழ்ந்துகொண்டிருந்த குலங்களுக்கிடையிலான ஒருங்கிணைப்புக்கள் (Confederacy) ஏற்கனவே இதன் வீழ்ச்சியின் ஆரம்பத்தை அடையாளங்காட்டின (1972: 97).

5

சமயசிந்தனை

தொன்மைச் சமயமும் ஹனீப்வாதமும்

விக்ரக வழிபாடுகள்

நபிகளாருக்கு முந்திய அரபியாவில் 'கடவுள் சமயம்' இருக்கவில்லை. நாடோடி அரபிகளிடம் வழிபாட்டுச் செயற்பாடுகள் குறைந்த அளவிலேயே காணப்பட்டன. மரங்கள், கற்கள், புனிதப் பொருள்கள், கோள்கள், நட்சத்திரங்கள் எனப் பல்வேறு இயற்கைப் பொருள்களில் தெய்வாம்சமோ 'ஆவியோ' இருப்பதாகக் கருதினர். எனினும் அவர்கள் வழிபாட்டு அக்கறை குன்றியவர்களாகவும் இயல்பில் ஆன்மிகப் பக்குவமற்றவர்களாகவுமே வாழ்ந்தனர்.

ஓரிடத்தில் தரித்து வாழ்ந்த அரபிகளிடம் காணப்பட்ட வணக்க முறைகள் பதாவிகளின் சமயத்தைப் பார்க்க உயர்வான சமய வடிவங்களாக விளங்கின. எனினும் பொதுவாகப் பதாவிகளினதும் ஏனைய பழங்குடிகளினதும் வணக்க வழிபாடுகளில் ஒருமைப்பாடும் ஒழுங்கும் இருக்கவில்லை. குல வேறுபாடுகளினாலும் வாழ்க்கைமுறை வேறுபாடுகளினாலும் மூதாதையர் மரபுகளினாலும் வெவ்வேறு வழிபாட்டு முறைகளாகவும் சடங்குகளாகவும் அவை விளங்கின. இதனால் அவர்களின் நம்பிக்கைகளும், தெய்வாம்சப் பொருள்களும், தெய்வீக ஆற்றல் பற்றிய கருத்துகளும் பெரிதும் சிதறிய வகையில் காணப்பட்டமை இயல்பென்றே கூறவேண்டும்.

வளர்ச்சியடைந்த கடவுள் சமயத்தில் காணப்படும் சீரான வணக்க முறைகள் இவர்களின் சமயங்களில் காணப்படவில்லை. பல்வேறு பழம் நம்பிக்கைகளையும், தொன்மை மரபுகளையும் கொண்ட ஒருமைப்பாடற்றவற்றின் தொகுதிகளாகவே அவர்களின் சமயங்கள் காணப்பட்டன. தமது நம்பிக்கைக்குரிய வழிபாட்டுப்

பொருள்களை அவர்கள் வணங்கினர் என்பதைவிட அவர்களின் வணக்க முறைகள் பேய்களைச் சாந்தி செய்வதற்குச் சமமாக இருந்தன (Bertram Thomas, *1937 (1): 15*).

சுமேரிய நாகரிகத்திலும் கடவுளுக்குப் பதிலாக மனிதன் பௌதிகப் பொருள்களின் ஆவிக்கு பயந்து வழிபாடுகள் செய்வதையே பெரிதும் காணமுடிகிறது (Sayce, A. H. *1899: 234*). நீரிலோ, வில் அம்புகளிலோ, இடிமின்னலிலோ இருப்பதாக அவன் கற்பித்த ஆவிகள் அவனை அச்சத்திற்குள்ளாக்கின. இவற்றை அவன் வணங்கினான் என்பதைவிட பேய்களுக்குப் பயப்படுவது போல இவற்றுக்கு அவன் பயந்து வழிபட்டான் என்பதே பொருத்தமானது.

அரபியரிடையே விக்ரக வணக்கமும் கல்வழிபாடும் முக்கிய இடத்தைப் பெற்றிருந்தன. ஒவ்வொரு குலமும் அதற்குச் சொந்தமான தேவதைகளையும் தெய்வங்களையும் விக்ரக வடிவில் பெற்றிருந்தன. விக்ரகங்களை வணங்கியதைப்போல உருவம் செதுக்கப்படாத கற்களையும் அவர்கள் வணங்கினர். அவிந்து போன எரிமலைப் பாறைகளின் துண்டுகளை அவர்கள் வணக்கப் பொருள்களாகக் கருதினர். மேலும் மரங்களையும் பாறைகளையும் தமது குலத்தினுள் இறந்த பெரியார்களையும் அவர்கள் வழிபட்டனர். சூரியன், சந்திரன், நட்சத்திரங்கள் முதலிய விண்பொருள்களையும் அவர்கள் வணங்கினர்.

ஆன்மா

தொன்மை அரபியர் மனித ஆன்மாவை சூட்சுமமான அல்லது காற்றுப் போன்ற பதார்த்தமாகக் கருதினர். இறந்தவர்களிடமிருந்து மூச்சு நின்றுவிடும் என்ற அனுபவத்திலிருந்து இந்த முடிவுக்கு அவர்கள் வந்தனர். அதாவது ஆன்மாவை அவர்கள் மூச்சுடன் இனங்கண்டனர். இயற்கை மரணத்தின் போது ஆன்மா நாசித் துவாரங்களினால் வெளியேறுவதாகவும் வன்முறைச் சாவின்போது காயங்களின் வழியாக ஆன்மா வெளியேறுவதாகவும் அவர்கள் நம்பினர்.

ஒரு மனிதர் கொலை செய்யப்பட்டால் அங்கு அதற்குப் பகரமான இரத்தப்பழி அவசியம். கொல்லப்பட்டவன் இரத்தப் பழிக்காகக் காத்திருப்பான். சவக்கிடங்கிலிருந்து இவன் வௌவாலின் வடிவில் வெளியேறி 'பருகத் தாருங்கள்' (Isqumi) என அவல ஓலம் எழுப்பி அலைவான். பழி நிறைவேற்றப்படும்வரை இந்த ஓலம் தொடரும் (*பார்க்க:* Inayathulla. S. *1963: 1325*).

இறந்தவனின் ஆவி மனிதனுள் அல்லது மிருகத்தினுள் புகமுடியும் என அவர்கள் நம்பினர். தமது மூதாதையர்களின் சமாதிகளை அவர்கள் வழிபட்டனர். இறந்தவர்களின் இறப்புக்குப் பிந்திய வாழ்க்கை நலனுக்காக ஒட்டகங்கள் பலியிடப்பட்டனர். அநேகமாக தலைவர்களின் அடக்கத்தலத்திற்கு அருகில் மிருகங்களைக் கட்டிவைத்து அவற்றைப் பட்டினியில் சாகவிட்டனர். அரபியரின் சிலவகைச் சவ அடக்கச் சடங்குகள் ஆன்மாவுக்கு எதிர்கால வாழ்வுண்டு என்ற நம்பிக்கை அவர்களுக்கு இருந்தது என்று கருதத் தூண்டுகின்றன (1963: 132). 'எனினும் மரணத்திற்குப் பிந்திய வாழ்வு பற்றியோ ஆன்மா பற்றியோ' இவர்களிடம் தெளிவான கருத்துகள் இருக்கவில்லை (1967: 73).

பல பழங்குடிகளின் குலப் பெயர்களில் மிருகங்களின் பெயர்கள் காணப்படுகின்றன. இவை அரபியரிடையே நிலவிய குலக்குறி முறைகள் (Totemism) அல்லது விலங்கு வழிபாடு பற்றிய கருத்துக்கு வலுவூட்டுவனவாக உள்ளன. அஸத் (சிங்கம்), கல்ப் (நாய்), பக்ர் (இளம் ஒட்டகம்), ஸஃலப் (நரி), தவர் (எருமை), துப் (கரடி), திப் (ஓநாய்) என்பன இவற்றுள் அடங்கும். அமெரிக்க இரொகுவாய்ப் பழங்குடிகளிடமும் மிருகங்களின் பெயர்களைத் தாங்கிய பல குலங்கள் உள்ளன. ஓநாய், கரடி, ஆமை, மான், பருந்து முதலிய பெயர்களைக் கொண்டு அந்தப் பழங்குடிகள் அழைக்கப்பட்டனர்.

ஒட்டக இறைச்சியைச் சில முக்கிய தினங்களில் கூடிப்புசித்தனர். இதன் மூலம் ஒட்டகத்தின் வலிமை கிடைக்கும் என நம்பினர். விக்கிரகங்களை மாவால் செய்து உண்ணும் வழக்கமும் அவர்களிடையே இருந்தது. இது விக்கிரகங்களின் ஆற்றலை மனிதனுக்குத் தருவதாகக் கருதினர்.

சந்திர வழிபாடு

சந்திரனையும் சூரியனையும் வழிபடுவது தொன்மைக்காலந் தொட்டு நிலவும் வழக்கமாகும். தொன்மை பபிலோனியாவின் முக்கிய நகரான உர் மக்கள் சந்திரனைக் கடவுளாக வழிபட்டனர். தென் அரபியாவின் மைனியர்களும் சபாயின்களும் கோள்களையும் நடசத்திரங்களையும் வணங்கினர். சந்திரக் கடவுள் வணக்கமும் அவர்களிடன் செல்வாக்குடன் காணப்பட்டது. இவர்கள் சூரியனையும் வழிபட்டனர்.

நாடோடிகளான பதாவிகளும் சந்திரனை வழிபட்டனர். தமது வாழ்க்கையின் வளர்ச்சிச் சின்னமென சந்திரனை அவர்கள் கருதினர்.

பாலைவனத்தின் வெப்பத்தைத் தாங்க முடியாத அவர்களின் மந்தைகள் இரவில் பரந்த புல்வெளிகளில் மேய்ச்சல் தேடி அலைவதற்கு சந்திரனின் வருகை தேவையாயிருந்தது. செமித்திய இனத்தவர் நாடோடிகளாக இருந்த காலம் முழுக்க சந்திர வழிபாடு அவர்களிடையே முக்கியத்துவம் பெற்றிருந்தது. கால்நடைகளின் மேய்ச்சலுக்கும் பாலைவனவாசி சந்திரனை நம்பியிருந்தான். தாவரங்களையும் மேய்ச்சல் நிலத்தையும் சூரியன் சாகடித்துவிடுவதாக அவன் கருதினான். சந்திர வழிபாடு பொதுவாக ஆயர் சமூகத்தை அடையாளப்படுத்துவதாகக் கருதுவர்.

சந்திரப் பெருநாள்கள் கொண்டாடுவது பொதுவாக எல்லாத் தொன்மைச் சமூகங்களிலும் காணப்படுவதாகும். எனினும் செமித்தியரிடத்தில் இது அதிக அளவில் காணப்பட்டது. புதிய பிறையின் பிறப்பைக் கொண்டாடுவது அரபுமக்களிடம் தொன்மைக் காலந்தொட்டு இருந்து வந்த வழக்கமாகும். மிருகங்களைப் பலியிட்டு சந்திரனின் வரவை அவர்கள் கொண்டாடி மகிழ்ந்தனர்.

வேறுபட்ட வழிபாடுகள்

இஸ்லாத்தின் தோற்றத்திற்கு முன்னர் படைப்புக் கடவுள் மற்றும் நரகம், சொர்க்கம், தண்டனை, வெகுமதி பற்றி எந்தக் கருத்துகளும் இல்லாதவர்களாகவே ஒரு பிரிவு அரபியர் இருந்துள்ளனர். சிலர் படைப்பாளன் பற்றிக் கூறினாலும் தண்டனை, வெகுமதி, நியாயத் தீர்ப்பு நாள் பற்றி அவர்களிடம் நம்பிக்கை இருக்கவில்லை. சிலர் நட்சத்திரங்களையும் விக்கிரகங்களையும் இன்னும் சிலர் நெருப்பையும் வணங்கினர். யெமனில் வாழ்ந்த ஹிமியர் பழங்குடியினர் சூரியனை வணங்கினர். கனானியர் சந்திரனை வணங்கினர். அஸத் இனத்தவர்கள் புதன் கோளை வழிபட்டனர். லக்கூம் ஜுட் ஹாம் பழங்குடியினர் ரதிதேவி என்று கூறப்படுகின்ற சுக்கிரனை வழிபட்டனர். கைஸ் என்ற பழங்குடியினர் சிரியஸ் என்ற பிரகாசமான நட்சத்திரத்தை வணங்கினர் (ஷிப்லி நூமானி 1979: 107).

பல விக்கிரகங்களுக்கு நட்சத்திரங்களின் பெயர்களே வழங்கப் பட்டிருந்தன. கற்சிலைகளையும் குறிப்பிட்ட நட்சத்திரங்களையும் அரபியர் வழிபட்டனர். நட்சத்திரம் அல்லது சூரியன் தோன்றி மறைவதற்கு ஏற்ற விதத்தில்தான் பல பழங்குடிகள் தமது நாளாந்த செயற்பாடுகளை ஒழுங்கமைத்துக் கொண்டனர்.

நூஹ் நபியின் காலத்தில் இராக்கிய அரபியர் வழிபாடு செய்த வத், ஜுவாச, எகூஸ், யஊகி, நஸ்ர் ஆகிய விக்கிரகங்கள் பற்றி குர்ஆனின் 71ஆம் (நூஹ் நபி) அத்தியாயம் கூறுகிறது. இவை அனைத்தும் நட்சத்திரங்களின் பெயர்களாகும். அரபியாவில் நட்சத்திர வழிபாடு மிகவும் தொன்மைக் காலம் முதல் இருந்து வந்துள்ளது.

விக்கிரக வழிபாட்டோடு உயிர்ப் பலியிடலும் ஒன்றிணைக்கப் பட்டிருந்து. விக்கிரக வழிபாட்டாளர்கள் ஹஜ் வழிபாட்டை நிறைவேற்ற வரும் போது தமது விக்கிரகங்களுக்கு ஒட்டகங்களைப் பலியிட்டனர்; ஆடுகளும் பலியிடப்பட்டன; மனிதர்களும் பலியிடப் பட்டனர் (மேலது).

பொதுவாக இஸ்லாத்திற்கு முந்திய அரபியாவின் சமயநிலை பற்றித் தெளிவான கொள்கைகள் இதுவரை முன்வைக்கப்பட வில்லை. வளர்ச்சியடைந்த சமயக் கோட்பாடுகள் அரபியரிடம் இருந்ததற்கும் சான்றுகள் இல்லை. தொன்மைச் சமூகங்களுக்குரிய வழிபாடுகளையும் சடங்குகளையுமே அவர்களின் சமய முறைகள் வெளிப்படுத்தின. புனிதப் பொருள் வழிபாடு (Fetishism), ஆவியுலகக் கோட்பாடு (Animism), குலக்குறிமுறை, விக்கிரக வழிபாடு, மூதாதையர் வழிபாடு, நட்சத்திர வழிபாடு, சந்திரன் மற்றும் சூரிய வழிபாடு முதலியன அவர்களின் சமயங்களாகவும் வழிபாட்டு வடிவங்களாகவும் இருந்தன.

பெண் தெய்வங்கள்

கற்களும் பெண் விக்கிரகங்களும் அரபியரின் வழிபாட்டு வரலாற்றில் முக்கிய இடம் பெற்றிருந்தன. லாத் என்பது தாய்தெய்வம். அதன் வழிபாட்டிடம் ஹிஜாஸ் மாகாணத்தின் தாயிபில் இருந்தது. ஹவாஸிப், குஹ்ஸா குலத்தினரும் குறைஷிக் குலத்தினரும் தாயிப் சென்று அதை வழிபட்டனர். இந்தத் தெய்வத்திற்கு விலங்குக்ள் பலியிடப்பட்டன. தாயிப் மக்கள் இதை வளக் கடவுளாகவும் மண்ணின் தரத்தைப் பாதுகாக்கும் கடவுளாகவும் விவசாய விருத்திக் கடவுளாகவும் நம்பினர். போக்குவரத்தில் ஆபத்துக்கள் ஏற்படாமல் இருப்பதற்காகவும் இந்தத் தெய்வம் வழிபடப்பட்டது. நிலக் கடவுளாகவும் இது கருதப்பட்டுள்ளது. தாயிப், மக்கா மற்றும் நபேத்திய அரபியரும் லாத் கடவுளை வழிபட்டனர். இந்தத் தெய்வத்தின் பெயரை தமது பிள்ளைகளுக்கும் வழங்கினர். கஅபாவை வலம் வருவோர் இந்தத் தெய்வத்தின் பெயரையும் உச்சரித்தனர்.

உஸ்ஸா அதிகாரத்துக்கும் வலிமைக்குமான பெண் கடவுள். கினான், சுலைம், கானிம் குலத்தினரும் குஹ்ஸா மற்றும் குறைஷிக் குலத்தினரும் இந்தத் தெய்வத்தை வழிபட்டனர். மக்காவிலும் ஏனைய சில இடங்களிலும் அதற்கு வழிபாட்டுத் தலங்கள் இருந்தன. விலங்குகளையும் மிகச் சில சூழ்நிலைகளில் மனிதர்களையும் பலியிட்டு மக்கள் அந்தத் தெய்வத்தின் ஆசியையும் பாதுகாப்பையும் கோரினர்.

லாத், உஸ்ஸா, மனாத் என்பன பெண் தெய்வங்கள். இந்தப் பெண் கடவுளர்கள் மூவரும் முக்கிய கடவுளர்களாவர். நபேத்திய பெற்ராவிலிருந்து சபாஃ தேசம் உள்ளிட்ட தென் அரபியாவரை இந்தப் பெண் தெய்வங்கள் மீதான நம்பிக்கைகளும் வழிபாடுகளும் பரவியிருந்தன. காலை, மாலைகளின் நட்சத்திரக் கடவுளாக உஸ்ஸா குறிப்பிடப்படுகிறது. இதற்கான கோயில் பெற்ராவில் இருந்தது.

மனாத் ஒரு கறுப்புக்கல் வடிவமாகும். விதி, அழிவு, மரணம் என்பவற்றிற்கு இது பொறுப்பாளராக இருந்தது. இதன் வழிபாட்டிடங்கள் மக்காவிற்கு அருகில் இருந்தன.

பெண் கடவுளரின் தோற்றம் பல ஆயிரம் ஆண்டுகளுக்கு முற்பட்டதாகும். *When God was a Woman* என்ற நூலின் ஆசிரியரும் கலை வரலாற்றாய்வாளருமான மெர்லின் ஸ்டோன் (1931-2011); தொன்மைப் பெண் கடவுள் வழிபாடு பழங் கற்காலம், புதிய கற்காலம் வரை பழைமை வாய்ந்த வழிபாட்டு முறையெனக் கூறுகின்றார். தூர கிழக்கு மற்றும் மத்திய கிழக்குப் பகுதிகளில் பண்டைய சமயங்களின் தோற்ற வரலாற்றுடன் பெண் தெய்வ சமய வழிபாடும் ஒன்றிணைந்திருந்துள்ளன. உலகின் எந்த இடத்தின் பழங்கால சமய வளர்ச்சியை நோக்கினாலும் அங்கு பெண் தெய்வ வழிபாட்டு முறையை அவதானிக்கலாம் என்றும் மெர்லின் ஸ்டோன் கூறுகிறார்.

தொன்மை யுகத்தில் பெண் தெய்வ வழிபாடு உலகில் பல பாகங்களிலும் காணப்பட்ட பண்டைய வழிபாட்டு முறையாகும். பழங்கற்காலத் தொடர்புடைய சமூகங்களில் தாய் தலைமைக் கட்டமைப்புக் காணப்பட்டதாகவும் வீட்டின் நிர்வாகத்தில் பெண் தலைமை முறையே மைய இடத்தில் இருந்ததாகவும் பல மானிடவியலாளர் கருதுகின்றனர்.

ஜின்

இயல்கடந்தவை, கண்ணுக்குப் புலப்படாத ஆவிகள் உலகில் இருக்கின்றன என்னும் மனிதரின் நம்பிக்கை மிகவும் பழைமை யானது. எல்லாச் சமயங்களிலும் பண்பாடுகளிலும் எதாவதொரு வகையில் இவை இடம்பிடித்துள்ளன. இஸ்லாத்திற்கு முற்பட்ட அரபிய சமுதாயத்திலும் இவ்வகை நம்பிக்கைகள் இருந்தன. ஜின் பற்றிய அவர்களின் நம்பிக்கைகள் இவ்வகையானதாகும். பின்னர் குர்ஆனிலும் ஜின் பற்றிய கருத்துகள் பதிவாகி உள்ளன. ஜின் உள்ளது என்ற நம்பிக்கையை ஒரு முஸ்லிம் சமய ரீதியிலும் கலாசார ரீதியிலும் ஏற்றிருப்பதாகக் கூறலாம்.

ஜின் என்ற அரபுச் சொல்லுக்கு 'பார்க்க முடியாதது' என்று பொருள் தரப்படுகிறது. அது வானவர்களைப் போல் அருவமானது. ஜின்கள் பற்றி குர்ஆனில் 28 இடங்களில் கூறப்படுகின்றது. 'கறுப்புக் களிமண்ணால் நிச்சயமாக நாம் மனிதனைப் படைத்தோம். ஜின்னை அதற்கு முன்னதாக கடுஞ் சூடுள்ள நெருப்பில் இருந்து படைத்தோம்' (குர்ஆன் 15:27). 'இன்னும் ஜின்னை நெருப்பின் கொழுந்தில் இருந்து (இறைவன்) படைத்தான்' (குர்ஆன் 55:15) என்றும் குர்ஆன் கூறுகிறது. ஜின்னின் படைப்பு மனிதப் படைப்புக்கு முற்பட்டது என்ற கருத்தும் குர்ஆன் வசனங்கள் மூலம் பெறப்படுவதாக குர்ஆன் ஆய்வாளர்கள் கூறுகின்றனர்.

எனினும் நாம் இங்கு பேசுவது ஜின் பற்றிய குர்ஆனின் கருத்து என்ன என்பதல்ல. பண்டைய அரபியாவின் ஜின்கள் பற்றிய கருத்துக்கு குர்ஆனில் ஒரு தொடர்பு தரப்பட்டுள்ளது என்பதை மட்டுமே இங்கு நாம் குறிப்பிடுகிறோம். பண்டைய அரபிய கலாசாரத்தில் ஜின்கள் ஆவியாகவும் பேயாகவும் கருதப்பட்டது மட்டுமல்ல கடவுளாகவும் வழிபடப்பட்டுள்ளது. ஜின்கள் நெருப்பால் அல்லது காற்றால் படைக்கப்பட்டதாக தொன்மை அரபியர் நம்பினர். மனித வடிவத்தையும் விலங்கு வடிவத்தையும் எடுக்கக்கூடிய சக்தி அதற்கிருப்பதாகவும் வரண்டு கிடக்கும் நிலத்தை வளமாக்குவது போன்ற பல ஆற்றல்கள் அதற்கு இருப்பதாகவும் மக்கள் நம்பினர். இஸ்லாத்திற்கு முந்திய அரபியாவிலும் இஸ்லாத்திற்குப் பிந்திய அரபியாவிலும் ஜின்கள் பற்றிய நம்பிக்கைகள் நிலவிவந்துள்ளன (Robert Holyland, 2001).

வேறு சில நம்பிக்கைகள் ஜின்னையும் கவிஞர்களையும் தொடர்பு படுத்துவதாக உள்ளன. தமக்குப் பாடும் தூண்டுதலைத் தந்தது

ஜின்தான் என்று அக்கால கவிஞர்கள் கூறினர். அரபியரின் பல தெய்வ வழிபாட்டில் ஜின்னை வணங்கும் வழக்கமும் இருந்தது. வானவர்களை அவர்கள் கடவுளின் புதல்வியராக நம்பினர். உலகைக் கட்டுப்படுத்தி வாழ்வதில் கடவுளுடன் சம பங்காளராக ஜின் அல்லது ஜின்கள் செயற்படுவதாகவும் அரபியர் நம்பினர் (Kalbi: *Kitab-Ul-Asnam*, p. 33. Abdul Hasan Ali Nadwi, *1982: 29*).

குஹ்ஸாப் பழங்குடியின் கிளையான பனூ மாலா என்ற குலத்தினர் ஜின்களை வணங்கியதாக அல் கல்பி கூறுகிறது. செய்யிதின் அறிவிப்பின் படி ஹிமாயிர் பழங்குடியினர் சூரியனை வழிபட்டனர் (அதே நூல் ப. 30). தொன்மை அரபியாவில் 'ஜின் சமயம்' என்று ஒரு வழிபாட்டுமுறை இருந்ததாகவும் பலர் இந்தச் சமயத்தைப் பின்பற்றியதாகவும் கூறப்படுகிறது (Kasit Khan, *Jinn In the Light of Quran*, 2016. இணையதளம்). ஜின்கள் பற்றியும் அவற்றின் படைப்புப் பற்றியும் குர்ஆனில் கூற்றுக்கள் உள்ளன.

ஜின் கடவுளுக்கு நிகரான ஒரு தெய்வீகப் பொருள் என்ற தொன்மை நம்பிக்கையை குர் ஆன் நிராகரித்துள்ளது. 'ஜின்' சமயத்தையும் ஜின் வழிபாடுகளையும் குர்ஆன் தடுத்துவிட்டது. குர்ஆனின் ஜின் பற்றிய கருத்துகளுக்குப் பாரம்பரிய வழிகளிலன்றி நவீன அறிவியல் ஒளியில் விளக்கம் தரும் ஆய்வுகளையும் இங்கு நினைவு படுத்தலாம்.

சமூக விருந்துகள்

சமூக ரீதியாகப் பெரிய விருந்து படைக்கும் வழக்கங்களும், சிறப்பு தினங்களும் தொன்மை அரபியர்களிடையே இருந்துள்ளன. இதற்குத் தொல்லியல் மற்றும் இலக்கியச் சான்றுகள் உள்ளன. ஆண்களுக்கான தோல் நீக்கல் சுன்னத்து வைபவம் (Circumcision), திருமண விருந்து வைபவம் என்பன முக்கியமானவை. சமுதாயத்தில் அங்கத்தவர் அனைவரும் அந்த விருந்துகளில் பங்கேற்கின்றனர். மரண நிகழ்வு போன்ற துயரச் சம்பவங்களிலும் அவர்கள் ஒன்றுகூடினர். உண்பதற்காகவும் பருகுவதற்காகவும் பெரிய விருந்து வைபவங்களை நடத்தினர். இவ்வாறான ஒன்றுகூடல்களைச் சமூக ஒருமைப் பாட்டுக்காக எடுக்கப்பட்ட முயற்சிகளாகக் கருதலாம். தெய்வங்களைக் கௌரவிப்பதற்காக நடத்தப்படும் நிகழ்வுகளிலும் பெரிய விருந்துகள் நடந்தன. இவ்விதச் சடங்குகளில் விலங்குகள் அறுக்கப்பட்டதோடு மதுபானங்களும் பகிரப்பட்டன (Robert Holyland, *2001*).

உம்ரா (சிறிய புனிதப் பயணம்), ஹஜ் (பெரிய புனிதப் பயணம்), என்று புனிதப் பயணங்கள் வகுக்கப்பட்டிருந்தன. புனிதப் பயணங்களின் வரலாறு மிகவும் தொன்மையானது. மக்காவில் மட்டுமன்றி மக்காவிற்கு வெளியிலும் சில வழிபாட்டுத் தலங்களில் இவ்வகை சடங்குகள் நடந்துள்ளன. கஅபாவை ஏழுமுறை இடப்புறமாகச் சுற்றிவருவது சபா-மர்வா மலைகளுக்கிடையில் தொங்கோட்டம் ஓடுவது இஸ்லாத்துக்கு முற்பட்ட பண்டைய சடங்குகளாகும். குறைஷிக் குலத்தினரும் உருவ வழிபாட்டாளர்களும் அன்று கஅபாவில் மேற்கொண்ட வழிபாடுகள் சூரியனை மையப்படுத்திய வழிபாடாகக் கருதப்படுகிறது. சூரிய உதயம், சூரியனின் மறைவு என்பவற்றைக் கால நியமமாகக் கொண்டே பண்டைய அரபியர் கஅபா வழிபாடுகளை நிர்ணயித்திருந்தனர். நபிகளின் காலத்தில் பழைமையான இந்தக் கால விதிமுறைகள் நீக்கப்பட்டன (O' leary Delacy, *1927*).

ஸபா, மர்வா தொங்கோட்டம் ஜாஹிலியாக் காலத்துக்குரிய வழிபாட்டுமுறை. இதை இன்னும் (முஸ்லிம்களாகிய நாங்கள்) மேற்கொள்ள வேண்டுமா என்ற சர்ச்சை எழுந்த போது குர்ஆன் பின் வருமாறு அறிவித்தது. 'மெய்யாகவே ஸஃபா (மலையும்) மர்வா (மலையும்) அல்லாஹ்வின் அடையாளங்களில் உள்ளவை. ஆகையால் எவர் (கஅபா என்னும்) வீட்டை ஹஜ்ஜு அல்லது உம்ரா செய்கிறாரோ அவர் மீது அந்த இரண்டையும் சுற்றுவது குற்றமாகாது (குர்ஆன் 2:158).

ஏகத்துவம்

எனினும் சர்வ வல்லமையுள்ள ஒரு கடவுள் பற்றி அரபு மக்களிடம் குறிப்பாக செமித்திய இனத்தாரிடம் கருத்துகள் நிலவி வந்துள்ளன. ஒரு கண்ணோட்டத்தில் பார்ப்பதாயின் ஓரிறைக் கோட்பாடு (Monotheism) அரபு தீபகற்பத்திற்குப் புதியதன்று. ஓரிறைக் கோட்பாட்டைப் போதித்த கைவிடப்பட்டுப்போன பழைய மரபு அம்மண்ணிற்குச் சொந்தமாயிருந்தது. மெஸெபொட்டோமியா விலிருந்து மேற்கு அரபியாவில் குடியேறிய இப்ராஹீம் நபிகளார் (ஆப்ரஹாம்) அங்கு ஏகத்துவத்தை நிலைநாட்ட முற்பட்டார். ஓரிறைவாதமும் மனிதகுலம் பற்றிய பொதுவான சிந்தனைகளும் ஒழுக்கக் கருத்துகளும் அவர் போதனைகளில் இருந்தன. மக்காவின் கஅபாவோடு ஒன்றிணைத்து இந்தச் சிந்தனைகளை அவர் வளர்க்க முயன்றார்.

நபிகளார் பிறப்பதற்கு மிக நீண்ட காலத்திற்கு முன்னரே இப்ராஹீம் விட்டுச் சென்ற ஓரிறைவாதத்தை அரபுத் தீபகற்பத்தில் பல தீர்க்கதரிசிகள் போதித்து வந்தனர். தென் அரபியாவின் ஆத் சமூகத்தவரிடையேயும் ஹிஜாஸின் ஸமூத், சுஹைப் சமூகத்தாரிடையும் தோன்றிய ஹூது, சாலிஹ் போன்ற தீர்க்கதரிசிகள் இந்தப் பணியைச் செய்தனர். எனினும் அந்த முயற்சியில் அவர்கள் வெற்றி பெறவில்லை. இணைவைத்தலும், உருவவழிபாடுமே செல்வாக்குடன் வளர்ந்ததோடு 'இப்ராஹிமியம்' உருவான கஅபா ஆலயம் உருவ வழிபாட்டிற்கும் பல்தெய்வ வணக்கத்திற்குமான மைய நிலையமாக மாறியது. நபிகளார் பிறப்பதற்கு சற்று முன்னர்கூட கஅபாவில் உச்சநிலையில் இருந்தது இவ்வகை வழிபாடுகளேயாகும்.

மக்காவின் சமயம்

கஅபா ஆலயத்திற்கு உள்ளேயும் வெளியேயுமாக குறைஷியருக்குப் பல தெய்வங்கள் இருந்தன. இவற்றுள் ஹுபல் பெரிய தெய்வம். இது செந்நிறக் கருங்கல்லில் வடிக்கப்பட்டிருந்தது. கஅபாவினுள் வைக்கப்பட்டிருந்த ஹுபல் சிலையை எல்லா அரபியரும் வழிபட்டனர்.

கஅபாவின் சுவர்களில் தேவதைகள் திருத்தூதர்கள் ஆகியோரின் உருவங்கள் தீட்டப்பட்டிருந்தன. அவற்றுள் நபி இப்ராஹீம், நபி இஸ்மாயில், 'கன்னி மேரியும் குழந்தையும்' முதலிய ஓவியங்களும் அடங்கியிருந்தன. இவை தவிர கஅபாவிற்குள் 360 சிலைகள் இருந்தன. இது பற்றிக் குர்ஆனும் குறிப்பிடுகிறது. வணக்கத்திற்கெனப் புனித கல்லும் கஅபாவில் இடம் பெற்றிருந்தது.

வட அரபிய நகரமான பெற்றாவின் தேசியக் கடவுள் டுசாரஸ். இதை வளத் தெய்வம் என்பர். அதன் மனைவியாக லாத் கருதப் பட்டது. மற்றொரு நகரான பல்மைராவில் செமித்திய நாகரிகத்துக்குரிய பால் (Ball) வணங்கப்பட்டது. பால் சூரியக் கடவுளோடு தொடர்பு பட்டது. மக்காவாசிகள் லாத், மனாத், உஸ்ஸா போன்ற தெய்வங்களை வழிபட்டனர். இந்தத் தெய்வங்களை இவர்கள் அல்லாஹ்வின் குழந்தைகள் எனக் கருதினர்.

பழைமையான தெய்வங்களுள் மனாத்தும் ஒன்றாகும். அவர்கள் தமது குழந்தைகளுக்கு அப்துல் மனாப், செய்யித் மனாப் என்று பெயரிட்டனர். லாத் மற்றொரு தெய்வம். குறைஷிக் குலத்தவரிடத்தில் இதற்கு அதிக செல்வாக்கு இருந்தது. இந்தத் தெய்வத்தின் பெயரைத்

தமது குழந்தைகளுக்கு இட்டனர். தாக்கீப் என்னும் பழங்குடியினர் இந்தத் தெய்வத்தின் பாதுகாவலராக விளங்கினர். இவர்கள் இஸ்லாத்தில் இணையும்வரை மக்கா வாசிகளும் அரபியரும் இந்தத் தெய்வத்தை வழிபட்டுவந்தனர்.

அரபியரிடையே குறிப்பாக மக்காவாசிகளிடையே புகழ்பெற்றிருந்த மற்றொரு தெய்வம் உஸ்ஸா. தமது குழந்தைகளுக்கு உஸ்ஸா எனப் பெயரிட்டனர். குறைஷிகள் கஅபாவைச் சுற்றி வலம் வருகையில் உஸ்ஸாவின் பேரில் மந்திரங்கள் ஜெபித்தனர். லாத், உஸ்ஸா, மனா ஆகிய மூன்று தெய்வங்களும் மக்காவாசிகளிடையே அதிக செல்வாக்கைப் பெற்றிருந்தன. விக்ரகங்களாக அமைக்கப் பட்டிருந்த அந்த மூன்றும் பெண் தெய்வங்களாகும். இஸ்லாத்தின் தோற்றத்தின் போது குர்ஆன் இந்தத் தெய்வங்களை நிராகரிக்குமாறு விசுவாசிகளுக்கு கட்டளையிட்டது.

> இவையெல்லாம் (லாத், உஸ்ஸா, மனாத்) நீங்களும் உங்கள் மூதாதைகளும் வைத்துக்கொண்ட வெறும் பெயர்களேயன்றி (உண்மையில் அவை) ஒன்றுமில்லை. அ(வை தெய்வங்கள் என்ப) தற்காக அல்லாஹ் உங்களுக்கு யாதோர் ஆதாரத்தையும் முந்திய எந்த வேதத்திலும் இறக்கி வைக்கவில்லை. அவர்கள் (தங்கள்) மன இச்சையையும் (வீண்) சந்தேகத்தையும் பின்பற்றுகின்றனரேயன்றி வேறன்று (குர்ஆன் 53: 23).

மக்காவில் விக்ரக வழிபாடு, உருவம் செதுக்கப்படாததும் செப்பனிடப் படாததுமான கல்வழிபாடு உள்பட, சபாயிய வழிபாடான கோள் களையும் நட்சத்திரங்களையும் வழிபடும் வழக்கமும் இருந்தது. மக்காவின் பொதுவான சமயப்பண்புகளை வெளிப்படுத்தும் மத்திய நிலையமாக கஅபா விளங்கியது. கஅபாவிலிருந்த கறுப்புக்கல் மக்காவிலும் பொதுவாக அரபியாவிலும் தொன்றுதொட்டு நிலவிய கல்வழிபாட்டைப் பிரதிபலிப்பதாகும். கஅபாவில் நட்சத்திர வழிபாட்டைப் பிரதிப்பலிப்பனவும் இடம்பெற்றிருந்தன. யூத, கிறிஸ்தவ ஓவியங்களும் அங்கு வரையப் பெற்றிருந்தன.

அனைத்துச் சமய, வழிபாட்டுக் குழுக்களையும் குலங்களையும் கவரும் ஐக்கிய சமய மத்திய நிலையமாக கஅபா விளங்கியது. அரபியாவில் எல்லா பாகங்களிலிருந்தும் அதன் எல்லைக்கு அப்பாலிருந்தும் மக்கள் இப்புனித ஆலயத்தைத் தரிசிக்க மக்காவிற்கு வந்தனர். பெற்றா, ஹீரா, யெமன், ஹழரமவுத் முதலிய இடங்களில் இருந்தும் பயணிகள் வந்தனர். மக்காவின் சமயம் பரந்த தன்மையும்

நெகிழ்ச்சியுமுடையதாக இருந்ததை கஅபாவின் சமயநிலை பிரதிபலித்தது. கஅபாவின் வழிபாடுகளில் தொன்மைச் சமூகங்களின் செல்வாக்கு தொடர்ச்சியாக நிலவியது. நபிகளார் காலம்வரை நீடித்த அதன் பாரம்பரிய வழிபாடுகளில் நபேத்திய சமயத்திற் காணப்படும் வழிபாடுகளுக்கு ஒப்பான பல விடயங்கள் இடம்பெற்றிருந்தன.

நபிகள் நாயகத்தின் காலத்தில் பண்டைய உருவ வழிபாட்டு வாதமும், பல தெய்வ வழிபாடும், விக்கிரக ஆராதனையும் அவை பெற்றிருந்த முன்னைய செல்வாக்கை இழந்துகொண்டிருந்தன (1888: 23). புதிய சூழலுக்கு மக்காவின் பண்டைய உருவ வழிபாட்டுவாதம் பொருந்தாதிருப்பதை மக்காவாசிகள் உணரத் தொடங்கினர். உண்மையில் தொன்மை உருவ வழிபாட்டுவாதம் காலத்திற்கு ஒவ்வாததாய் ஆகிக்கொண்டிருந்தது (1905: 24).

ரோம சாம்ராஜ்யத்துடனும் பாரசீகத்துடனும் வேறு முன்னணி நகரங்களுடனும் தொடர்புகொண்டிருந்த மக்காவாசிகள் தமது தொன்மைச் சமய முறைகள் கேலிக்குரியதாகி வருவதை அறிந்தனர். மேலும் இவற்றில் காணப்பட்ட அநாகரிகமான அம்சங்களை சிலர் சுட்டிக்காட்ட முற்பட்டனர் (1904: 24). சிலை வணக்கம் அரபியாவில் ஏற்கெனவே கேள்விக்குரியதாகிவிட்டது (1988: 23).

யூத சமயத்தின் ஓரிறைக் கோட்பாடு யூதக் குடியேற்றங்களாலும் போர்களாலும் அரபு நாடுகளுக்குள் ஊடுருவியது. இஸ்லாத்திற்கு முன் பல நூற்றாண்டுகளாக யூதர் அரபியாவில் குடியேறி வந்துள்ளனர். ரோமரின் தாக்குதல்களுக்கு அஞ்சிப் பல யூதக் குலங்கள் அரபியாவிலும் குடியேறின. வட அரபியாவில் யத்ரிப் இவ்வகை யூதக் குடியேற்றங்கள் அதிகமாகக் காணப்பட்ட நகரம். தென் அரபியாவில் யூத சமயத்தைப் பரப்புவதற்கு யூதர்கள் பெரிதும் முயன்றனர். தென் அரபியாவில் பல சக்திமிக்க குலங்கள் யூத சமயத்தைத் தழுவியிருந்தன.

யூத சமயமும் கிறிஸ்துவ சமயமும் அவை ஊடுருவிய அரபுப் பிரதேசங்களில் தொன்மைச் சமயங்களின் வழிபாடுகளையும் பல தெய்வ வணக்கத்தையும் எதிர்த்தன. இதுவரை விக்ரக வணக்கம், கல்வழிபாடு போன்றவற்றினால் மக்கா பெற்றிருந்த கௌரவத்தை இது பாதித்தது. ஆயினும் யூதமதமும் கிறிஸ்தவமும் அங்கு வேரூன்றிப் பரவ முடியாதிருந்தது. இஸ்லாத்திற்கு முந்தைய அரபியாவில் ஹனீப் சமயத் தோற்றப்பாடு நிகழ்ந்ததற்கு சற்று முன்னிருந்த, சமய நெருக்கடியாக இதைக் குறிப்பிடலாம்.

சமய நெருக்கடி

இஸ்லாமிற்கு முந்திய அரேபிய சமயக் கட்டமைப்பானது பல நெருக்கடிகளை எதிர் நோக்கியது. வெளிச் சக்தியாகவும் பொதுவான பின்னணியிலும் ஓரிறைவாதம் அரபுச் சமுதாயத்தினுள் மேலெழும்பி வந்துகொண்டிருந்தது. அதைத் தடுக்கின்ற சக்தி இஸ்லாமிற்கு முந்திய அரபு சமயங்களிடம் இருக்கவில்லை. அதேவேளை உள்நாட்டுக்குள் கணிசமான தொகையினராக வாழ்ந்த யூத, கிறிஸ்தவ சமயங்களின் தாக்கமும் ஓரிறைவாதக் கருத்துகளும் வளர்ச்சி பெற்று வந்ததையும் அனுமானிக்க கூடியதாக இருந்தது.

அரபியாவில் பல தெய்வ வாதமும் பழங்குடிவாத வழிபாட்டுச் சக்திகளும் ஒன்றிணைந்திருந்த போதும் புதிய சவால்களை அவை எதிர் நோக்குவதில் பிரச்சினைகள் எழுந்தன. இது அன்றைய அரபு சமுதாயத்தில் சமய-ஆன்மிக நெருக்கடி நிலையைத் தோற்றுவித்தது. இதன் ஒரு கட்டத்தில் பழைய சமய-ஆன்மிக ஒழுங்குகள் சிதறுகின்றன.

மேலும் அப்போதைய பழங்குடிக் கடவுள் வழிபாடுகள் 'நடைமுறைத் தேவை' என்ற மட்டத்திற்கு அப்பால் ஆன்மிகமாகவோ பலமான சமய வடிவங்களாகவோ வளர்ச்சி பெற்றிருக்கவில்லை. இந்தத் தெய்வங்கள் பக்தர்களிடமிருந்து மிகை உணர்ச்சிகளையோ அதிகம் அர்ப்பணிப்புகளையோ எதிர்பார்க்கவுமில்லை.

இஸ்லாத்திற்கு முற்பட்ட யுகத்தில் அரபியப் பல தெய்வ வாதம் அரபியா முழுக்கப் பரவி இருந்தது. கி.பி. 4ஆம் நூற்றாண்டு வரை ஏறக்குறைய எல்லா அரபியர்களுமே பல கடவுள் வழிப் பாட்டிலேயே இருந்துள்ளனர் (Robert Holyland, *2001:139*). அரபுப் பழங்குடிகளில் பலதெய்வ வழிபாடு ஒரு மரபுசார் வழிபாடாக மட்டுமே இருந்தது (Shutao Wanwang, *2016*). இந்த வழிபாடுகள் ஒழுங்கமைக்கப்பட்டதாக இருக்கவில்லை. அரபியப் பல தெய்வவாதி களிடையே இறையியல் மற்றும் சமயம்சார்ந்த உரையாடல்கள் பெரிதும் இடம்பெறவில்லை. ஆன்மிகத்தைப் பற்றிய தூண்டுதல் தரும் கருத்துகளும் அவர்களிடையே காணப்படவில்லை. தொன் மங்களும் கடவுளர்கள் பற்றிய பௌராணிகக் கதைகளும் மிகக் குறைந்த அளவிலேயே காணப்பட்டன.

கற்களையும் நட்சத்திரங்களையும் தெய்வீகப் பொருள்களாக்கி வழிபாடு செய்வது, விலங்குகளை அறுத்து தெய்வங்களுக்காகப் பலியிடுவது, சோதிடர்களிடம் எதிர்காலப் பலன்கள் பற்றி

ஆலோசனைகள் பெறுவது என்பனதான் முக்கியத்துவம் பெற்றிருந்தன. சமயங்கள் என்ற பெயரில் இவைதாம் இருந்தன. ஒரு குறித்த பெரிய சமயம், பெரிய கடவுள் என்று கூறுவதற்குப் பெரும்பாலும் எதுவும் இல்லாத நிலை நீடித்தது. சிறிய பெரிய நடுத்தர தெய்வங்களையும் விக்கிரகங்களையும் வழிபட்டு, பலியிட்டு அனுட்டானங்கள் செய்வதிலேயே பண்டைய அரபியர் பெரிதும் கவனம் செலுத்தினர் (Shutao Wanwang, *2016*).

தமது தெய்வங்களில் வைத்திருந்த பற்றுதலைவிடப் பழங்குடி வாதத்திலேயே அரபுப் பழங்குடியினர் அதிக நம்பிக்கை வைத்திருந்தனர். அரபு பழங்குடிச் சமூகத்தினர் தமது பழங்குடிக்காக எதையும் இழக்கத் தயாராக இருந்தனர். பெரும்பாலும் எல்லா அரபியருமே பழங்குடி அங்கத்தவர்களாகவே இருந்தனர். இரத்த உறவின் வழியாக பரஸ்பர உதவிகளை வழங்கும் ஓர் இறுக்கமான குழுவாக பழங்குடிகள் பிணைக்கப்பட்டிருந்தனர். 'ஒரு மனிதனுக்குப் பழங்குடி என்பது ஒரு கூரிய நகம் போன்றது. அதன் மூலம் அவன் தனது எதிரிகளைத் தூரமாக்குகின்றான்' என்று இஸ்லாமிற்கு முற்பட்ட அரபியக் கவிஞரான அம்ர் இப்னு காமியாவின் பாடல்வரி ஒன்று கூறுகிறது *(*Robert Holyland, *2001: 113)*.

தமது பழங்குடிகளின் கௌரவத்தைப் பாதுகாப்பது எல்லாவற்றையும் விட மேலானது எனப் பழங்குடியினர் கருதினர். பழங்குடிவாதம் *(*Tribalism*)* அல்லது பழங்குடி மனிதநலவாதம் (Tribal Humanism) என்று ஆய்வாளர் இதனைக் கூறுகின்றனர். இந்தக் கூட்டுணர்வு இலட்சியம் பதாவிப் பழங்குடி வாழ்க்கையின் ஒரு பண்பாட்டு மையப்புள்ளி என்று கூறலாம்.

அரபியாவில் பண்டைய சமய வழிபாடுகளுக்கு இடையில் பழங்குடி 'மனிதநலவாதம்' ஒரு சக்தியாக உருவாகியிருந்தது. இது பின்னர் ஓரளவு சீர்குலைந்திருந்தாலும் நபிகளின் காலத்தில் அரபியரிடையே காணப்பட்ட செயல்திறன் மிக்க சமயம் இதுதான். *(*Montgomery Watt, 1979: 24*)*. துணிவும் தாராள மனப்பான்மையும் தம்மிடம் இருப்பதாக ஜாஹிலியாக் கவிஞர்கள் பாடிப் பரவசமுற்ற சமயம் இதுதான். மிகச் சிறப்பான மனித உணர்வும் பழங்குடிக்கான பாதுகாப்பும் சிறந்த மனிதப் பெறுமானங்களும் இதிலிருந்தன.

ஹனீப்வாதமும் இஸ்லாமிய சமயச் செயற்பாடுகளும் பழங்குடி வாதத்தைத் தகர்க்க முயன்றன. பண்டைய பழங்குடிப் பண்பாடு

தளர்ந்து போய்க்கொண்டிருந்ததால் தாக்கத்திற்குள்ளாகும் சூழ்நிலைகள் அதிகரித்திருந்தன. சமயரீதியில் பதாவிப் பழங்குடியினர் அறியாமையில் இருப்பதாகவும் புதிய இயக்கங்கள் கடுமையான விமர்சனங்களை முன்வைத்தன.

ஒருமுகப்படுத்தப்படாத பல தெய்வ வணக்கம், பலவீனமான சமய வடிவம், வரைமுறையற்ற விக்ரக வழிபாடு, சமூகச் சீரழிவுகள், காலங்கடந்த பழைய நம்பிக்கைகள் என்பன கேள்விக்குள்ளாக்கப் பட்டன. இந்தச் சூழலில்தான் ஓரிறைவாதக் கோட்பாடும் சமூக சீர்திருத்தச் சிந்தனைகளும் துளிர்ப்பதை அவதானிக்க முடிகிறது.

மக்காவாசிகளின் தொன்மைச் சிலை வணக்கமும் பலதெய்வ வழிபாடும் தொடர்ந்தும் சக்தியுடன் செயல்பட முடியாதநிலை உருவாகியது. இவற்றிற்கு எதிரான கருத்துகள் ஆங்காங்கே எழுச்சி பெறத் தொடங்கின. பெரிதும் தெளிவற்றதாயிருந்த போதும் ஒரு கடவுள் கொள்கையை ஆதரிப்பதற்கும் அதை அறிவதற்கும் சிலர் தீவிரமாக முயன்றுவந்தனர் (Philip, K. Hitti, 1937: 108). ஏகத்துவ வாதத்தை அடிப்படையாகக்கொண்ட இவர்களின் சமயச் சீர்திருத்தச் சிந்தனைகள் ‘தீன் ஹனீபிபீ’ எனப்பட்டது.

தொன்மைச் சமூக உறவுகள் சிதைந்து வர்க்க உறவுகளைக்கொண்ட புதிய சமூக மாற்றத்தின் வாயிலில் மக்கா நின்றுகொண்டிருந்தது. சமூக பொருளாதார உறவுகளில் நிகழ்ந்து கொண்டிருந்த மாற்றங்கள் மற்றொரு சமய ஆன்மிக இயக்கத்திற்கு வாய்ப்புகளை வழங்கும் காட்சியோடு இந்தச் சமூகமாற்றம் ஒன்றிணைக்கப்பட்டிருந்தது. இன்னொரு வகையில் கூறுவதானால் தொன்மைச் சமயக் கட்டமைப்பில் மாற்றங்கள் நிர்ப்பந்திக்கப் படுவதை புதிய சமய சிந்தனைகள் உணர்த்தின. பல்தெய்வ வழிபாடு ஒரு முடிவுக்கு வந்து கொண்டிருந்ததையும் அதன் இடத்தை ஓரிறைக் கோட்பாடு நிரப்ப முயல்வதையும் இஸ்லாத்தின் தோற்றத்திற்கு சற்று முந்திய சமய நடவடிக்கைகளில் அவதானிக்கலாம் *(1969: 94)*.

ஹனீப்வாதம்

இஸ்லாம் தோற்றம் பெறுவதற்குச் சற்று முன்னதாக ஹனீப்வாதி களின் நடவடிக்கைகளை அவதானிக்க முடிகிறது. நேர்மையும் ஆர்வமுமுள்ள சிறு குழுவினர் விக்ரக வழிபாட்டை எதிர்த்துக் குரல் எழுப்பினர். மக்காவின் ஆலயங்களில் சிலைகள் இருப்பது தெய்வீகத் தூய்மையை இழிவுபடுத்தும் செயல் எனவும் கூறினர்.

ஹனீப்வாதிகளின் அடிப்படைக் கோட்பாடு ஓரிறைவாதமாகும். ஏற்கெனவே யூத, கிறிஸ்தவ சமயங்கள் ஓரிறை வாதத்தைப் போதித்து வந்தபோதும் ஹனீப்வாதிகள் இந்தச் சமயங்களின் செல்வாக்கிற்கு உட்பட்டிருக்கவில்லை.

அரபியாவில் ஓரிறைவாதச் சிந்தனையும் கலாசார சீரழிவுகளுக்கு எதிரான நடவடிக்கைகளும், நபிகளார் இளைஞராக இருக்கும் காலத்திலேயே ஓரளவு செல்வாக்குப் பெற்று வந்ததை ஹனீப்வாதம் மூலம் அறிய முடிகிறது. அல்லாமா ஷிப்லி நூமானியின் கருத்துப்படி: 'இப்ராஹீமுடைய சமயத்தின் அடிப்படை ஓரிறை வாதமாகும். அந்த நம்பிக்கை பல காலமாக பெரிய இடையூறுகளுக்குள்ளாகி வந்துள்ளது. கஅபாவினுள்கூட விக்ரக வழிபாடுகள் தொடங்கி இருந்தன. ஆனால் அந்த ஓரிறைவாதக் கருத்து முற்றாக மறைந்து விடவில்லை.'

அரபியாவில் குறிப்பாக மக்காவிலும் மதீனாவிலும் விக்ரக வழிபாட்டிற்கு எதிர்ப்புகள் ஆரம்பமாகி இருந்ததோடு இப்றாஹீமிய சமயத்தின் மீதும் ஆர்வம் தோன்றி இருந்தது (1979: 113). ஹனீப் என்ற பதத்தின் தோற்ற மூலம் பற்றி பல கருத்துகள் முன்வைக்கப்படுகின்றன. அது ஹீப்ரு, அஸ்ஸீரிய அல்லது அபிசீனிய மொழித் தொடர்புடையது என்று ஒரு கருத்து நிலவுகிறது. சிலர் இது அரபுமயப்படுத்தப்பட்ட அஸ்ஸீரியச் சொல் என்று குறிப்பிடுகின்றனர். இதன் மூலச் சொல் 'ஹனபா' என்றும் 'முன்னோக்கித் திரும்புதல்' இதன் பொருள் என்றும் கூறப் படுகிறது.[6]

ஒருமையிலும் பன்மையிலுமாக ஹனீப் என்ற சொல் குர்ஆனில் குறைந்தது ஒன்பது இடங்களில் பயன்படுத்தப்பட்டுள்ளது. இந்தக் கோட்பாடு பலதெய்வ வழிபாட்டுக்கு எதிரானதென்றும் அது நபி இப்ராஹீமின் நம்பிக்கை என்றும், இப்ராஹீமியம் ஒரு தனித்துவக் கோட்பாடு என்றும் குர்ஆன் கூறுவதையும் இங்கு நினைவுபடுத்தலாம்.

இப்ராஹீம் யூதராகவும் இருக்கவில்லை. கிறிஸ்தவராகவும் இருக்கவில்லை. எனினும் இறைவனுக்கு முற்றிலும் வழிப்பட்ட நேரான ஹனீபாகவும் முஸ்லிமாகவும் இருந்தார் என்ற குர்ஆன் வாக்கியமும் (3:67) இதே கருத்தையே வலியுறுத்துகிறது.

மக்காவின் தொன்மை வழிபாட்டுமுறைகளைத் தாக்கி வந்தமை யாலும் வெளிப்படையாகக் கருத்துகளைக் கூறிவந்தமையாலும்

மக்காவாசிகள் இந்தக் குழுவினரை ஒதுக்கிவைத்தனர் *(1989: 27)*. ஹனீபிய் என்ற சொல் பற்றிப் பல கருத்துகள் கூறப்படுகின்றன. முஸ்லிம் அறிஞர்களும் தமக்கிடையில் வேறுபட்ட கருத்துகளைத் தெரிவிக்கின்றனர். இது, மேற்கத்திய அறிஞர்களுக்கும் பொருந்தும். 'இதன் பொருள் பற்றிக் குர்ஆன் விரிவுரையாளர்களிடமும் கருத்தொற்றுமை இல்லை' (Mahmoud M. Ayoub, *1984: 164*, Vol. I).

தபரியின் கருத்துப்படி *ஹனீபிய்* என்ற பதம் புனிதப் பயணச் சடங்குகளை நிறைவேற்றுபவர்களைக் குறிப்பிடுவதாகும் எனச் சிலர் கூறுகின்றனர். முஜஹ்ஹித் 'ஹனீப் என்றால் யாத்திரிகன்' என்றார். இப்னு அப்பாஸின் பிரமாணங்களும் இதனை வலியுறுத்துவதாக மஹ்மூத் எம். ஐயூப் எழுதுகிறார். 'இஸ்லாத்திற்கு முன் ஜாஹிலியாக் காலத்தில் புனிதப் பயணத்தை நிறைவேற்றுபவர்கள் *ஹுனபாஉ* (*ஹனீப் என்பதன் பன்மை*) என அழைக்கப்பட்டனர். இதனாலேயே இறைவன் கீழ்வரும் வாக்கியத்தை இறக்கினான். 'அல்லாஹ்வுக்கு எதனையும் இணைவைக்காது அவன் ஒருவனுக்கே முற்றிலும் தலைசாய்த்து வழிபட்டுவிடுங்கள் (*ஹுனபா*) (குர்ஆன் *22: 31*) இப்ராஹீமின் வழிமுறைகளை (*சுன்னா*) பின்பற்றுபவரே ஹனீப் ஆவர் எனச் சிலர் கூறினர். 'இப்ராஹீமின் சமயம் அல் ஹனபிய்யா என அழைக்கப்பட்டது.' அல்-சுத்தியின் ஆதாரத்தைக்கொண்டு இறைவனில் மாத்திரம் நம்பிக்கைகொண்டவன் எவனோ அவனே ஹனீப் என அல்தபரி குறிப்பிடுகிறார் *(பார்க்க, 1984: 164*, Vol.I*)*.

நபி எனத் தன்னைப் பிரகடனப்படுத்திய முஸைலமாவுடனும் அவருடைய கோத்திரத்துக்குரிய பெயருடனும் இந்தச் சொல்லைத் தொடர்புபடுத்த டி. எஸ். மார்கோலியத் முயன்றார்.

ஹனீபிபீ என்றால் புரட்சி என்று பொருள். ஹீப்ரு, சிரியெக் மொழிகளில் இதன் பொருள் நம்பிக்கையற்றவர் என்பதாகும். 'பிரிவினைவாதிகள், ஒப்புக்கொள்ளாதவர்கள்' என்ற பொருளும் இதற்கு உண்டு. ஹனீப்வாதிகளின் எதிரிகள் இவ்வாறுதான் அவர்களை அழைத்தனர். *(பார்க்க:* E.A. Belyaer *1969: 94*) ஓரிறை வாதிகளுக்குச் சிலை வணக்கவாதிகள் இட்ட பெயராக இது இருக்கலாம் என்றும் கருதப்படுகிறது. அல்லாமா ஷிப்லி நூமானி 'தீன் ஹனிபிய்' என இது ஏன் அழைக்கப்பட்டது என்பதைத் திட்ட வட்டமாகக் கூற முடியாமல் இருப்பதாகக் குறிப்பிடுகிறார் *(பார்க்க 1979: 113)*.

ஹனீப் என்ற பதத்தை, வரலாற்றுரீதியில் ஆய்வு செய்துள்ள சர். சார்லஸ் ஜே. லியால் இதன் தோற்ற மூலத்தை அறிவது கடினமானது எனக் கருதுகிறார். 'தோற்றத்தை விளக்க முடியாதவாறு, குர்ஆனிலும் பழைய கவிதைகளிலும் காணப்படும் பல சொற்களைப் போன்றதே ஹனீப் என்ற பதமுமாகும். அந்தச் சொல் ஏறத்தாழ ஒரு சமயத்தைக் குறிப்பதை நாமறிவோம். அதன் தோற்றத்தைப் பற்றி உறுதியாகச் சொல்ல முடியாது' (Charles J. Lyall, *1903: 781*). 'எனினும் ஓரிறைக் கோட்பாட்டையே ஹனீப்வாதம் தனது கடவுள் கோட்பாடாகக் கொண்டிருந்தது என்பது பற்றிக் கருத்துவேறுபாடுகள் இல்லை'(Charles J. Lyall. 1903: 773). ஏனைய குர்ஆன் விரிவுரையாளர்கள் 'ஆப்ரஹாமின் சமயமே அல் ஹனீபிய்யா' எனக் குறிப்பிடுகின்றனர் *(1984: 64)*.

ஹனீப்வாதம் இப்ராஹீமின் சமயத்தை உள்வாங்கிய கொள்கை எனலாம். ஹனீப்வாதிகள் என அடையாளப்படுத்தப்பட்டவர்கள் நேராகவோ மறைமுகமாகவோ இப்ராஹீம் நபிகளாரின் ஏகத்துவ கோட்பாட்டைத்தான் தங்களுடைய கொள்கையாக ஏற்றிருந்தனர். இப்னு இஷாக்கின் பதிவுப்படி வரக்கா இப்னு நவ்பல், அப்துல்லாஹ் இப்னு ஜஹ்ஷ், உஸ்மான் இப்னு ஹுவைறித், ஸையித் இப்னு அம்று இப்னு நுபைல் ஆகியோர் ஹனீப்வாதத்தின் முக்கியஸ்தர்கள். இவர்கள் குறைஷிக் குலத்தைச் சேர்ந்தவர்கள். நபிகளாரின் முதல் மனைவி கதீஜா; இவருடைய பெற்றோருடன் பிறந்தோரின் பிள்ளையே (Cousin) வரக்கா *(1978: 111:* Vol. I). 'இரண்டவது நபர் உபைதுல்லா இப்னு ஜஹ்ஷ்; இவர் அப்துல் முத்தலிபின் மகள் உமைமாவின் மகன். அதனால் அவர் முஹம்மது நபிகளாரின் பெற்றோருடன் பிறந்தோரின் பிள்ளையாவார்' *(1903: 772)* [7] ஹனீப் வாதிகள் பல தெய்வக் கொள்கையை எதிர்த்ததோடு கற்களினாலான வடிவங்களை வணங்குவது அறிவீனம் என்றும் வாதிட்டனர் *(1979:* Hl, Vol. 1*)*.

இப்ராஹீமின் சமயத்தை ஆராய்வதற்காகவோ சமய உண்மைகளை அறிவதற்காகவோ ஸையித், வரக்கா உள்பட, சில மக்காவாசிகள் சிரியா வரைப் பயணம் செய்தனர். சஹீஹ் புகாரியின் ஆதாரத்தின்படி ஸையித் ஒருமுறை புனித கஅபாவின் முன்னால் நின்று 'குறைஷிகளே, இப்ராஹீமை நான் பின்பற்றுவதை நீங்கள் ஒருவருமே ஏற்றுக் கொள்ளவில்லை' என்று கூறியுள்ளார் *(1979: 112:* voL. I). அவருடைய மகன் செய்து பின் ஸைய்த் மிகச் சிறந்த முஸ்லிம்களில் ஒருவராக

மதிக்கப்படுகிறார். இப்னு இஷ்ஹாக்கால் அவரது சமய இலட்சியங்கள் பின்வருமாறு கூறப்பட்டுள்ளது: 'அவர் விக்ரக வணக்கத்தை ஏற்க மறுத்துவிட்டார். தானாக இறந்தவற்றையும், இரத்தத்தையும், தெய்வங்களுக்குப் பலியிட்டவற்றையும் அவர் உணவாகக் கொள்வதிலிருந்து தவிர்த்துக்கொண்டார். பெண் குழந்தைகள் புதைக்கப்படுவதை அவர் தடுத்தார். ஆப்ரஹாமின் (இப்ராஹீம்) கடவுளையே தாம் வணங்குவதாகப் பிரகடனம் செய்தார்.'

பெண் குழந்தைகளைக் கொலை செய்யும் அரபியரின் வழக்கத்தை முதலில் கண்டித்தவர் ஸையித். பெண் குழந்தை ஒன்று கொல்லப்பட இருப்பதாக அவர் அறிந்தால் உடனே அந்தக் குழந்தையின் பெற்றோரைச் சந்தித்து அந்தக் குழந்தையைத் தம்மிடம் ஒப்படைக்குமாறும் அதனை வளர்க்கும் பொறுப்பைத் தாம் ஏற்பதாகவும் அவர் கூறுவது வழக்கம் *(1979: 112*, Vol.1).

தாயிஃபின் தலைவரும் புகழ்பெற்ற கவிஞருமான உமையா இப்னு அபிசல்த் இந்தக் காலப் பகுதியில் விக்கிரக வணக்கத்தை எதிர்த்துக் குரல் எழுப்பியவர்களில் மற்றொருவராவார். பத்ர் போர் நடக்கும் காலம் வரை உமையா வாழ்ந்தார். உருவவழிபாட்டுக் காலத்தில் அவர் புனித வேதங்களைக் கற்றிருந்ததோடு உண்மையான இப்ராஹீமிய நம்பிக்கையையும் ஏற்றிருந்தார். இவர் இஸ்லாத்தைத் தழுவவில்லை. ஆயினும் இவர் இயற்றிய நூற்றுக்கும் அதிகமான ஈரடிச் செய்யுள்களை விருப்பமுடன் செவியுற்றுவந்த நபிகளார் உமையா, இஸ்லாத்தை ஏற்பதற்கு மிக அருகில் வாழ்ந்துள்ளதாகக் குறிப்பிட்டுள்ளார் *(1979: 112)*. உமையா உள்பட மேலும் சுமார் ஐந்து ஹனீப்வாதிகளின் பெயர்கள் வரலாற்றுப் பதிவுகளில் உள்ளதாகச் சுட்டிக் காட்டப்பட்டுள்ளது. இவர்கள் அனைவருமே ஹிஜாஸ் மாநிலத்தையும் மேற்கு அரபியத் தீபகற்பத்தையும் சேர்ந்தவர்கள் என்பது குறிப்பிடத்தக்கது. இவர்கள் சிலைவணக்க எதிர்ப்பாளர் களாகவும் இப்ராஹீமின் கடவுளை ஏற்றவர்களாகவும் விளங்கினர். இவர்களுள் சிலர் 'துறவு' நடைமுறைகளிலும் ஈடுபட்டனர் *(1903: 774)*.

ஹனீப்வாதிகளுக்கும் நபிகளுக்குமிடையிலிருந்த தொடர்புகள் பற்றி திருப்தியான தகவல்கள் இல்லை, எனினும் இந்தக் குழுவினரின் சிலருடன் நபிகளுக்குத் தொடர்பிருந்தது பற்றிச் சில பதிவுகள் தெரிவிக்கின்றன. சஹீஹ் புகாரியின் பதிவின்படி நபித்துவத்தை அடைவதற்கு முன்னர் ஸையிதுடன் நபிகளுக்குத் தொடர்பிருந்ததாக

அறியலாம் (1979: 112). கதீஜாவை நபிகளார் மணந்ததன் பின்னர் ஹனீப்வாதத்தின் சக்திமிக்க தலைவரும் கதீஜா நாயகியின் மைத்துனருமான வரக்கா இப்னு நவ்பல் மூலமாக ஹனீப் வாதத்தை நபிகளார் தெரிந்துகொண்டிருக்கலாம் என்ற கருத்தும் முன்வைக்கப்படுகிறது. மேலும் அரபியாவின் ஏனைய குலங்களை விட குறைஷிக் குலத்தைச் சேர்ந்த நபிகளாரின் பாட்டனாரான அப்துல் முத்தலிப் தமது கருத்துகளில் இப்ராஹீமின் இறைக் கோட்பாட்டைப் பெரிதும் அண்மித்திருந்தார் (1989: 27) என்பதையும் இங்கு குறிப்பிடலாம்.

ஹனீப்வாதிகள் ஓரிறை வணக்கத்தை ஆதரித்தனர். தேசியவாதம், நாட்டுபற்று என்பனவற்றையும் அவர்கள் வலியுறுத்தினர். எனினும் மக்காவின் மக்கள் ஹனீப்வாதிகளின் புதிய சிந்தனைகளை ஏற்கவில்லை. குறிப்பாக குறைஷியர் இவர்களை எதிர்த்தனர். புதிய கொள்கைக்கு குறைஷியர் காட்டிய எதிர்ப்பில் சமயப் பிரச்சினை மட்டுமன்றி பொருளாதாரப் பிரச்சினையும் அடங்கி யிருந்தது. தொன்மை உருவ வழிபாட்டுவாதமும் பல தெய்வ வணக்கமும் மக்காவின் பொருளாதாரத்தோடு ஒன்றிணைந்து இருந்ததால் புதிய சமய சிந்தனைகள் இதைத் தகர்க்கக் கூடுமென அவர்கள் அஞ்சினர். அதாவது, பலதெய்வ வாதத்தாலும் சிலை வழிபாடு களாலும் மத்திய நிலையமாக கஅபா பெற்றிருந்த கௌரவத்தையும், மக்காவில் வளர்ந்துவந்த வணிகச் சூழலையும் இழப்பதற்குக் குறைஷியர் விரும்பவில்லை.

சமயக் கோட்பாட்டில் மாற்றத்தை ஏற்படுத்துவதே ஹனீப்வாதிகளின் முதன்மை நோக்கமாக இருந்தது. மக்காவில் நிகழ்ந்துகொண்டிருந்த சமூக பொருளாதாரப் பிரச்சினைகளை அவர்கள் கவனத்தில் கொள்ள வில்லை. மக்காவின் பொருளாதார நெருக்கடிகளுக்கும் சமூக ஏற்றத் தாழ்வுகளுக்கும் அவர்களிடம் தீர்வுகளும் இருக்கவில்லை.

ஹனீப்வாதிகள் முன்வைத்துவந்த உலக முடிவு, நரக வேதனை போன்ற சமயக் கருத்துகள் பெரும்பாலும் ஐயவாதிகளாயிருந்த அரபுமக்களை அதிகம் கவரவில்லை (1969: 96). புதிய சமய சிந்தனை மட்டுமல்ல; அன்றைய சமூகத்தை வேதனையில் ஆழ்த்தியிருந்த பிரச்சினைகளுக்கான தீர்வுகளும் தேவையாக இருந்தன. இதனால் 'மரணத்தின் பின்னர்தான் மனித விடுதலை' போன்ற அவர்களின் வாக்குறுதிகளும் அரபுமக்களிடத்தில் அதிகத் தாக்கத்தை ஏற்படுத்தவில்லை.

எனினும், என்றோ ஒரு காலத்தில் அரபுத் தீபகற்பத்தில் நிலவிய தொன்மைமிக்க ஏகத்துவவாதத்தின் பழைய சுவடுகளில் செல்வதற்கு ஹனீப்வாதிகள் முன்வந்தனர் என்பது மட்டும் தெளிவாகத் தெரிந்தது.

நபி இப்ராஹீம்

'பழைய ஏற்பாட்டில் 230 தடவைகளும் புதிய ஏற்பாட்டில் 72 தடவைகளும் ஆப்ராஹாமின் (இப்ராஹீம்) பெயர் இடம்பெறுகிறது. குர்ஆனில் 69 தரம் இப்ராஹீமின் பெயர் இடம்பெற்றுள்ளது. இஸ்லாமிய மூலாதாரங்களை ஆராய்ந்தால் நபி இப்ராஹீமுக்கு இஸ்லாம் மிக உயர்வான இடத்தைத் தந்திருப்பதை அறிந்துகொள்ள முடியும்.' இது கிறிஸ்தவ பேராயர் கார்லோ மார்ட்டினி தந்துள்ள ஒரு குறிப்பு (Carolm Martini 1992).

ஆப்ரஹாமிய சமயங்கள் பொதுவாக ஆப்ரஹாமியவாதம் என்ற பொதுத் தலைப்புக்குள்தான் பேசப்படுகின்றன. செமித்திய இன மற்றும் செமித்திய மொழி அடிப்படைகளில் இருந்தே ஆப்ரஹாமிய வரலாற்றுத் தொடர்புகள் ஆரம்பமாகின்றன. தொன்மைக் காலத்தில் ஓரிறைவாதக் கருத்தைப் பரப்பியவர்களில் ஆப்ரஹாம் (நபி இப்ராஹீம்) முக்கியமானவர்.

இப்ராஹீமிய சமயம் என்ற கருத்து குர்ஆனில் பல இடங்களில் வலியுறுத்தப்படுகிறது. இப்ராஹீமிற்கான முக்கியத்துவத்தை யூத மதத்திலும் கிறிஸ்தவத்திலும் நாம் பார்க்கலாம். ஆயினும் இஸ்லாமிய சமயம் வலியுறுத்தும் இப்ராஹீமிய சமயமும் யூத, கிறிஸ்தவ வேத மூலாதாரங்கள் குறிப்பிடும் இப்ராஹீம் நபியின் சமயக் கோட்பாடுகளும் ஒன்றா என்பதில் கருத்துவேறுபாடுகள் உள்ளன. இதனைக் குர்ஆன் பின்வருமாறு பிரதிபலிக்கின்றது. 'இப்ராஹீம் யூதராகவும் இருக்கவில்லை, கிறிஸ்தவராகவும் இருக்க வில்லை. எனினும் இறைவனுக்கு முற்றிலும் வழிபட்ட நேரான முஸ்லிமாகவே இருந்தார்' (குர்ஆன். 3: 67). இதற்காக 'ஹனீபன் முஸ்லிமன்' என்ற வார்த்தைப் பிரயோகத்தைக் குர்ஆன் பயன்படுத்தி உள்ளது. மற்றொரு வாக்கியத்திலும் (குர்ஆன் 2:135) இதே வார்த்தையைக் குர்ஆன் பயன்படுத்துகிறது. இப்ராஹீமியக் கோட்பாட்டோடு 'ஹனீப்' 'நேர்மைக்காகச் செயற்படுதல்' என்ற பதத்தை இஸ்லாமிய மூலதாரங்கள் மிக நெருக்கமாக இணைத்துப் பேசுகின்றன.

இப்ராஹீமியக் கோட்பாடு அரபுதேசத்தில் நபிகளாரின் ஹிஜாஸ் மாநிலத்தில் பரவியதையும் உலக சமயக் கோட்பாடுகளுக்கு அது வழங்கிய சில கொள்கைகள் பற்றி மட்டுமே இதில் நாம் கலந்துரையாட உள்ளோம்.

தீன் ஹனீபின் அடிப்படை இப்ராஹீம் நபி போதித்த சமயம் எனக் கருதலாம். குறிப்பாக இப்ராஹீம் நபியின் ஓரிறைவாதத்தை ஹனீப்வாதிகள் தீவிரமாகப் பின்பற்றினர்.

மத்திய கிழக்கின் உலகச் சமயங்கள் அனைத்தும் தமது முன்னோடிச் சமயத் தலைவராகவோ, தந்தையாகவோ இப்ராஹீம் நபியையே ஏற்றுள்ளன. நபி மூஸா, நபி ஈஸா, நபி முஹம்மத் ஆகியோரின் நிறுவனங்களாகப் பின்னர் வடிவமைந்த மூன்று சமயச் சிந்தனைப் பிரிவுகளின் ஊற்றாகவும் மூலமாகவும் இப்ராஹீம் விளங்கியுள்ளார் *(1977: 219)*.

பழைய ஏற்பாடு இப்ராஹீமின் இறைநம்பிக்கையையும் நற்பண்புகளையும் மிக உயர்வாகப் போற்றுகின்றது. 'அநேக மக்களுக்கு உன்னைத் தந்தையாக்குவோம்' என ஆண்டவர் இப்ராஹீமுக்கு வழங்கிய வாக்குறுதியை ஆதியாகமத்தில் காணலாம். ஆதியாகமம் இவ்வாறு உரைக்கின்றது.

> ஆண்டவர் ஆபிரகாமை நோக்கி நாம் உன்னைப் பெருங்குடியாய்ப் பெருகச் செய்து உன்னையும் ஆசீர்வதித்து உன் பெயரையும் மேன்மைப்படுத்துவோம். நாம் எல்லாம் வல்ல கடவுள். நீ நமக்குமுன் நடந்து உத்தமனாய் இரு. நீ திரளான மக்களுக்குத் தந்தையாவாய். அநேக மக்களுக்கு உன்னைத் தந்தையாக்குவோம்.

கிறிஸ்தவர்களுக்கு மட்டுமல்ல, கடவுளில் நம்பிக்கை வைத்து கடவுளைத் தேடும் எல்லாச் சமூகத்தவருக்கும் ஏப்ரஹாம் (இப்ராஹீம்) தந்தையாவார் எனக் கிறிஸ்தவ இறையியல்வாதிகள் கூறுகின்றனர் (Maria Marthini Carlo, 1992: 13). புதிய ஏற்பாட்டின் புனித மத்தேயுவில் காணப்படும் 'ஆபிரகாம் ஈசாக்கைப் பெற்றான்' என ஆரம்பிக்கும் வம்சத் தொடர்ச்சியின்படி ஆப்ரஹாமை ஆன்மிக நிலையில் மட்டுமல்ல உண்மைத் தந்தையாகவே கொள்ளலாம் என்றும் அவர்கள் கருதுகின்றனர் *(1992: 13)*.

நபி இப்ராஹீமைத் தூய நம்பிக்கையாளர் என்றும் உண்மையான சமயத்தைப் பின்பற்றியவர் என்றும் இஸ்லாம் கூறுகின்றது.

நிச்சயமாக மனிதர்களில் இப்ராஹீமுக்கு மிக நெருங்கியவர்

> *எவரென்றால் அவரைப் பின்பற்றியோரும் இந்த நபியும் இவரை விசுவாசம் கொண்டவர்களும்தான் (குர்ஆன் 3: 67, 68).*

இப்ராஹீம் நபியின் மகன் இஸ்மாயிலின் வம்சத் தொடர்ச்சியில் வருபவராகவே முஹம்மத் நபிகளாரை இஸ்லாமிய வரலாறு கூறுகிறது. மூன்று அரபு இனப் பிரிவுகளில் இஸ்மாயிலிகள் ஒரு பிரிவினராவர். முஹம்மத் நபிகளின் வம்ச வரலாறு, நீண்ட காலத்துக்கு முன்னர் இப்ராஹீம் நபி போதித்த சமயத்தைக் கடைப்பிடித்த அவரது மகன் இஸ்மாயிலின் வம்சத்துடன் தொடர்பு பட்டதாகும் (1979: 115). இஸ்மாயில் நபியைப் பற்றி குர்ஆன் பின்வருமாறு கூறுகிறது:

> *நிச்சயமாக அவர் (இஸ்மாயில்) உண்மையான வாக்குறுதி உடையவராகவும், (நம்முடைய) தூதராகவும் நபிகளாகவும் இருந்தார். அவர் தம் குடும்பத்தினரை, தொழுகையைக் கடைபிடிக்கும்படியும், ஜகாத் கொடுத்துவரும்படியும் ஏவிக் கொண்டிருந்தார். அவர் தம் இறைவனால் மிகவும் விரும்பப் பட்டவராகவும் இருந்தார் (குர்ஆன் 19: 54, 55).*

இப்ராஹீம் என்பது ஹீப்ரு மொழிப் பெயராகும். அவர் ஹீப்ரு பழங்குடியில் பிறந்தவர். மெஸெபொட்டோமியாவின் உர் நகரம் அவரது பிறப்பிடமாகும். அப்போது அங்கு செமித்திய சால்டியரின் ஆதிக்கம் நிலவியது. செமித்தியச் சால்டிய வழிபாட்டு முறைகளையும் ஒழுக்கத்தையும் அவர் தாக்கினார். அவர்களின் நட்சத்திர, சூரிய, சிலை வணக்கங்களைப் பகுத்தறிவுக்குப் பொருந்தாதவை என்றும் போலியானவை என்றும் வெளிப்படையாக அவர் வாதிட்டார். 'ஓர் இறைவனை வணங்குமாறும் நேர்மையைக் கடைப்பிடிக்குமாறும்' அவர் போதித்தார்.

இப்ராஹீமின் ஓரிறைவாதப் போதனை ஒரு புதிய சிந்தனையின் அல்லது சமயப் பிரிவின் தொடக்கமாக அமைந்தது. ஏனெனில் சால்டியச் சூழலின் ஆதிக்கத்தினுள் வாழ்ந்த இப்றாஹீம் பல தெய்வவாதியாகவோ, 'என்லில்' வழிபாட்டாளராகவோ, சூரிய வழிபாட்டாளராவோ அல்லது சிலை வணக்கத்தவராகவோ இருந்திருக்க வேண்டும். மாறாக இப்ராஹீம் ஓரிறைவாதத்தைப் போதிப்பவராக இருந்தார். சோதாம் நாட்டு மன்னனுடன் உரையாடும் போது தமது ஏகத்துவக் கோட்பாட்டை இப்ராஹீம் பின்வருமாறு வெளிப்படுத்தினார். 'விண்ணையும் மண்ணையும் ஆளும் அதி உன்னத கடவுளுக்கு என் கையை உயர்த்தி' (ஆதியாகமம், 14: 22) என அதைப் பழைய ஏற்பாடு கூறுகிறது. இதே தன்மையிலான

நபி இப்ராஹீமின் ஏகத்துவக் கருத்தை நபி இப்ராஹீமின் கூற்றாக குர்ஆன் பின்வருமாறு கூறுகிறது: 'வானங்களையும் பூமியையும் எவன் படைத்தானோ அ(ந்த ஒரு)வனின்பாலே நிச்சயமாக நான் முற்றிலும் நோக்குகின்றேன். நான் (அவனுக்கு எதனையும்) இணைவைப்போன் அன்று!' (குர்ஆன் 6: 79).

இப்ராஹீம் நபி, ஒரு வயதுக் குழந்தையாக இருக்கும்போது இறைவனுடன் தொடர்புகொள்ளும் அருள் அவருக்குக் கிடைத்ததாகக் கூறப்படுகிறது. 3ஆவது அல்லது 48ஆவது வயதில் இவ்வருள் கிடைத்ததாகச் சிலர் கூறுகின்றனர். மற்றொரு வரலாற்றுக் குறிப்பு, 14 வயதில் மனிதனின் அக்கிரமங்களைக் கண்டிக்க ஆரம்பித்தார் என்றும் போலியான விக்ரக வணக்கத்திலிருந்து அவர் தமது தந்தையைத் தடுக்க முற்பட்டார் என்றும் கூறுகிறது (1992: 23).

இப்ராஹீம் நபியின் ஓரிறைவாதத் தோற்றம் பற்றிய ஹெலனிய பிலோவின் (Philo) கருத்து இன்னொரு கோணத்தில் அமைந்துள்ளது. 'ஏப்ரஹாம் சால்டிய மரபில் தோன்றியவர், வானசாஸ்திரத்திற்கு அர்ப்பணிக்கப்பட்ட காலப்பிரிவு அது. பிரபஞ்சத்தைப் படைத்தவன் ஒருவனே என்ற கருத்தை இந்தச் சூழல் அவருக்கும் வழங்கியிருக்க வேண்டும். இதனூடாகவே பிரபஞ்சத்தைப் படைத்தவன் ஒரு இறைவன் என்ற கருத்துக்கு அவர் வந்திருக்க வேண்டும்.'

நபி இப்ராஹீம் ஒரு புதிய மார்க்கத்திலிருந்தார். அந்த யுகம் ஏற்றுக்கொள்ள விரும்பாத ஒரு கோட்பாட்டை அவர் மக்களுக்குப் போதித்தார். தமது தந்தையை நோக்கி இப்ராஹீம் கூறுவதாக அமைந்துள்ள அல்குர்ஆனின் பின்வரும் வாக்கியத்தை இங்கு கூறுவது பொருத்த மானது: 'என் தந்தையே உங்களுக்குக் கிடைக்காத ஒரு ஞானம் எனக்குக் கிடைத்துள்ளது. எனவே என்னைப் பின்பற்றுவீராக. நான் உங்களுக்கு நேர்வழியைக் காண்பிப்பேன்' (குர்ஆன், 19: 41). இதற்குத் தந்தையின் பதில் 'நான் கல்லால் அடிப்பேன். என்னை விட்டும் பிரிந்து போய்விடு' என்பதாகவே இருந்தது (குர்ஆன் 9: 12, 13).

அன்றைய சமூக அநீதிகளுக்கும் அக்கிரமங்களுக்கும் எதிராக இப்ராஹீம் குரல் எழுப்பினார். மக்களைச் சூறையாடிய மன்னர்களுக்கு எதிராகப் போர் தொடுத்தார் (ஆதியாகமம் 14: 12, 13). மேய்ச்சல் நிலப் பகிர்வில் நீதியை நிலைநாட்டினார். சிலைகளை உடைத்து ஏகத்துவத்தைப் போதித்ததுடன், நீதியான வாழ்க்கைக்குத் திரும்புமாறும் மக்களுக்கு அவர் அறைகூவல் விடுத்தார்.

இப்ராஹீம் நபியின் மார்க்கம் நேரான மார்க்கம் என்று குர்ஆன் கூறுகின்றது. இப்ராஹீம் கடைப்பிடித்த வழிமுறையிலேயே முஹம்மத் நபி இருந்ததாகவும் அதுவே இறைவனின் உண்மையான வழிகாட்டுதல் என்றும் அல்குர்ஆன் கூறுகின்றது:

(நபியே) கூறுவீராக: 'நிச்சயமாக என் இறைவன் எனக்கு நேரான வழியைக் காட்டிவிட்டான். அது முற்றிலும் சரியான, கோணல் இல்லாத தீன் (நெறி) ஆகும். இப்ராஹீம் கடைப்பிடித்து வந்த வழிமுறையுமாகும். மேலும் அவர் இணைவைப்பவரில் ஒருவராகவும் இருக்கவில்லை.

பலிச் சடங்குகள்

மத்திய கிழக்கு நாடுகளில் 'பலி' முக்கிய இடத்தைப் பெற்றிருந்தது. 'பலியின்றி வழிபாடில்லை' என்பதே அன்றைய அரபுகளின் சமய சுலோகம். பலியும் நரபலியும் உலகெங்கினும் காணப்பட்ட தொன்மைச் சமய வழிபாட்டின் பிரிக்க முடியாத அங்கமாகும். 'மிருகங்கள் பலிக்காகவே படைக்கப்பட்டுள்ளன. முழு உலகின் நன்மைக் காகவுமே பலி ஏற்பாடு செய்யப்படுகின்றது' என மனுசாஸ்திரம் கூறுகிறது. யாகங்களில் எண்ணற்ற விலங்குகள் பலியிடப்பட்டன. நரபலிகளைப் பற்றிய பட்டியல் யஜுர் வேதத்தில் உள்ளது.

புனிதச் சடங்குகளில் வியப்பளிக்கும் விடயம் பலிக் காணிக்கைக ளாகும். அண்மைக் கால அறிஞர்களின் கருத்துப்படி பலிச் சடங்குகள் (Rites of Sacrifice) பழங்கற்காலம் வரை (Palaeolithic Age) செல்கிறது. பைபிளின் பழைய ஏற்பாட்டில் பல்வேறுபட்ட பலி வகைகளையும் அவை செய்யப்படும் விதத்தையும் காணலாம். தகனப்பலி, பாவப்பலி, குற்ற நிவர்த்திப்பலி, பரிகாரப்பலி எனப் பல்வேறு பலி வகைகளை லேவியராகமம் (பழைய ஏற்பாடு) குறிப்பிடுகிறது. லேவியராகமத்தில் வரும் பின்வரும் கூற்றிலிருந்து இதனை விளங்கலாம்.

ஆண்டவரின் கட்டளையை மீறி ஒரு பாவம் செய்யும் போது... அவன் தன் பாவத்திற்குப் பரிகாரமாக ஒரு மறுவற்ற ஓர் இளங்காளையை ஆண்டவருக்கு ஒப்புக் கொடுப்பானாக (எவ்வாறெனில்) சாட்சியக் கூடார வாயிலிலே ஆண்டவர் திருமுன் அதைக் கொணர்ந்து அதன் தலையின் மீது கையை வைத்து அதைக் கொன்று ஆண்டவருக்குப் பலியிடுவான் *(லேவியராகமம், 4: 1-5)*

இவ்வகைப் பலிகளின் மூலம் புனித பீடங்கள் இரத்தத்தினாலும் மிருகக் கொழுப்புகளினாலும் நீராட்டப்பட்டன. தீட்டிலிருந்தும் அறியாமல் செய்த பாவங்களிலிருந்தும் தூய்மையாவதற்கு இத்தகைய பலிகள் உதவுவதாக சமய ஆகமங்கள் வலியுறுத்தின. இந்தியச் சமய மரபிலும் நரபலிகள் சமய அங்கீகாரத்தைப் பெற்றிருந்தன. பேராசிரியர் கோசம்பி பின்வருமாறு கூறுகிறார்.

> நரபலிகளைப் பற்றிய பட்டியல் யஜுர் வேதத்தில் காணப் பட்டாலும் சதபதபிரமாணம் தோன்றிய காலத்திலேயே நரபலிகள் பிரமாணங்களிலிருந்து வழக்கொழிந்துவிட்டன. இருப்பினும் கோட்டை வாயில் போன்ற வலுவான தளங்களைப் பகைவர் வெல்லாதிருக்கவும், நதிவெள்ளங்கள் அணைகளை அடித்துக் கொண்டு செல்லாமல் இருக்கவும் எப்போதாவது நடத்தப்படும் நரபலிகள் அவசியமாகக் கருதப்பட்டன. அதன் பொருட்டு பலியிடப்படும் மனிதனை அஸ்திவாரத்தில் புதைத்து மேலே புதிய கட்டிடத்தை எழுப்புவார்கள் (கோசம்பி, 1983: 181).

சமயங்களின் தோற்றத்திற்கும் இந்தப் பலிகளுக்கும் தொடர்பிருந்தன. பலி கொடுப்பதைச் சமயங்கள் நேராகவோ மறைமுகமாகவோ அங்கீகரிக்கின்றன. பழங்கற்கால மனிதரும் சரி, அதற்குப் பிந்திய நாகரிக யுகத்துக்குரிய மனிதரும் சரிபலிகளை நிறைவேற்றி வந்துள்ளனர்.

மனிதன் தோன்றிய காலத்திலிருந்தே ஆவிகளை அல்லது கடவுள்களைச் சாந்திப்படுத்தவும், தனது எண்ணங்களை நிறைவேற்றவும் தெய்வங்களின் விரோதத்தைத் தணிக்கவும், மனிதன் பலிகளை வழங்கி வந்துள்ளான். பலிச் சடங்குகளில் பயம், குற்றவுணர்வு, தெய்வ ஆராதனை, வழிபாடு என எண்ணற்ற மனவெழுச்சிகள் அடங்கியிருந்தன (J. C. Livingston, 1989: 120).

'நான் உனக்குத் தருகிறேன் நீ எனக்கு வழங்கு' வேறு வார்த்தை களில் கூறுவதாயின் ஒரு 'பேரம் பேசல்' அங்கு நிகழ்ந்தது. இந்தக் கருத்து ஹிந்துமத சடங்கொன்றில் சுருக்கமாக இவ்வாறு இடம் பெற்றுள்ளது. 'இதோ வெண்ணெய், எங்கே உனது வெகுமதி' (1989: 120). சடங்குகளிலும் வழிபாடுகளிலும் நன்கொடைகளிலும் கொடுக்கல் வாங்கல் முறையொன்று காணப்படுவதாகவும் கடவுளின் நல்லெண்ணத்தையும் பாதுகாப்பையும் பகரமாக மனிதன் விழைகிறான் என்றும் மானிடவியலாளர் கூறுவர்.

நரபலிச் சடங்கு

மெஸெபொட்டோமிய, செமித்திய வழிபாடுகளில் பலியும் நரபலியும் மட்டுமன்றி பகுத்தறிவுக்குப் பொருந்தாத வேறு குரூர வழிபாடுகளும் இடம்பெற்றிருந்தன. இப்ராஹீம் இந்தப் பிரதேசங் களில் செல்வாக்குப் பெற்றிருந்த நரபலியையும் குரூரமான சமயச் சடங்குகளையும் கடுமையாக எதிர்த்தார்.

பலஸ்தீனத்திலும் நரபலியிடும் வழக்கம் ஆழமாக வேரூன்றி யிருந்தது. 'முதலில் பிறந்தவை அனைத்துமே பலிக்குரியதாகக் கருதப்பட்டன. தலைப்பிள்ளையின் இரத்தத்தால் பலிபீடங்கள் நீராட்டப்பட்டன' (1935: 159).

> உன் முதற்பலனில் பத்தில் ஒரு பாகத்தைக் காணிக்கையாகச் செலுத்தத் தாமதிக்க வேண்டாம். மேலும் உன் புதல்வரில் தலைச்சன் பிள்ளையை நமக்குக் கொடுப்பாயாக. உன் ஆடுமாடுகளிலும் அவ்வாறு செய்வாயாக (யாத்ராகமம், 23: 9-30).

என்று கானான் தேசத்து நரபலி பற்றியும் சிறுவர் பலிகள் பற்றியும் பைபிளின் பழைய ஏற்பாடு கூறுகிறது. அந்தக் காலத்தில் ஹீப்ருக் களிடம் மனிதரைப் பலியிடும் வழக்கம் இருந்துள்ளது. யூத மன்னன் மனாசே கோயிலில் பலிபீடங்களை நிறுவினான். மேலும் தனது மகனை பலியாக்கினான் (அரசர் ஆகமம் 21:6).

அவர்கள் தங்கள் புதல்வர் புதல்வியரைப் பேய்களுக்கு பலியிட்டனர். மாசற்ற தங்கள் புதல்வர் புதல்வியரின் இரத்தத்தைச் சிந்தினர். கானான் நாட்டு தெய்வங்களின் சிலைகளுக்கு அவர்களைப் பலியிட்டார்கள். அவர்களின் இரத்தத்தால் நாடு தீட்டுப்பட்டது. தங்கள் புதல்வர்களைத் தீயில் சுட்டெரித்துப் பாகாலுக்கு எரிபலி கொடுக்கும்படி அந்த தெய்வத்திற்கு தொழுகை மேடு எழுப்பினர் (திருப்பாடல்கள் ஆகமம் 106: 37, 38). இவ்வாறு அனேக நரபலி மற்றும் நரபலி கொடுக்கப்பட்ட விதம் பற்றிப் பழைய ஏற்பாடு பல செய்திகளைக் கூறுகிறது. பல இடங்களில் இதை எதிர்த்து கண்டனங்களையும் தெரிவித்துள்ளது. சிறுவர் கொலை உருவ வழிபாட்டு வாதத்துடன் அல்லது புறச்சமய வாதங்களுடன் ஒன்று கலந்திருந்தது. உலகின் பல பகுதிகளில் இந்தப் படுகொலை நிகழ்வுகள் நடந்து வந்துள்ளன. சிலர் கருதுவது போல் இது மக்காவில் மட்டும் நடந்த பாவச் செயல் அல்ல. மொலொக் மன்னனின் பேரில் நடத்தப்பட்ட சிறுவர் கொலைகள் பற்றிய பதிவுகளை பைபிளில் காணலாம். தீயில் கருகச் செய்து சிறுவர்களைப் பலியிடும் வழக்கம்

பலஸ்தீனிய சமயச் சடங்குகளில் இருந்துள்ளன. 'தங்கள் புதல்வர்களை தீயில் சுட்டெரித்து பாகாலுக்காக நரபலி கொடுக்கப்பட அந்த தெய்வங்களுக்கு தொழுகை மேடு எழுப்பினர்' (எமிரேயாஸ் ஆகமம் 19:5) இவ்வாறு பைபிளும் அகழ்வாய்வுகளும் பல தகவல்களைத் தருகின்றன.

பலிபீடங்களில் மட்டுமன்றி புதிய கட்டிடங்களின் அடித்தளங்களுக்கும் உயிர்ப்பலிகள் தாராளமாகக் காணிக்கையாக்கப்பட்டன. 'ஆண், பெண், குழந்தை, மிருகம் ஏதாவதொன்றின் மரணத்தின் மீதே ஒவ்வொரு வீடும் (பலஸ்தீனத்தில்) கட்டப்பட்டது' (A. S. Cook, 1908: 40). ஹிந்து மரபிலும் இத்தகைய வழக்கங்களிருந்தன. கோட்டைகள் கட்டும்போது அவற்றின் அடித்தளத்தில் நரபலியிடப்பட்டது. வறட்சி மிகுந்த காலத்தில் பாலை மண்ணில் மனித இரத்தத்தைச் சிந்தச் செய்து மழை பெய்விக்கும் முயற்சிகளும் நடந்தன.

ஆண் தலைப்பிள்ளைகளைப் பலி இடுவது ஒரு தொன்மையான வழக்கமாகும். ஆண் (மகன்) இரத்தப் பாவவிமோசனம் இரத்தக் கடனை தீர்ப்பதற்காகச் செய்யப்படும் இரத்தக் காணிக்கைச் சடங்காகும். இதன் மைய அம்சம் ஆண் தலைப்பிள்ளையைப் பலிகொடுப்பதாகும். கிரமமான முறையில் ஆண்கள் எண்ணற்ற அளவில் இவ்வாறு கொலை செய்யப்பட்டனர். இரத்தப்பலி காட்டுவாசியுகத்தின் அடையாளம். தன்னின உண்ணுந்தன்மை (Cannibalism) விலங்குவாசி (Savegery) யுகத்துக்கு அடையாளமாகும் (பார்க்க: Evelyn Reed, 1992: 398-9).

இந்தக் கொலைகளுக்கும் உறவுமுறை அமைப்பிற்கும் (Kinship System) உள்ள தொடர்பை இவ்லின் றீட் விளக்கியுள்ளார். சுருக்கமாக இதனைக் கூறுவதாயின் சகோதரியின் மகனும் மனைவியின் மகனுமே இரத்தப் பாவ விமோசனத்துக்குள்ளாக்கப்பட்டனர். கணவனுக்கு மனைவியாயினும் சகோதரனுக்குச் சகோதரியாயினும் 'மகன்' பலியில் துன்பத்திற்குள்ளாவது தாய்தான் (1992: 399).

பிந்திய கட்டத்தில் இரத்தப் பாவ விமோசனத்திற்கு முதற் பிள்ளைக்குப் பதிலீடாக வீட்டுமிருகத்தைப் பலியிடும் வழக்கத்தில் திருப்தி காணப்பட்டது. ஜோன் லயார்ட் (John Layard) தமது நூலில் (Stone Men of Mlekula) கூறியுள்ள மனித இரத்தப்பலிகளுக்குப் பதிலீடாகக் கொம்பன் பன்றிகளைத் தாம் பலியிடுவதாக மலெக்குலாவினர் கூறுவதை இங்கு நோக்குவது பொருத்தமாகும்

(1992: 400). போர்க் கடவுளுக்கும், உணவு விருத்திக்கும், இயற்கையின் சீற்றத்துக்குமாக எண்ணற்ற மகன்களும் மனிதர்களும் இவ்வாறு பலியாக்கப்பட்டுள்ளனர். எனினும் பழைய உலகின் இந்த இரத்தப் பாவவிமோசனம் வெற்றி கொள்ளப்பட்டது. நாகரிகத்தின் அரும்புதலில் தனியார் சொத்துடைமையின் தோற்றம் இதற்கு முடிவைக் கொண்டு வந்தது (1992: 400).

செமித்திய மரபிலும் பலஸ்தீனத்திலும் வேரூன்றியிருந்த நரபலிச் சடங்குகளை இப்ராஹீம் நபி வன்மையாக எதிர்த்தார். ஒருநாள் இப்ராஹீம் நபி தமது மகனைத் தாமே அறுத்துப் பலியிடுவதாகக் கனவுகண்டார். இதனை இறைக்கட்டளை எனக் கொண்டு தமது மகனை அறுத்துப் பலியிட ஆயத்தமானார். இந்தச் சம்பவத்தை அல்குர்ஆனும் பழைய ஏற்பாடும் கூறுகின்றன [8] குர்ஆனில் இந்தச் சம்பவம் பின்வருமாறு கூறப்படுகிறது:

அந்தச் சமயம் நாம் அவரையழைத்துக் கூறினோம். 'இப்ராஹீம்! உண்மையாகவே உம்முடைய கனவை மெய்யாக்கிவிட்டீர். நிச்சயமாக நன்மை செய்வோருக்கு இவ்வாறே கூலி கொடுப்போம்... ஆகவே (அவருக்குப் பதிலாக ஓர் ஆட்டுக் கடாவைப் பலியிடச் செய்து) மகத்தான தியாகத்தின் மூலம் அவரை விடுவித்தோம்' (குர்ஆன் 104: 107).

பைபிளில் இது பின்வருமாறு அமைந்துள்ளது:

அடுக்கியிருந்த விறகுக் கட்டைகளின் மேல் அவனை (ஈசாக்கை) கிடத்தி தம் கையை நீட்டி வாளை உருவிப் பலியிட முயன்றார். அப்போது ஆண்டவருடைய தூதர் வானத்திலிருந்து கூப்பிட்டு உன் பிள்ளையின் மேல் கையோங்கி அவனுக்கு ஒன்றும் செய்யாதே என்று அசரீரி கேட்டது. அப்போது ஆபிரஹாம் திரும்பிப் பார்க்கையில் முட்செடியில் கொம்பு மாட்டிக்கொண்டு நின்ற ஓர் ஆட்டுக்கடாவைக் கண்டார். அதைப் பிடித்துத் தமது மகனுக்குப் பதிலாய் அதைத் தகனப்பலி கொடுத்தார் (ஆதியாகமம், 22: 4-14).

மகனுக்குப் பகரமாக செம்மறியாட்டைப் பலியிடுவதாக அந்த நிகழ்ச்சி முடிவுற்றது. உண்மையில் கானான் தேசத்திலும் அரபு தேசத்திலும் உலகின் வேறு பாகங்களிலும் நிலவி வந்த நரபலி வழிபாட்டை சமயத்தினாலே முறியடித்த நிகழ்வாக அது முடிவுற்றது. சுமேரிய-பபிலோனிய நாகரிகங்களில் மனிதத் தலைக்குப் பகரமாக ஆட்டின் தலையைப் பலியிடும் வழக்கம் மிக நீண்ட காலத்துக்கு முன்னரே நடைமுறையிலிருந்து வந்தது. தொன்மைச் சுமேரிய நாட்டார் கவிதை

ஒன்று பின்வருமாறு கூறுகிறது: 'செம்மறியாடு மனிதனுக்கான பதிலீடு. மனிதத் தலைக்குச் சரியான மாற்றீடு செம்மறியாட்டுத் தலை' (1935: 16).[9]

இப்ராஹீம் நபியின் ஓரிறைவாதமும் மனிதாபிமானமும் சீர்திருத்தக் கருத்துகளும் ஹனீப்வாதிகளால் அரபு மண்ணில் மீண்டும் நினைவுகூரப்பட்டன. அல்குர்ஆன் இப்ராஹீமை ஹனீப் என்றும் முஸ்லிம் என்றும் கூறுகிறது. அவர் யூதரோ அல்லது கிறிஸ்தவரோ அல்ல என்றும் கூறுகிறது. 'இப்ராஹீமோ யூதராயிருக்கவில்லை. இன்னும் கிறிஸ்தவராகவும் (இருக்க) இல்லை, ஆனால் அவர் ஹனீபாகவும்... முஸ்லிமாகவும் இருந்தார்' (குர்ஆன் 3: 67).

ஹரம்

இஸ்லாத்தின் தோற்றத்தோடு 'ஹரம்' நெருங்கிய தொடர்பு கொண்டுள்ளது. தொன்மை அரபியாவில் 'ஹரம்' ஒரு முக்கிய சமய நிறுவனமாக இருந்துள்ளது. வட, தென் அரபியா அனைத்திற்கும் ஹரம்களில் புகழ்பெற்றதும் தொன்மைமிக்கதும் 'கஅபா' (நாற் சதுரப் புனித ஆலயம்) ஆகும். குர்ஆன் கஅபாவைப் புராதன ஆலயம் அல்பைத் அல் அத்தீக் (குர்ஆன்: 22: 29) எனக் கூறுகிறது (1950: 516).

கஅபா எப்போது யாரால் முதலில் கட்டப்பட்டது என்பது பற்றி தெளிவான கருத்துகள் இல்லை. ஆனால் அதை மீளக் கட்டியவர்களில் இப்ராஹீமையும் அவர் மகன் இஸ்மாயிலையும் முதன்மையானவர் களாக இஸ்லாமிய வரலாறு கூறுகிறது. இப்ராஹீம் நபிகளுக்கு முன்னரே கஅபா இருந்துள்ளது (1950: 516). இந்தப் புனித ஆலயத்தை ஆதம் நபிதான் கட்டினார் என சில குர்ஆன் விரிவுரையாளர்கள் கருதுகின்றனர் (பார்க்க 1984: 158, 9). எவ்வாறாயினும் அது ஒரு பாதுகாக்கப்பட்ட புனிதமான இடமாக இஸ்லாத்திற்குப் பல நூற்றாண்டுகளுக்கு முன்பிருந்தே கணிக்கப்பட்டு வந்துள்ளது. இதுவே அவதானிப்பிற்குரியதாகும். குர்ஆன் விரிவுரையாளர் அல்கும்மி அபூஅல்ஹஸன் தரும் பின்வரும் பதிவிலும் இந்தக் கருத்துப் பிரதிபலிப்பதைக் காணலாம்: 'அவர்களை (இஸ்மாயிலையும் அவர் தாயையும்) எனது புனிதத் தலத் (ஹரம்)திற்கு அனுப்புங்கள். அது பூமியில் மக்காவில் உள்ள பாதுகாப்பான இடம்' என இறைவன் கூறினான் (M. M. Ayoub; 1984: 158, 9).

இஸ்லாத்திற்கு முன்னதாகவே புனித குடும்பத்தின் நிர்வாக அமைப்பாகவும் சமய ஆணைகளுக்குரிய மையமாகவும் ஹரம் விளங்கியுள்ளது. மிகத் தொன்மைமிக்க வரலாற்றையுடைய வணக்கத் தலமான மக்காவிலுள்ள கஅபாவை அல்குர்ஆன் அல்பைத் அல்ஹரம் (5.97) அல்லது அல்முஹர்ரம் எனக் குறிப்பிடுகிறது. மீறப்பட முடியாத புனிதத்தன்மைமிக்க இடம் என்பது 'ஹரம்' என்பதற்குரிய பொருளாகும் (பார்க்க: 1950: 516).

ஹரம் என்பதைத் தற்காலத்துக்குரிய பொருளில் கூறுவதாயின், அது ஒரு சமய அரசியல் மையமாகும். கருத்துமுரண்பாடுகள் கொண்டிருந்தாலும் தொன்மை அரபியர் 'ஹரம்'களை மதித்து நடந்துள்ளனர். தென் அரபியாவிலும் ஹரம்கள் காணப்பட்டுள்ளன. அவற்றின் தொடர்ச்சியை இன்றும் அங்கு காணலாம். பொதுவரக ஒவ்வொரு பழங்குடிகளும் போராயினும் போர் நிறுத்தமாயினும் ஐக்கியக் கூட்டமைப்புக்களை உருவாக்குவதாயினும், தமக்கிடையே நடைமுறையிலிருந்த வழக்காற்றுச் சட்டங்களையே கடுமையாக அனுசரித்தன (1981: 42). குருதிப்பண விவகாரம் போன்ற இன்னும் சில பிரச்சினைகளுக்குத் தாம் உருவாக்கிய சொந்த சட்ட அதிகாரங் களுக்கு அப்பால் இயற்கை கடந்த சக்திகளின் தீர்ப்புகளைப் பழங்குடி மக்கள் எதிர்பார்த்தனர். இத்தகைய சந்தர்ப்பங்களில் தெய்வீக அதிகாரம் பெற்ற புனிதக் குடும்பங் களையோ, தீர்க்கதரிசிகளையோ, புனிதர்களையோ மக்கள் எதிர் பார்ப்பதும் அவர்களின் வழக்கம்.

ஹரம் புனிதக் குடும்பங்களுடன் தொடர்புகொண்டிருந்த ஒரு நிறுவனம். தொன்மை அரபியாவில் அறியப்பட்டிருந்த ஹரம் தென் அரபியாவின் 'ஹவ்தா'வுக்குச் சமம் என்று ஆர்.பி. சார்ஜண்ட் குறிப்பிடுகிறார். பெரும்பாலும் புனித குடும்பத்தைச் சேர்ந்த ஒருவர் ஒரு குறித்த நிலப்பகுதியை ஹரம் என வரையறுப்பதிலிருந்து இது உருவாகிறது.

ஹரம் தெய்வ ஆணைகளுக்கு அதிகாரம் பெற்ற ஒரு பிரதேசத்தைக் கொண்ட ஒரு சிறப்பு நிறுவனமாகும். இதன் பரிபாலகரான 'புனிதர்' கடவுள் கட்டளைகளுக்கு முகவராக இயங்குகிறார்; அதை நடைமுறைப் படுத்துகிறார். முக்கியமாக, கடவுளின் பெயரால் அந்தப் பிரதேசத்தின் பாதுகாப்பு அல்லது சமாதானம் நிலைநிறுத்தப்படுகிறது. கொலை களிலிருந்தும் பாவச் செயல்களிலிருந்தும் தடுக்கப்பட்ட புனிதப் பிரதேசம் என்பது இதன் பொருள். இதைத் தொடர்ந்து இங்கு வணிகர்களும் குடியானவர்களும் குடியமர்கின்றனர். பெரும்பாலும்

மக்கள் கூடும் சந்தையாக இது பரிணமிக்கும். 'ஹவ்தா'வும் இதற்குச் சமமானதே' (R.B. Serjeant, 1981).

ஹவ்தாவின் நிறுவனர் மரணித்தால் அவரே அந்த ஹவ்தாவின் எஜமானனாக என்றைக்கும் கொள்ளப்படுவார். எனினும் அவரின் இடம் அவருடைய வம்சத்திலிருந்து ஒருவரைத் தேர்ந்தெடுப்பதன் மூலம் நிரப்பப்படும், 'இதற்குரிய அவரது பதவிப் பெயர் 'மன்ஸிப்' அல்லது 'மன்ஸூப்' ஆகும். இதற்கான செந்நெறி அரபுச் சொல் 'மன்ஸிப் ஆகும். இது 'மறாத்' (Maradd) என்ற சொல்லுக்குச் சமம். மறாத் என்றால் சுல்தான், தலைமைக்காரர், பழங்குடிச் சட்டங்களில் நிபுணத்துவம் பெற்றவர் என்ற பொருள்களைக் குறிக்கும்' *(1981: 111-144)*. நபிகளின் குடும்பத்தின் மூதாதையரான குஸை இத்தகைய முதல் மன்ஸப் ஆகக் கருதப்படுகிறார்.

மக்காவின் 'ஹரம்' தென் அரபியாவின் 'ஹவ்தா' இரண்டிற்குமே பணிகளிலும் வழிபாட்டு முறைகளிலும் சில ஒருமைப்பாடுகள் இருந்துள்ளன. பழங்குடிகளுக்கிடையில் ஏற்படும் சச்சரவுகளுக்கு சமாதானத் தீர்வுகளைத் தருவதும், கொலைக்குற்றங்களுக்குரிய பிரதியீடுகளை நிர்ணயிப்பதும், புனிதத் தலத்தை வலம் வந்து வழிபடுவதும் அவற்றுள் அடங்கும். கஅபாவுக்கு லிவா என்ற கொடி இருந்தது போல் ஹவ்தாக்களுக்கும் கொடிகள் இருந்தன.

ஹரம் உயர்குடியினரின் ஆதிக்கத்திலிருந்த புனித நிறுவனம். 'புனிதக் குடும்பம்' இந்த உயர் குடியைச் சார்ந்தவர்களாவர். நபிகளார் பிறந்த குடும்பத்தினர் நபிகளார் பிறக்குமுன்னரே மக்காவின் புகழ்பெற்ற ஹரத்திற்கு (கஅபா) பாதுகாவலர்களாகவும் தலைவர் களாகவும் விளங்கி வந்துள்ளனர். அதன் மூலம் புனித குடும்பம் என்ற தகுதியை அவர்கள் இயல்பாகவே பெற்றிருந்தனர். குறைஷியராலும் முழு அரபியக் கோத்திரங்களினாலும் கண்ணியப்படுத்தப்பட்ட புனிதத் தலமாக மக்காவின் ஹரம் புகழ்பெற்றிருந்தது.

முஹம்மத் நபிகளார் தமது சமயப் பணிகளை மக்காவில் செய்த தொடக்க காலத்தில் 'ஹரத்தை' தமது ஆதிக்கத்திற்குள் கொண்டு வரமுடியாதவராகவே இருந்தார். எனினும் மதீனாவில் மற்றொரு ஹரத்தை உருவாக்கி அதன் மூலம் தமது சமயப் பணிகளிலும் மதீனக் கோத்திரங்களுக்கிடையிலான பிரச்சினைகளைத் தீர்ப்பதிலும் வெற்றி கண்டார். 'ஒவ்வொரு தீர்க்கதரிசிக்கும் ஒரு ஹரம் இருந்தது. அல்-மதீனா எனது ஹரமாகும்' என்றும் மக்கா இப்ராஹீமின்

ஹரம், மதீனா எனது ஹரம் என்றும் முஹம்மத் நபி குறிப்பிட்டுள்ளார். (பார்க்க: 1981: 50).

எனினும் மக்காவின் புனித ஹரத்தைப் பற்றிய ஆவல் நபிகளுக்கு எப்போதுமிருந்தது. படையுடன் சென்று நபிகளார் மக்கா ஹரத்தைத் தம் வசமாக்கியதை அவர்களின் இலட்சிய நிறைவேற்றங்களில் ஒன்றாக இஸ்லாமிய வரலாறு கூறுகின்றது. புனித பிரதேசத்துள் நபிகளின் நுழைவு நபிகளின் சமய அரசியல் வெற்றியை உறுதி செய்தது. இப்போது நபிகளார் இரு ஹரம்களின் சொந்தக்காரரானார்கள், அதாவது பழங்குடிகளின் சமூக அரசியல் மைய நிறுவனங்கள் இரண்டின் கட்டுப்பாடு இப்போது நபிகளின் கைகளில் இருந்தது.

6

பொருளாதார நிலை
சமூக உறவும் வர்க்கவேறுபாடும்

பூர்வீகப் பொருளாதாரப் அமைப்பு ஒரே விதமாக அமைந்திருக்க வில்லை. அநாகரிக அல்லது காட்டுவாசி காலப் பிரிவிலேயே உடைமை உறவுகளில் மாற்றம் தோன்றிவிட்டது. மிருகங்களை வளர்ப்பது, பழக்குவது, பயிர்ச்செய்கையில் ஈடுபடுவது என்பன அநாகரிகக் கட்டத்தின் பண்புகளாகும். பொது உடைமையிலிருந்து தனி உடைமைக்குப் பூர்வீகப் பொருளாதாரம் மாறிச் செல்வதை செல்வநிலையில் சமத்துவமற்ற சமூக அமைப்பு உணர்த்தியது.

இஸ்லாம் தோன்றுவதற்கு முன்னரே செல்வ அடிப்படையில் சமத்துவமற்ற சமூக அமைப்பு உருவாகிவிட்டது. ஒவ்வொரு பழங்குடியினுள்ளும் உயர்குடியினர் உருவாகினர். அவர்கள் அதிக செல்வ வளத்தைப் பெற்றிருந்தனர். ஏராளமான கால்நடைகள் அவர்களுக்குச் சொந்தமாயிருந்தன. இதுவரை அரிதாகவே காணப்பட்ட நீர்வளத்திலும் பாரிய உரிமை கோரக் கூடியவர்களாக அவர்கள் மாறினர் (H.A.R. Gibb, 1969).

அடிமைமுறை

ஏராளமான அடிமைகளும் கைதிகளும் குலத்தலைவர்களான செய்யிதுகளிடமும் செல்வந்த உயர்குடியினரிடமும் ஊழியம் செய்தனர். இவர்களின் கால்நடைகளை இந்த அடிமைகளே பராமரித்தனர். இதனால் கால்நடைகளும் கால்நடை உற்பத்திப் பொருள்களும் அதிகரித்தன. செல்வ வளர்ச்சிக்கு வழி செய்த அடிமை முறை பொருளாதார சமத்துவமின்மையை அடையாளப்படுத்தும் சின்னமாகவும் அமைந்தது. அடிமைகளைப் பயிர்ச் செய்கைக்கும் கால்நடை வளர்ப்பிற்கும் பயன்படுத்துவது ஒரு தொன்மை முறையாகும். தொன்மை நாகரிகங்கள் நிலவிய அஸ்ஸீரியா,

பபிலோனியா, எகிப்து முதலிய நாடுகளில் அடிமைமுறை பிரசித்தமானதாக இருந்தது. ஏனைய நாடுகளைப் போல அரபியாவும் போரின் மூலமாகவோ வணிகத்தினூடாகவோ அடிமைகளை உடைமைகளாகப் பெற்று வந்தனர். குறிப்பாக எத்தியோப்பியா வுடன் மக்கா வணிகர் அடிமை வியாபாரத்தில் ஈடுபட்டனர்.

அரபியரின் அரண்மனைகளிலும் வீடுகளிலும் ஆயிரக்கணக்கான அடிமைகள் வேலைக்கு அமர்த்தப்பட்டிருந்தனர். கௌரவமான ஒவ்வொரு அரபியனும் தனது வீட்டில் அடிமைகளை வேலைக்கு அமர்த்தியிருந்தான் (Jurji Zaydan, 1987: 14, 15). மேலும் அடிமைப் பெண்களை அரபியர் தமது மனைவியராக்கிக் கொண்டனர். அடிமைப் பெண்களுக்குப் பிறந்த குழந்தைகளும் அடிமைகளாகவே கருதப் பட்டனர். கால்நடை வளர்ப்பிற்கும் தொழில் வளர்ச்சிக்கும் செல்வந்தர்கள் இந்த அடிமைகளைப் பயன்படுத்தினர். இதன் மூலம் அவர்கள் அடிமைகளைச் சுரண்டினர்.

அடிமைமுறை குறிப்பிட்ட பொருளாதாரச் சூழலிலேயே சாத்தியமாகக் கூடியது. 'அடிமைகளைப் பயன்படுத்துவதாயின் சில நிபந்தனைகள் நிறைவேற வேண்டும்.' எங்கெல்ஸ் இதனைப் பின்வருமாறு கூறுகிறார்: 'யார் வேண்டுமானாலும் அடிமைகளை வைத்திருக்க முடியாது. அடிமைகள் உழைப்பதற்கான கருவிகள், சாதனங்கள். அடிமைமுறை சாத்தியமாவதற்கு முன்னால் அந்தச் சமூகம் உற்பத்தியில் ஒரு குறிப்பிட்ட வளர்ச்சியைப் பெற்றிருக்க வேண்டும். அதாவது, பொருளாதாரப் பகிர்வில் ஏற்கனவே சமமின்மை தோன்றிவிட்டதை அது அடையாளப்படுத்துகிறது.'

கால்நடை வளர்ப்பில் உயர்குடியினர் அதிக இலாபத்தைப் பெற அடிமைமுறை பெரிதும் உதவியது. கால்நடைகளும் அவற்றின் உற்பத்திகளும் அதிகரித்தன. ஏராளமான ஒட்டகங்களும் குதிரை களும் உள்நாட்டிலும் வெளிநாட்டிலும் விற்பனை செய்யப்பட்டன. தனிஉடைமை வளர்ச்சியடைந்தது. உயர்குடியினர் அதிக உபரியைப் பெற்றனர். கால்நடைகள் தனியார் உடைமையாக மாறின. மேலும் அவை பண்டமாற்றுப் பொருளாகவும் பணமாகவும் பயன்படுத்தப்பட்டன.

தனி உடைமை என்ற பொருளில் நோக்குவதாயின் ஏற்கெனவே கால்நடைகள் தனிஉடைமையாகவே இருந்தன. வரலாற்றின் தொடக்க காலத்தில் கால்நடைகள் ஏற்கெனவே எல்லா இடங்களிலுமே குடும்பத் தலைவர்களின் தனிச் சொத்தாக இருந்துள்ளன *(1972: 54).*

கால்நடைகளோடு ஒவ்வொரு பதாவியும் தனக்கென சில உடைமை களைச் சொந்தமாகப் பெற்றிருந்தான். வீடு, வீட்டுப் பயன்பாட்டுப் பொருள்கள், உடைகள், ஆயுதங்கள் என்பனவே அவனது உடைமை களாகும். நிலமும், நீர்வளமும் பழங்குடிக்கு அல்லது குல உறுப்பினர்களுக்குப் பொதுவானதாக இருந்தபோது, தனியுடைமை வளர்ச்சியும் கால்நடைகளின் அபரிமிதமான வளர்ச்சியும் நிலத்திலும் நீர்வளத்திலும் தனியார் ஆதிக்கத்தை வளர்த்தது.

சொத்துடைமையில் ஏற்பட்டு வந்த மாற்றங்கள் பாரம்பரிய சமூக உறவில் பாதிப்பை ஏற்படுத்தின. குல அமைப்பை இறுகப் பிணைத்திருந்த இரத்த உறவை இது வீழ்த்தியது. அதாவது இரத்த உறவின் மீது அமைக்கப்பட்டிருந்த குல அமைப்பு சிதறும் நிலைக்கு வந்தது. செய்யிதுகளும் உயர்குடியினரும் செல்வத்திலும் செல்வாக்கிலும் உயர்நிலை பெற்ற சிறப்பு வகுப்பினராக வளர்ந்தனர். இது இஸ்லாத்தின் தோற்றத்துக்கு சற்று முந்திய அரபுச் சமூகத்தின் செல்வ வளத்தில் ஏற்றத்தாழ்வுள்ள வர்க்கங்களின் வளர்ச்சியைத் தெளிவாக இனங் காட்டியது. இந்தப் பொருளாதார மாற்றம் உயர்குடியினரை ஒரு புறமாகவும் ஏழை வகுப்பினரை மறுபுறமாகவும் ஏற்றத்தாழ்வுள்ள இரு வகுப்புகளாக நிறுத்தியது.

இரத்த உறவால் பிணைப்புற்றிருந்த பூர்வீகக் குல ஐக்கியம் சிதறத் தொடங்கியதோடு புதிய சமூகப் பிரச்சினைகள் உருவாகின. பலர் பாதுகாப்பற்ற நிலையில் விடப்பட்டனர். அநாதைகளும், நிர்க்கதிக்குள்ளாக்கப்பட்டவர்களும் அதிகரித்தனர். வாழ்வாதாரத்திற் காகக் கொலை செய்வதும் கொள்ளையடிப்பதும் பெருகியது. சமூகத்தில் மற்றுமொரு பகுதியினர் எதற்குமே தகுதியற்ற தரித்திர நிலைக்குத் தள்ளப்பட்டனர்.

வணிக வளம்

யெமன், பெற்ரா, பல்மைரா போன்ற பண்டைய நகரங்களின் வீழ்ச்சியின் பின்னர் மக்கா செல்வாக்கு மிக்க வணிக மத்திய நிலையமாக வளர்ச்சி பெற்றது. மக்காவில் சிறிதளவு கால்நடை வளர்ப்புக் காணப்பட்ட போதும் கால்நடை வளர்ப்பிலோ விவசாயத்திலோ மக்கா தங்கியிருக்கவில்லை. வறண்ட நிலம் மக்காவுக்கு அந்த வாய்ப்பை வழங்கவில்லை. எனினும் மிகத் தொன்மைக் காலத்திலிருந்தே மக்காவாசிகளும் நாடோடிகளும் வணிகத்தைத் தமது வாழ்வாதாரமாகக் கொண்டிருந்தனர்.

வடமாநில சிற்றரசுகளின் வீழ்ச்சியுடன் சர்வதேச வணிகத் தொடர்புகளை உருவாக்குவதில் மக்கா வணிகர் வெற்றி பெற்றனர். யெமன், சிரியா, பலஸ்தீன், எகிப்து, கிழக்கு ஆபிரிக்கா போன்ற நாடுகளுடன் வணிகத் தொடர்புகள் விரிவு பெற்றன.

மக்காவின் செய்யிதுகளும் உயர்குடியினரும் உள்நாட்டு, வெளிநாட்டு வணிக நடவடிக்கைகளால் பெரும் செல்வத்தைப் பெற்றனர். வணிகத்தில் ஈடுபடுவோரின் வணிகத் தொடரணிகளுக்கு நிதி உதவி செய்யக்கூடிய வணிக நிறுவனங்களையும் தமக்குள் அவர்கள் உருவாக்கினர். அவர்களது வணிகம் பாரிய இலாபத்தை ஈட்டித் தந்தது. ஐம்பது சதவீதம் அல்லது நூறு சதவீதம் இலாபத்தை அவர்கள் ஈட்டினர் (Maxime Rodinson, 1971: 35).

பண்டமாற்றத்திற்கு இடமிருந்த போதும், வணிக நடவடிக்கைகளில் நாணயப் பயன்பாடு தீனார்களாகவும் (தங்கம்) திர்ஹம்களாகவும் (வெள்ளி) தாராளமாகப் புழக்கத்திற்கு வந்தது *(1971: 35)*. வர்த்தகச் செழிப்பின் இந்த அடையாளங்கள் அரபிய நகரங்களில் குறிப்பாக மக்காவில் தெளிவாகத் தெரிந்தது. இலாப நட்டம், ஆடம்பர வாழ்வு, செல்வச் செழிப்பு என்பனவற்றை வாழ்க்கையாகவும் மனோபாவமாகவும் கொண்ட புதிய வணிக வகுப்பு மக்காவிலும் ஏனைய நகரங்களிலும் வளரத் தொடங்கியது. கி.பி. 7ஆம் நூற்றாண்டின் ஆரம்பக் காலம் இந்தப் புதிய வகுப்பின் எழுச்சிக் காலமெனக் கூறலாம். இஸ்லாத்தின் தோற்றத்திற்கு முந்திய காலப் பகுதி எனக் கூறப்படும் ஜாஹிலிய்யாக் காலத்தில் வாழ்ந்த அபூபக்கர், அப்பாஸ், உமர், உஸ்மான் போன்ற எதிர்கால முஸ்லிம் தலைவர்கள் பெரும் வணிகர்களாகவே விளங்கினர்.

சமுதாயத்திற்கு இன்றியமையாத தொழிற்பாடான பரிவர்த்தனை நடவடிக்கை இலாபமீட்டும் பெருவர்த்தகமாக வளர்ச்சி பெறுவதோடு அது ஒரு புதிய வணிகத்தையும் உருவாக்கிவிடுகிறது. ‘உற்பத்தியில் பங்கெடுக்காது உற்பத்தி செய்யப்பட்ட பொருள்களைப் பரிவர்த்தனை செய்வதில் மட்டும் ஈடுபடும் வியாபாரிகள் என்ற வர்க்கம் உருவாகிறது’ என்று எங்கெல்ஸ் இதைக் கூறுகிறார்.

> வியாபாரிகள் சுரண்டல்காரர்கள். இலாபத்தைக் குவிப்பதில் பெரும் சக்தி பெற்றவர்கள். உள்நாட்டிலும் வெளிநாட்டிலும் நடக்கும் உற்பத்தியின் மிகச் சிறந்த பகுதிகளை அவர்கள் வழித்தெடுத்துச் செல்லுகின்றனர். எல்லையற்ற செல்வத்தையும் அதனால் சமுதாயச் செல்வாக்கையும் விரைவில் பெருக்கிக்

கொள்ளுகின்றனர் (1972: 162)

என்ற எங்கெல்ஸின் இந்தக் கருத்து 7ஆம் நூற்றாண்டின் ஆரம்ப கால மக்காவிற்கும் சிறப்பாகப் பொருந்துவதாகும்.

செல்வவளமிக்க வணிகரின் ஆதிக்கம் மக்காவில் வளர்ந்தது. இதன் வளர்ச்சியோடு இரத்தவுறவும் அது வற்புறுத்தி வந்த மரபுகளும் பலவீனமடைந்தன. தமது சொந்த வணிக வளர்ச்சிக்காக குலத்திற்குச் சொந்தமான பொதுச் சொத்தை செய்யிதுகளும் உயர்குடியினரும் தாராளமாகப் பயன்படுத்தினர். பெற்ற லாபத்தையும் குலத்தவர் களிடையே பகிர்ந்தளிக்கவில்லை. ஆனால் தமது நேரடிப் பாதுகாப்பில் உள்ளவர்களுக்காக மட்டுமே செலவிடும் வழக்கத்தை உருவாக்கினர். இதனால் பலர் அநாதரவாகினர். அநாதைகள் என்ற ஒரு வகுப்பு உருவாக்கப்பட்டது. பலவீனர்களையும் தேவை உள்ளோரையும் ஆதரிக்கும் முன்னைய தாராளத்தன்மை பெரும்பாலும் கைவிடப் பட்டது.

வறுமையும் சுரண்டலும்

அடிமை முறையினாலும் வணிக நடவடிக்கையினாலும் மக்காவில் பெரும் செல்வச் செழிப்பு ஏற்பட்டிருந்தது உண்மையே. எனினும் அதற்கு ஒரு மறுபக்கமும் இருந்தது. 'மக்காவின் வளத்திற்குப் பின்னால் ஓர் இருண்ட பகுதியும் இருந்தது' எனப் பேராசிரியர் எச். ஏ. ஆர். கிப் இதனைப் பொருத்தமாகக் குறிப்பிட்டார். ஏற்கெனவே பார்த்தது போல வணிக வளத்தோடு வறிய வகுப்பும் வளர்ந்து வருவதைத் தெளிவாகக் காண முடிந்தது. இந்த இருண்ட நிலை பற்றிய அரிய தகவல்களைக் குர்ஆனும் தன்னுள் அடக்கியுள்ளது. உதாரணத்திற்கு:

அவனுடைய (இறைவன்) விருப்பத்தைப் பெறுவதற்காக உறவினர்களுக்கும் அநாதைகளுக்கும் வழிப்போக்கர்களுக்கும் விடுதலை விரும்பிய அடிமைகளுக்கும் கடன்காரர் முதலியவர் களுக்கும் கொடுத்துதவுங்கள் (குர்ஆன் 2: 27).

வழிப்போக்கர்களும் அநாதைகளும் அதிகரித்தனர். அநாதை களின் சொத்துக்கள் அபகரிக்கப்பட்டன. குல உறுப்பினர்களின் சொத்துக்கள் மோசடிக்குள்ளாகின. நம்பிக்கைப் பொறுப்பாளர்களே அவற்றைக் கையாடினர். இந்த விவரங்களைக் குர்ஆனில் காணலாம். இத்தகையோரையே பிறரின் சொத்துக்களைக் கவர்ந்து விழுங்குபவர்கள் என்று குர்ஆன் கூறுகிறது.

நீங்கள் அநாதைகளின் பொருள்களை (அவர்கள் பருவ வயதை அடைந்தபின் குறைவின்றி) அவர்களுக்குக் கொடுத்துவிடுங்கள். (அதிலுள்ள) நல்லதுக்குப் பதிலாகக் கெட்டதை மாற்றிவிடாதீர்கள். அவர்களின் பொருள்களை உங்களுடன் சேர்த்து விழுங்கிவிடாதீர்கள். நிச்சயம் இது பெரும் பாவமாகும் (குர்ஆன் 4: 2).

வணிகர்கள் அல்லது செல்வந்தர்கள் தமது ஆடம்பர வாழ்வுக்கும் அதிகரித்த பொருளாதார நடவடிக்கைகளுக்கும் பயன்படுத்திய மூலதனத்தில் அநாதைகளின் சொத்துக்கள் கலந்திருந்ததை இந்த வசனம் உறுதிப்படுத்துகிறது. தொன்மை அரபியச் சமூக மரபுகளின்படி குலத்தலைவர்களே சொத்துக்களைப் பராமரித்து வந்தனர். இப்போது அவை அவர்களின் சொந்த உடைமையாகின. 'பிறருடைய அனந்தரப் பொருள்களையும் பேராசையுடன் அபகரித்து விழுங்குகிறீர்கள்' (குர்ஆன் 89: 18) என்று இதனைக் குர்ஆன் குறிப்பிடுகிறது.

உயர்குடியினரின் இந்தச் செயலால் பலர் பாதிக்கப்பட்டனர். புதிய சமூகப் பிரச்சினைகள் உருவெடுத்தன. அல்குர்ஆன் இது பற்றி விரிவாகக் கூறுகிறது. குர்ஆனின் கூற்றுக்களிலிருந்து பின்வரும் வகையினர் நபிகளார் காலத்தில் பாதிப்படைந்தவர்களாக அல்லது நலிந்தவர்களாகக் காணப்பட்டனர். ஏழைகள், உறவினர், அநாதைகள், அடுத்த வீட்டுக்காரர், அந்நியரான அடுத்த வீட்டவர், எப்போதும் உடனிருக்கும் நண்பர்கள், வழிப்போக்கர்கள், செல்வந்தரின் ஆதிக்கதில் உள்ளோர், கடன்காரர்கள், அடிமைகள், கைதிகள், யாசகர்கள், விதவைகள், சிறுவர்கள், பலவீனர்கள், தரித்திரர்கள் முதலானோர்.

செல்வந்தர் தமது பாரம்பரியக் கடப்பாடுகளையும் மரபுகளையும் புறக்கணித்தனர். சமூகத்தில் பலவீனர்களாயிருந்தவர்களைக் குறிப்பாக அநாதைகளையும் விதவைகளையும் வெட்கக்கேடான முறையில் ஏமாற்றினர். அவர்களை ஒடுக்குதலுக்குள்ளாக்கினர் (W.M. Watt, 1961: 7). அடிமைப் பெண்களின் குழந்தைகள் அநாதைகளாக்கப் பட்டனர். அநாதைகளின் சொத்துக்களை உயர்குடியினர் தமது உடைமையாக்கினர். இது வறியவர்களை உருவாக்கியது.

நபிகளார் காலத்தில் மோசமாக வளர்ந்துகொண்டிருந்த வறுமை யையும், வறுமையைத் தடுப்பதற்காக தர்மத்தையும் கொடையையும் வலியுறுத்தும் பல வசனங்களைக் குர்ஆன் குறிப்பிடுகிறது.

உறவினர்களில் உள்ள பசியையுடைய ஓர் அநாதைக்கோ தரித்திரத்தையுடைய மண்ணைக் கவ்விக்கிடக்கும் ஏழைக்கோ

பசித்திருக்கும் ஒரு நாளில் உணவளிப்பதாகும்(90: 14-16).

(நீங்கள் செய்யும்) தர்மங்களை நீங்கள் வெளியாக்கினால் அதுவும் நன்றே (ஏனெனில் அது பிறரையும் தானம் செய்யத் தூண்டலாம்) ஆயினும் அதனை நீங்கள் மறைத்தே ஏழைகளுக்குக் கொடுப்பது உங்களுக்கு மிகவும் நன்மை பயக்கும் (2: 271).

உண்மையில் இரத்த உறவு சிதறிச் செல்கையில் ஏற்பட்ட எதிர் வினைகளை இவைபோன்ற வசனங்களும் உணர்த்துகின்றன.

செல்வ வேட்கை

செல்வ வேட்கையும் அதிகார மோகமும் அன்றைய அரபு சமூகத்தின் பெரிய பிரச்சினைகளாக வடிவம் பெற்றன. இரத்தஉறவின் தகர்வோடு இந்த இரு அம்சங்களும் வேகமாக வளர்ச்சிபெற்றன. அல்லது இரத்தவுறவின் தகர்வுக்கு இவையும் காரணமாயிருந்தன. பழங்குடி களின் வாழ்வில் முன்னர் பெற்றிராத மதிப்பைச் செல்வம் தற்போது பெற்றது. செல்வத்தைத் திரட்டுவதும் அதிகாரத்தை வளர்ப்பதுமே வாழ்க்கையின் நோக்கமாக எடுத்துக்கொள்ளப்பட்டது (1961: 51).

குல ஐக்கியத்திற்குப் பதிலாக, தனிமனிதர் செல்வாக்கு தீவிரமடைந்தது. செல்வத்தையும் அதிகாரத்தையும் பெறுவதில் தனிமனிதர் அதிக அக்கறை காட்டினர். குர்ஆன் இவற்றைப் பின்வருமாறு கண்டித்தது: 'நீங்கள் மிக்க அளவுகடந்து பொருள்களை நேசிக்கின்றீர் (89: 19). 'நீங்கள் மண்ணறைகளைச் சந்திக்கும் வரையில் (பொருளை) அதிக வசப்படுத்திக்கொள்ளும் பேராசை அல்லாஹ்வை விட்டும் உங்களைப் பராக்காக்கிவிட்டது' (102: 1-2). இவற்றோடு புகழ்பெற்ற பண்டைய நாகரிகங்கள் பல அதிகரித்த செல்வ அவாவினாலும் அதிகார வெறியினாலும் அழிந்து போனமை பற்றிய வரலாற்றைக் கூறி, செல்வந்த வணிகர்களை குர்ஆன் எச்சரிக்கிறது.

கஞ்சத்தனம் அதிகரித்ததோடு செல்வந்தர் கஞ்சத்தனத்தைத் தூண்டியும் வந்தனர். தமது உறவுகளுக்குச் செலவிடக்கூட அவர்கள் தயங்கினர். தமது சொந்த வாழ்வை ஆடம்பரமாக்க முயன்றனர். செல்வ வளமுள்ளோரின் இந்த மனோபாவத்தைக் குர்ஆன் கண்டித்தது. பிறருக்கு வழங்காது செல்வத்தைத் திரட்டி வைப்பது தண்டனைக்குரிய குற்றமென எச்சரித்தது: 'கஞ்சத்தனம் செய்பவர் களையும் (மற்ற) மனிதர்களையும் கஞ்சத்தனம் செய்யும்படி

தூண்டுபவர்களையும் அல்லாஹ் தன் அருளால் தங்களுக்குக் கொடுத்ததையும் (பிறருக்குக் கொடுக்காமல்) மறைத்துக் கொள்பவர் களையும் (அல்லாஹ் நேசிப்பதில்லை)' (குர்ஆன் 4: 37).

இதன் மறுபொருள் செல்வத்தை மக்கள் அளவுக்கதிகமாக நேசித்தனர் அல்லது அதையே வழிபடும் நிலைக்கு வந்துவிட்டனர் என்பதே. பண்டைய அரபு தீபகற்பத்தின் பாலைவன வாழ்க்கை அறிந்திராத புதிய செல்வம் முழுமையான அதன் ஆதிக்கத்தைப் பெற்று விட்டது. இதை நபிகளார் தெளிவாக உணர்ந்திருந்தார். வணக்கத்துக் குரியதாக செல்வத்தை அல்ல அல்லாஹ்வை ஏற்றுக்கொள்ளுங்கள் என்று குர்ஆன் குறிப்பிட்டதில் இந்தக் கருத்து அடங்கியிருந்தது.

பண்டைய குலமரபில் காணப்பட்ட நயக்கத்தக்க ஒழுக்கங்கள் சீரழிந்துகொண்டிருந்தமை பற்றிக் குர்ஆன் கண்டும் காணாதது போல் இருக்கவில்லை. புதிதாகத் தோன்றிய செல்வ வேட்கை, பேராசை, அதிகார மோகம், கஞ்சத்தனம் முதலியவற்றை அது கடுமையாகக் கண்டித்தது. செல்வத்தை மக்களின் நலனுக்காக நேர்மையாகச் செலவிடும்படி கட்டளையிட்டது. கடந்த கால நாடோடி வாழ்வின் சீரிய ஒழுக்கங்களான எளிமை, பரோபகாரம், உறவுகளுக்கு உதவுதல், தாராளத் தன்மை முதலியவற்றைச் சமூக நலனுக்காக மீள வலியுறுத்தும் பல்வேறு கட்டளைகளைக் குர்ஆன் வெளிப்படுத்தியது.

வணிகப் போட்டி

செல்வந்தரும் ஏழைகளும் என இருபிரிவினர் உருவாகியதுபோல செல்வவளத்தின் முழுப்பயனையும் அனுபவிப்போரும் வணிகப் போட்டியினால் பாதிப்படைந்த வணிகர் என்ற மற்றொரு பிரிவினரும் உருவாகினர். செல்வ வளத்தைத் தமக்குள் பகிர்வதில் செல்வந் தரிடையே பாரிய ஏற்றத் தாழ்வுகள் வளர்ந்து வந்ததை இது காட்டியது. மக்கா வணிகர்களில் ஒரு சிறு பிரிவினரே அதிக செல்வத்திற்கு உரிமையாளராகும் வாய்ப்பைப் பெற்றிருந்தனர். காரவன் வணிகத்தில் அதிகமான மக்காவாசிகள் ஈடுபட்டிருந்த போதும் வர்த்தகத்தின் முழுப்பலனும் எல்லோருக்கும் கிடைக்கவில்லை. பாரிய இலாபம் ஒரு சிறு பிரிவினரின் கைகளுக்கே சென்றது. அரபு சமூகத்தில் இது பாரதூரமான வேறுபாட்டை உருவாக்கியது. மொண்ட் கொமறி வொட் இதன் விளைவுகளைப் பின்வருமாறு குறிப்பிடுகிறார்:

> கி.பி. 610இல் மக்காவில் காணப்பட்ட பாரிய விரிசல் செல்வந்தருக்கும் ஏழைகளுக்குமிடையில் காணப்பட்டதன்று.

> ஆனால் பெரும் செல்வந்தருக்கும் செல்வ வளத்தில் சாதாரண நிலையில் இருந்தவர்களுக்குமிடையில் ஏற்பட்ட வேறுபாடாகும். மேலும், பெரிய செல்வந்தர்கள் தமது செல்வத்திற்குப் புதிய பாதுகாப்பைத் தேடிக்கொண்டனர். ஏனையோர் பாரம்பரிய மரபுகள் சிதறியமையாலும் சமூக உறவுகள் இழக்கப்பட்டமை யாலும், தாம் பாதுகாப்பற்றிருப்பதாக உணர்ந்தனர் *(1961: 8)*.

தொன்மைச் சமூகத்தின் பழங்குடிப் பொருளாதாரத்திற்கும் பணத்தை அடிப்படையாகக் கொண்ட வணிகப் பொருளாதாரத் திற்குமிடையே ஏற்பட்ட முரண்பாடு இதுவாகும். குலப் பொருளாதாரம் யாரையும் செல்வந்தராகவோ ஏழையாகவோ உருவாக்கும் ஒன்றல்ல. செல்வம் பகிர்ந்து செல்வதற்கு குலப் பொருளாதாரத்தில் போதிய வாய்ப்புக்கள் இருந்தன. செல்வம் ஓரிடத்தில் குவிவதற்கு குலப்பொருளாதார அமைப்பு இடமளிக்க வில்லை. பின்னர் வந்த வணிகப் பொருளாதாரம் இதில் மாற்றத்தை ஏற்படுத்தியது. செல்வம் ஓரிடத்தில் குவிவதற்கும் செல்வத் திரட்சிக்கும் பதுக்கலுக்கும் எளிதான வழிமுறைகள் இதில் உருவாகின. பேராசை, ஆடம்பரம், சுயநலவேட்கை முதலிய வற்றையும் இது உடன் கொண்டு வந்து சேர்த்தது.

வணிகமும் பணப்புழக்கமும் ஒன்றிணைந்தபோது சமூக உறவில் இதன் தாக்கம் கூர்மையாக வெளிப்பட்டது. பண உறவு முன்னணிக்கு வந்தது. எதையும் நிர்ணயிக்கும் ஒன்றாகப் பணம் மாறியது. முதலாளித்துவத்தின்-பணம் பற்றி மார்க்ஸ் கூறியுள்ளதை இங்கு நினைவுகொள்வது பொருத்தமானது: 'எல்லா முதலாளித்துவ உறவுகளுமே முலாம் பூசப்பட்டவையாக இருக்கின்றன. அதாவது அவை பண உறவுகளாகத் தோன்றுகின்றன.'

வட்டி

நாணயம் புழக்கத்திற்கு வந்ததன் பின்னர் அரபியாவில் கடனும் வட்டியும் வேகமாக வளர்ந்தன. நலிவடைந்த வணிகர்களும் சாதாரண மக்களும் வட்டியினால் மோசமாகப் பாதிப்படைந்தனர். ஏதென்ஸ், ரோமாபுரி போன்ற நாகரிக நகரங்களிலும் வட்டி கொள்வோரின் கொடுமையால் இது போன்றே மக்கள் பெரும் சுமைகளுக்கு உள்ளாகினர்.

> பணத்திற்காகப் பண்டங்களை விற்பது ஏற்பட்ட பிறகு பணத்தைக் கடனாகக் கொடுக்கும் முறை வந்தது. வட்டியும் கொடிய வட்டியும்

வந்துசேர்ந்தன. பண்டைக்கால எதென்ஸ், ரோமாபுரி ஆகியவற்றைச் சேர்ந்த சட்டங்கள் கடன்காரர்களைக் கொடிய வட்டிக்காரர் களின் காலடியில் தள்ளியது போல பின்னர் ஏற்பட்ட எந்தச் சட்டத்திலுமே நிகழ்ந்ததில்லை (1972: 163).

அரபியாவில் மோசமாகிவந்த வட்டிக் கொடுமையையும் அதற்குக் காரணமாயிருந்தவர்களையும் குர்ஆன் கடுமையாக எச்சரித்தது.

வட்டியை (வாங்கி) விழுங்குபவர்கள் ஷைத்தான் பிடித்துப் பித்தங் கொண்டவர்கள் எழுவது போலன்றி (வேறுவிதமாக மறுமையில் எழுப்பப்பட மாட்டார்கள்...) எவரேனும் பின்னும் வட்டியை வாங்க முற்பட்டால் அவர்கள் நரகவாசிகளே (2: 275).

மக்காவில் வட்டி பரவலாகப் பொருளீட்டும் ஒரு உபாயமாக வளர்ந்தது. தமது காரவன் வணிகத்திற்காகவும், வேறு வணிக நடவடிக்கைகளுக்காகவும் வியாபாரிகளும் பொதுமக்களும் வட்டிக்குப் பணம் பெற்று வாழ்ந்தனர். வட்டி வீதம் எல்லையற்று வளர்ந்தது. ஒரு தீனாருக்கு ஒரு தீனார், ஒரு திர்ஹமுக்கு ஒரு திர்ஹம் என வட்டி வசூலிக்கப்பட்டது. இது நூறுவீத`வட்டியாகும். இதற்கு இரட்டிப்பாகவும் வட்டி வசூலிக்கப்பட்டது. இதனைக் குர்ஆன் பின்வருமாறு கூறுகிறது: விசுவாசிகளே (அசலுக்கு அதிகமாகவும் வட்டிக்கு வட்டி போட்டும்) இரட்டித்துக்கொண்டே அதிகரிக்கக் கூடிய வட்டியை —வாங்கி விழுங்காதீர்கள் (3:10). 'வட்டி இருநூறு விகிதம் அல்லது நானூறு விகிதமாகப் பெறப்பட்டது என்பதே இதன் பொருள். இந்த வட்டிக் கொடுமைக்கு நகர்ப்புறத்தவர் மட்டுமன்றி ஹிஜாஸின் நாடோடிகளும் சிக்கித் தவித்தனர்' (1969: 90).

சமூக மாற்றம்

அரபு மக்களின் தொன்மையான நாடோடித்துவப் பார்வை மாறி வணிகப் பொருளாதாரத்திற்குரிய பார்வை அதன் இடத்தை நிரப்பத் தொடங்கியது. இது சமூக மாற்றத்தின் அடையாளமாகும். இதுவரை நிலவிய குல அமைப்பும் குல ஐக்கியமும் உடையத் தொடங்கின. குல உறுப்பினர் ஒவ்வொருவர் மீதும் ஒவ்வொருவருக்கும் இருந்த குலக்கடப்பாடும் ஐக்கிய உறவும் அவற்றின் செல்வாக்கை இழந்தன. உண்மையில் குல ஐக்கியத்தின் (Tribal Solidarity) இடத்திற்கு தனிமனிதவாதம் (Individualism) வந்து சேர்ந்தது.

வணிக வளர்ச்சியுடன் மக்காவில் தனிமனிதர்வாதம் தெளிவான தோற்றத்தைப் பெறுகிறது. குபேரவணிகர்கள் எல்லாவற்றையும்

> விட வணிக நடவடிக்கைகளுக்கே முதலிடம் தந்தனர். எல்லா விவகாரங்களிலும் முன்னர் போல தமது குல உறுப்பினர்களுடன் மட்டுமல்ல, தமது சக வர்த்தகர்களுடனேயே தொடர்புகளை ஏற்படுத்திக்கொண்டனர் (W. M. Watt, 1961: 49).

தொன்மை அரபிய வாழ்வியலில் ஆழ்ந்த சமயப்பற்றுறுதிக்கு இடமிருக்கவில்லை. பல்வித வழிபாட்டு முறைகள் அரபியரிடையே காணப்பட்ட போதும் அவனது வாழ்க்கை மையப்படுத்தியிருந்தது, பொதுச் சமய மரபைவிட பாலைவனச் சூழலை மையமாகக் கொண்டு அவன் உருவாக்கியிருந்த வாழ்க்கை முறையாகும். குல ஒருமைப்பாட்டை அடிப்படையாகக் கொண்டிருந்த இந்த வாழ்க்கை முறையை 'பழங்குடி மனிதநலவாதம்' (Tribal Humanism) எனக் கூறுவர். ஆண்மையும் துணிவும் இதன் முதன்மையான அடிப்படை. பழங்குடி மனிதநலவாத மரபில் தனிமனிதர் குலத்திற்காகவே வாழ்ந்தனர். பல்வேறு இடையூறுகளுக்கு இடையிலும் தனிமனித வாழ்க்கைக்கு பழங்குடி அமைப்பு உத்தரவாதமளித்தது. பழங்குடி மனிதநலவாதம் அரபியரிடையே சமயத்திற்கு ஒப்பானதொரு வலிமைமிக்க கோட்பாடாக விளங்கியது *(1961: 51)*.

புதிய பொருளாதாரச் சூழல் இதில் மாற்றத்தை ஏற்படுத்தியது. தனிமனிதர் வாதம் புதிய சூழலில் தெளிவான தோற்றப்பாடாகியது. செல்வம் சிலருடைய கைகளில் குவிந்தமை பழங்குடியின் பொருளாதாரத்தை மாத்திரமல்ல பழங்குடிச் சமூக அமைப்பையே தகர்த்தது. 'புதிய அம்சத்தின் முன்னே பழங்குடிமுறை சக்தியற்றுக் கிடந்தது' என்ற எங்கெல்ஸின் கூற்று அரபு சமூகத்திற்கும் பொருத்தமானதே. வர்த்தக மத்திய நிலையாக மாறிவிட்ட மக்காவில் அல்லது நபிகளார் பிறந்த நேரத்திற்குரிய மக்காவில் பழங்குடி மனிதநலவாதமும், 'முர்ருஆ' என்ற ஒழுக்க அமைப்பும் சமூகரீதியில் பொருத்தமற்றவையாகின' (Turner Bryan, S. 1974: 84).

புராதன பயிர்ச் செய்கை முறையும் நாடோடிப் பொருளாதாரமும் வணிகப் பொருளாதாரமாக மாறியமை மக்காவில் நடைபெற்ற முக்கிய பௌதீக மாற்றமாகும். பழங்குடிச் சமூக அமைப்பும் நாடோடி வாழ்க்கையும் சுதப்பிச் சூழலுக்கும் ஒட்டக வளர்ப்புக்குமே உகந்ததாக இருந்தன. பாலைவனச் சூழலில் தனிமனிதன் பழங்குடி அமைப்பில் கட்டுண்டு கிடந்தான். இது தவிர்க்க முடியாத நிபந்தனையுமாகும். எனினும் மக்காவின் புதிய பொருளாதாரம் இந்நிபந்தனைகளை மீறிச் சென்றது. பொருளாதார மாற்றங்கள் சமூக

உறவிலும் சமூகக் கண்ணோக்கிலும் மாற்றங்களை ஏற்படுத்தின. ஒரே குலத்தைச் சேர்ந்தவர்களாயினும் ஓரிடத்தில் தரித்து வாழ்ந்தோருக்கும் நாடோடிகளுக்கும் பொருள் வளமற்றவர்களுக்குமிடையிலான ஏற்றத்தாழ்வுகளும் முரண்பாடுகளும் தீவிரமடைந்தன. இவை பாலைவனத்தின் பாரம்பரிய வாழ்வு உடைந்துகொண்டிருந்ததன் அடையாளங்களாக வெளிப்பட்டன.

இவ்வாறு ஏற்பட்ட சமூக விரிசல் புதிய பிரச்சினைகளைத் தோற்றுவித்தது. இரத்தக்களரிகள் அதிகரித்தன. பதாவிகளின் வாழ்வில் இரத்தக்களரிகள் புதியவை அல்ல. ஆயினும் இரத்தக் களரிகளைத் தடுக்க அவர்கள் பயன்படுத்தி வந்த ஆயுதங்கள் பலவீனமடைந்திருந்தன. பதாவிகளிடையே கட்டுப்பாட்டை வளர்ப்பதில் குல ஒருமைப்பாடு முக்கிய பங்குவகித்தது. பழங் குடிகளிடம் காணப்பட்ட சில ஜனநாயக மரபுகள் சமாதானத்தை ஏற்படுத்த உதவின. சமாதானத் தீர்வுகளுக்குக் குலங்கள் மதிப்பு அளித்தன. சச்சரவுகள் நிகழ்ந்தாலும் அவற்றைத் தீர்த்து வைப்பதில் குலக் கவுன்சிலர்களும் செய்யிதுகளும் வெற்றி கண்டனர். எனினும் குல ஒருமைப்பாடும் பழங்குடியின் மரபுகளும் ஒழுக்க சம்பிரதாயங் களும் சிதறியமை சமாதானத்தையும் பாதுகாப்பையும் உருவாக்கி வந்த சாதனங்கள் அனைத்தையும் பலவீனமடையச் செய்தன.

பழங்குடி உறுப்பினர்கள் முன்னர் போல பொது விவகாரங்களைக் கவனிப்பதற்காகக் கூடும் வழக்கத்தில் தடங்கல் ஏற்பட்டது. பொது ஸ்தாபனங்களில் செல்வ வளமுள்ளோரின் ஆதிக்கம் வலுவடைந்தது. பல்வேறு குல அமைப்புக்களை உள்ளடக்கியிருந்த ‘மாலா’ என்ற பொது நிறுவனத்தால் அதன் பழைய பொறுப்புக்களை நிறைவேற்ற இயலவில்லை. உண்மையில் புதிய நெருக்கடிக்கு முகங் கொடுக்கும் ஆற்றலை அது இழந்துவிட்டது. செல்வந்தரும், உயர் குடியினரும் மாலாவைத் தமது நலன்களுக்கேற்ற விதத்தில் கட்டுப்படுத்தினர்.

> மக்காவில் நாடோடிப் பொருளாதாரம் வணிகப் பொருளாதாரமாக நிலைமாறும் கட்டம் நிகழ்ந்துகொண்டிருக்கும் போது மாலாவின் உறுப்பினர்கள் செல்வ வணிகராகினர். இதனால் மாலா ஒருவிதத்தில் சிலர் உரிமைக் குழுவினரின் (Oligopolists) கருவியாகியது. செல்வத்தைக் குவிப்பதில் ஈடுபட்டிருந்த கிளைக் குலத் தலைவர்களும் சக்திமிக்க தனிமனிதர்களும் மாலாவைக் கட்டுப்படுத்தினர் (Asgar Ali, 1980: 14).

7

பெண்நிலை
குடும்பமும் திருமணமும்

குல ஒழுங்கமைப்பே பதாவிப் பழங்குடி சமூகத்தவரின் அடிப்படையாகும். ஒவ்வொரு கூடாரமும் ஒரு குடும்பத்துக்கு உரியது. பல கூடாரங்களைக் கொண்டது ஒரு முகாமாகும். இதன் உறுப்பினர்கள் ஒரு குலமாக (கவ்ம்) கருதப்பட்டனர். இவ்வாறான பல குலங்களின் தொகுதியே 'கபீலா' அல்லது பழங்குடியாகும்.

தொன்மை அரபியரின் குறிப்பாக இஸ்லாத்திற்கு முந்திய அரபியரின் பாலியல் பற்றியும் திருமண உறவுகள் பற்றியும் அவற்றின் சட்டரீதியான தொடர்புகள் பற்றியும் தெளிவின்மை அதிகமுள்ளது. (Muhammed Ullah, 1990: III). எனினும் கவனத்தில் கொள்ளக்கூடிய உலகெங்கினுமுள்ள பழங்குடிச் சமுதாயங்களுக்குச் சொந்தமான குடும்ப நிறுவனத்தையும் திருமண முறையையும் அங்கீகரிக்கப்பட்ட அங்கீகரிக்கப்படாத பாலியல் உறவுகளையும் தொன்மை அரபிய சமூகத்திலும் காணலாம்.

ஜாஹிலியா காலத்தில் (யுகத்தில்) குடும்பத்தை உருவாக்கும் நிறுவனமாகத் திருமணம் இருந்துள்ளது. சமூகத்தின் அடிப்படை அலகாகவும் குடும்பம் கருதப்பட்டுள்ளது. இஸ்லாத்திற்கு மிகவும் முந்திய கால சமுதாயத்தில், திருமணம் குலத்துக்குள் ஒரு பலத்தையும் சந்ததிச் தொடர்ச்சியையும் தருவதாகவும் கருதப்பட்டது. ஆனால் ஜாஹிலியா காலத்தில் இருந்த திருமண நிறுவனங்கள் எவை, திருமணத்தினூடாகப் பெண்களுக்கு என்ன உரிமைகள் தரப்பட்டன என்பது போன்ற கேள்விகள் முக்கியமானவை (F.A. Abdullah Sulaimani, 1986). பல்வேறு பண்டைய திருமண முறைகளின் சாயல்கள் அவற்றுள் இருந்தன.

குடும்பம் மனித சமுதாயத்தின் மிகப் பழமைவாய்ந்த நிறுவனம். அது எப்போது தோன்றியது என்பது பற்றித் தெளிவான முடிவுகள் இல்லை. 'ஆனால் பல ஆயிரம் ஆண்டுகளுக்கு முன்னாலேயே ஏதாவதொரு குடும்ப வடிவம் இருந்துள்ளது' (1960: 3). ஓர் ஆணையும் பெண்ணையும் கொண்ட அமைப்பு மட்டுமே குடும்பம் அல்ல. குடும்பம் ஒரு சிறிய குழுவாகவோ பலர் அடங்கிய ஒரு பெரிய குழுவாகவோ இருக்கலாம். குடும்பத்தையும் அதன் அளவையும் தீர்மானிப்பதில் திருமண முறைகளுக்கு முக்கிய பங்குண்டு.

தாய்வழி

ஒருதார மணத்துக்கு முந்திய மணமுறையில் ஓர் ஆண் ஒன்றுக்கு மேற்பட்ட பெண்களை வைத்திருந்தான். ஒரு பெண் ஒன்றுக்கு மேற்பட்ட ஆண்களுடன் உறவுபூண்டாள். குடும்ப நிறுவனமும் திருமணமுறைகளும் இன்று காணப்படுவதுபோலவே பல ஆயிரம் ஆண்டுகளுக்கு முன்னரும் நிலவியது என்பதை மார்க்சிய சமூகவியல் உட்பட சில மானுடவியல் கொள்கைகள் ஏற்றுக் கொள்வதில்லை. குடும்பம் குடும்பமற்ற நிலையிலிருந்து வளர்ந்துவரும் பரிணாம வளர்ச்சிக்குட்பட்ட ஒன்றாகும். மிகப் புராதன நிலையில் மனித சமுதாயத்தில் வரைமுறையற்ற பாலுறவும் அதைத் தொடர்ந்து குழுமணமும் இருந்திருக்க வேண்டும் என்று சில மானிடவியல் கோட்பாட்டுகள் கூறுகின்றன. மார்க்சிய சமூகவியலும் இதனையே வலியுறுத்துகிறது.

பைபிள் வகைப்பட்ட விரிவுரைகள் தந்தைவழிக் குடும்பத்தையும் பலதார மணத்தையும் மிகத் தொன்மையான குடும்ப வடிவங்கள் என ஏற்றிருந்தன. தொடக்க காலச் சமுதாயம் பற்றிய பெக்கோஃபன், ஜோன் எப். மெக்லீனான், எல். எச்.மோர்கன் ஆகியோரின் கோட்பாடுகள் இத்தகைய பழைமைக் கோட்பாடுகளை நிராகரித்தன.

தொடக்ககால மனித சமூகம் வரைமுறையற்ற பாலுறவில் ஈடுபட்டிருந்தபோது யார் தந்தை என்பதை நிச்சயிப்பது சாத்தியமற்றதா யிருந்தது. எனவே வம்சவழி தாயிலிருந்து கணக்கிடப்படுவது இயல்பாயிற்று. தொடக்க காலம் தாய்வழிக்குரியதென பெக்கோஃபன் நிறுவ முயன்றார். தாய்வழியிலிருந்தே ஆண்வழி உரிமை எழுந்திருக்க வேண்டும் என அவரின் கோட்பாடுகள் கூறுகின்றன. ஆரம்ப காலத்தில் தாய்வழி மரபே தோன்றி வளர்ந்ததாக ஜோன் எப். மெக்லீனானின் கொள்கை வலியுறுத்துகிறது.

குடும்பம் என்ற சொல் பல்வேறுவகையான அர்த்தங்களை உள்ளடக்கியுள்ளது. ஏனெனில் குடும்ப அமைப்பு பல்வேறுவகை மாற்றங்களுக்குள்ளாகியுள்ளது. தொன்மைக் காலக்குடும்பம் நாகரிக காலக் குடும்பத்தைவிட விலங்குக் குடும்ப முறையுடன் மிக நெருக்கமானதாகும். தொன்மைக் குடும்பத்தில் தாய், குழந்தைகள் என்ற தொடர்பே காணப்படுகிறது. தந்தைத் தொடர்பு அங்கு காணப்படுவதில்லை. தாய், குழந்தைத் தொடர்பையே மிருகக் குடும்பங்களும் பெற்றுள்ளன. மனிதக் குடும்பங்களின் வளர்ச்சியும் மாற்றமும் தாயும் குழந்தைகளும் என்ற தொடர்பை மட்டுமே கொண்டு எண்ணற்ற தலைமுறைகளைக் கடந்து சென்றுள்ளன (Briffault, *1956: 41*). இது பிரிபோல்ட் முன்வைக்கும் கொள்கை.

எங்கெல்ஸ் உட்பட எல். எச். மோர்கன், ஜெ.ஜெ. பெக்கோஃபன், மெக்லீனான், பிரிபோல்ட் ஆகியோர் முன்வைத்துள்ள குடும்பம் பற்றிய கோட்பாடுகள் குடும்பம், வரலாற்றில் பல படித்தரங்களைக் கடந்துள்ளதை வலியுறுத்துகின்றன. குடும்ப வளர்ச்சியின் தொடக்க வடிவத்தில் தாய்த்தலைமை (Matriarchy) ஒரு முக்கிய படித்தரமாக அமைந்திருந்தது. குடும்பத்தின் பரிணாம வளர்ச்சியில் இவ்வகையான மூன்று கட்டங்களை மோர்கனும், மோர்கன் ஆய்வுகளைப் பின்பற்றி எங்கெல்சும் அடையாளப்படுத்தினர். விலங்குநிலை, காட்டுவாசி நிலை, நாகரிகநிலை ஆகிய மனித நாகரிகக் கட்டங்களுக்கு இசைவாக இதனை அவர்கள் எடுத்துக்காட்டினர். விலங்குநிலைக்கு அடையாள மாகக் குழுமணமும், காட்டுவாசி நிலைக்கு அடையாளமாக இணைக் குடும்பமும் (Pairing family) நாகரிக நிலைக்குக் குறிப்பு அம்சமாக ஒருதார மணமும் இடம்பெற்றிருந்தன. பொதுவில் ஒருதார மணமுறைக்கு முன்னருள்ள எல்லாக் குடும்பவடிவங்களிலும் குழந்தையின் தகப்பனைச் சரியாக அடையாளப்படுத்த முடியவில்லை. ஆனால் அந்தக் குழந்தைகள் தாய் யார் என்பதைக் காண்பது சாத்தியமாக இருந்துள்ளது.

மிகப் புராதனமான குடும்ப வடிவம் எனக் குழுமணத்தையே எங்கெல்ஸ் குறிப்பிடுகிறார். இந்த வடிவத்தில் முழுக்குழுக்களாக ஆண்களும் முழுக்குழுக்களாகப் பெண்களும் ஒருவருக்கொருவர் உறவுகொண்டு சொந்தமாயுள்ளனர். மிருகநிலையிலிருந்து மனிதநிலைக்கு மாறிச் சென்ற கட்டத்துக்குப் பொருத்தமான வரை முறையற்ற பாலியல் உறவு முறை குழுமணத்துக்கு முன்னர் நிலவியிருக்க வேண்டும். இதைப் பொதுமகளிர் முறையென

பெகோஃபன் குறிப்பிட்டார். எவ்வாறாயினும் பொதுமகளிர் முறையிலிருந்து ஒருதார மணத்துக்கும் தாய் உரிமையிலிருந்து தந்தை உரிமைக்கும் மாறிச் செல்லும் பரிணாம வளர்ச்சி தவிர்க்க முடியாத வாரிசுரிமை சார்ந்த பொருளாதார மாற்றங்களின் விளைவு என்பதை மோர்கனும் எங்கெல்சும் தொன்மைக் குடும்பங்களின் வளர்ச்சிக் கட்டங்களினூடாக விளங்கினர்.

அரபுமுறை

வரைமுறையற்ற பாலுறவுக்கு மிக அருகில் தொன்மை அரபியரின் திருமண முறை ஆரம்பத்தில் காணப்பட்டுள்ளது *(1937: 16)*. பல கணவர் மணமும் (Polyandry) பல மனைவியர் மணமும் (Polygamy) இங்கு பரவலாகக் காணப்பட்டன. ஓர் ஆண் ஒன்றுக்கு மேற்பட்ட பெண்களை மணந்துகொண்டால் அது பல மனைவியர் மணம். பல ஆண்கள் ஒரு பெண்ணை மணந்துகொண்டால் அது பல கணவர் மணம் எனப்படும். மோர்கன், மெக்லீனான் ஆகியோர் பல கணவர் முறை சமூகவளர்ச்சியில் ஓர் இயற்கைக் கட்டமெனக் கருதுகின்றனர். பல கணவர் மணம் அரபியாவில் காணப்பட்டுள்ளது. பின்வரும் நபிமொழி (ஹதீஸ்) இதற்காகக் காட்டப்படும் ஆதாரங்களில் ஒன்று.

1. தொகையான ஆனால் பத்துக்குக் குறையாத ஆண்கள் ஒரு பெண்ணை உடலுறவுக்குப் பயன்படுத்தி வந்தனர். அவள் கருவுற்றுப் பிள்ளை பெற்றபோது அப்பெண் அவர்களிடம் கூறினாள். 'எமது ஒப்பந்தத்தை நீங்களறிவீர்கள். இப்போது நான் ஒரு குழந்தையைப் பெற்றுள்ளேன். எனது கருத்துப்படி இக்குழந்தை இன்ன மனிதரின் குழந்தையாகும்.' அவளால் பெயர் குறிப்பிடப்பட்ட தந்தை தனது தந்தை அந்தஸ்தை அங்கீகரிக்க வேண்டும்.

2. பல ஆண்கள் ஒரே பெண்ணை உடலுறவுக்குப் பயன்படுத்தி வந்தனர். அவள் எந்த விருந்தாளியையும் மறுக்கவில்லை. அவள் ஒரு குழந்தையைப் பெற்றபோது உடல் அடையாள சோதனை மூலம் யார் அந்தக் குழந்தையின் தந்தை என்பது முடிவு செய்யப்பட்டது *(1990:* IV*)*.

கற்பு

ஒரு பெண் ஒன்றுக்கு மேற்பட்டவர்களைக் கணவராய்க் கொண்டிருப்பது அரபியாவில் பொதுவில் காணப்பட்ட வழக்கம் *(1985: 16)*. இது பற்றிப் பேராசிரியர் றொபர்ட்சன் ஸ்மித் பின்வருமாறு கூறுகிறார்:

> சகோதரர்களுக்கு குழந்தைகளின் மீது உரிமையிருந்தது. முதுநிலை ஒழுங்கில் (Seniority) உள்ளவர்களின் வரிசைப்பிரகாரமே உறவு முறைகளும் ஏனைய அதிகாரங்களும் குலத்திற்குள் பகிரப்பட்டன. மூத்தவர் உயர் அதிகாரத்தைப் பெற்றிருந்தார். சொத்துக்கள் பொதுவிலிருந்தன. எல்லாரும் ஒரு மனைவியை வைத்திருந்தனர். 'முதலில் வந்தவர் முதலில் பெறுவார்' என்ற ஒழுங்கின்படி அவளுடன் அவர்கள் உறவுகொண்டனர். அவளிடம் முதலில் சென்றவர் ஒரு தடியை அடையாளமாக விட்டுச் சென்றார். எனினும் இரவை அவள் முதியோருடன் கழித்தாள். எல்லாரும் எல்லாருக்கும் சகோதரர்களாக இருந்தமையால் (தமது குலக் குழுவுக்குள்) அவர்கள் தாய்களுடனும் திருமண ரீதியாக உடலுறவில் ஈடுபட்டனர். விபச்சாரத்தில் ஈடுபடுபவனுக்குத் தண்டனை மரணமாகும். விபச்சாரகன் என்றால் அவன் மற்றொரு குலக் குழுவைச் சேர்ந்தவன் என்று பொருள் (W. Robertson Smith, *1903: 33* in *1985: 17*).

கற்பு, விபச்சாரம் போன்றவற்றைத் தொன்மை அரபியர் இன்றைய பொருளில் கருதவில்லை. 'நல்ல கருவைப் பெறுவதற்காகத் தனது மனைவியை மற்றொருவனுடன் உடலுறவு கொள்ளவைக்கும் வித்தியாசமான நிறுவனமும் அங்கிருந்தது' *(1990:* VI*)*. தனது மனைவியின் மாதவிலக்குக் காலம் முடிவுற்றதும் 'நல்ல கருவைப் பெறும் நோக்கத்துடன் மற்றொருவனுடன் உடலுறவு வைத்துக் கொள்ளுமாறு கணவன் மனைவியை வேண்டிக்கொள்வான். அவனால் மனைவி கருவுறும் வரைக்கும் கணவன் அவளிடமிருந்து ஒதுங்கி இருப்பான். கருவுற்ற பின்னர் மனைவியுடன் சேர்ந்து கொள்வான்' *(1990:* VI*)* பேராசிரியர் ரொபர்ட்சன் ஸ்மித் இது பற்றிக் கூறுவது வருமாறு: 'தொன்மை அரபியாவில் மனைவியின் இல்லறவியல் விசுவாசம் குறித்து கணவன் அலட்சியமாக இருந்தான். அவன் தன் மனைவியை இன்னொருவனுடன் உடலுறவுக்காக அனுப்பி வைத்தான் *(1903: 116* இடம்பெற்ற. *1985: 34)*.

குல அமைப்பிற்குள் யார் தந்தை என்பது பற்றித் தெளிவின்மை இருந்தது. குழந்தைகள் குலத்தின் குழந்தைகளாகவே கருதப்பட்டனர். ஏனெனில் தாய், குலப்பெண்ணாக இருந்தாள். இதனால் தொன்மை அரபுக் குலங்களின் வழக்கில்-நாம் கருதும் பொருளில்-சட்ட ரீதியான பிள்ளை, சட்டரீதியற்ற பிள்ளை என்ற வேறுபாடு இருக்கவில்லை. அன்றைய அமைப்பின்கீழ் உண்மையான தந்தை யார் என்று அறிவது முக்கியமற்றிருந்தது. குழந்தையின் தனிப்பட்ட தகப்பன் (Individual

Father) யார் என்ற பிரச்சினை நவீன நாகரிகத்துக்குரியதாகும். அரபுக்குல அமைப்பில் பெண் பெரும்பாலும் பொதுவில் இருந்தாள். குழந்தைகள் அவளுடனேயே வளர்ந்தன. கிறிஸ்தவ யுகத்தின் ஆரம்பத்திலும்கூட தந்தையைவிடத் தாயின் பெயரையே பிள்ளைகள் தம் பெயருடன் இணைத்துக்கொண்டனர். நாடோடி அரபுகளிடம் இவ்வழக்கு இன்றும் காணப்படுகின்றது (பார்க்க, Bertram Thomas, 1937: 16).

அடிமைமுறை அரபியாவில் அங்கீகரிக்கப்பட்ட நிறுவனமாகும். இஸ்லாத்திற்கு முன்னர் அடிமைப் பெண்களை எஜமானர்கள் தமது பாலியல் உணர்வுகளுக்குப் பயன்படுத்தினர். சிலர் அடிமைப் பெண்களை விபச்சாரத்தில் ஈடுபடுத்திப் பொருளீட்டினர். 'ஜாஹிலியா காலத்தில் அரபுமக்கள் தம் அடிமைப் பெண்களை விபச்சாரத் தொழிலில் ஈடுபடுத்தி, அதிலிருந்து வருவாய் தேடிக்கொண்டிருந்தனர்' (Reed Evelyn , 1992: 181, Vol. II). குர்ஆன் இதை இவ்வாறு கூறுகிறது:

> தங்கள் கற்பை பாதுகாத்துக் கொண்டிருக்கும் உங்கள் அடிமைப் பெண்களை இவ்வுலக வாழ்க்கைக்குரிய அற்பப் பொருளை அடையும் பொருட்டு விபச்சாரம் செய்யும்படி நீங்கள் நிர்ப்பந்திக்காதீர் *(குர்ஆன் 4: 33).*

திருமணம் செய்யாது ஆனால் மனைவியைப்போல் பெண்களை வைத்திருக்கும் மற்றொரு முறையும் (Concubinage) அவர்களிடம் பரவலாகக் காணப்பட்டது. போரில் கைதிகளாய்ப் பிடிக்கப்பட்டவர் களையும் விலைக்கு வாங்கிய அடிமைகளையும் இத்தகைய உறவுக்கு அரபியர் பயன்படுத்தினர்.

அடிமைப் பெண்கள் மீதான பாலியல் நிர்ப்பந்தம், விபச்சாரம், சட்டபூர்வமற்ற மனைவிமுறை ஆகிய பாலியல் உறவுகளை இஸ்லாம் கண்டித்தது. அத்துடன் அவற்றைக் கட்டுப்படுத்தி சட்டப்பூர்வமான திருமண உறவுக்குள் அவற்றைக்கொண்டு வருவதற்கு சமய ரீதியாகவும் உலகியல் ரீதியாகவும் மக்களை அது நிர்ப்பந்தித்தது. மேலே குறிப்பிட்டுள்ள குர்ஆனின் கூற்று இத்தகைய *(4: 33)* கட்டளைகளில் ஒன்றாகும்.

முக்கியமாக அடிமைகளுக்கு விடுதலையையும் திருமண உரிமையையும் இஸ்லாம் வாக்களித்தது. எஜமானர்கள் ஜாஹிலியாக் காலத்திலும் அதற்குப் பின்னரும் நடைமுறைப்படுத்திய சட்டரீதியற்ற பாலுறவுமுறைகளைத் தடை செய்தது. 'திருமணமற்ற தாம்பத்தியம்

முறையற்றது' (4: 25) எனக் குர்ஆன் பிரகடனப்படுத்தியது. 'ஆண்களும் பெண்களும் தங்கள் கற்பைக் காத்துக்கொள்ளக் கடமைப் பட்டுள்ளனர்' (33: 35) என்பது குர்ஆனின் மற்றொரு அறிவுறுத்தல். அடிமைப் பெண்களைத் திருமண உறவுக்குள் கொண்டுவரும் இஸ்லாத்தின் தீர்வு பின்வருமாறு அமைந்திருந்தது: (i) எஜமானனுக்கும் அடிமைப் பெண்ணுக்கும் திருமணம் (ii) சுதந்திரமாக உள்ளவர்களுக்கும் அடிமைகளுக்கும் இடையில் திருமணம் (iii) இரு அடிமைகளுக்கிடையில் திருமணம்.

வன்முறை மூலம் கடத்திச் சென்று மணம் முடிக்கும் முறையும் அரபியரிடமிருந்தது. பெண்களின் விருப்பத்தை அறியாதும் பாதுகாவலரின் அனுமதியின்றியும் பலாத்காரமாகப் பெண்ணை எடுத்தல் இதுவாகும். இவ்விதமாக மனைவியைத் தேடிக்கொள்ளும் முறை உலகின் பலபாகங்களில் காணப்பட்டுள்ளது. பிரசீலியப் பழங்குடிகள் மணமுடிப்பதற்காகப் பெண்களைக் கடத்திச் சென்றனர். எக்குவாடா இந்தியரிடமும் இவ்வகை மணமுறை உள்ளது. காரயா ஜிபாரோஸ்கள் பழங்குடியினர் பெண்களைக் கைப்பற்றுவதற்காக போர்களை நடத்தியுள்ளனர். அஹ்த்களைச் சேர்ந்த ஒருவன் தனது மனைவியைத் தனது குலத்துக்குள்ளிருந்து திருடிக்கொள்கிறான் (பார்க்க: 1922: 240, 41).

விதவை

பண்டங்களைப் போலவோ அதற்கும் குறைவாகவோ நபிகளாரின் காலத்தில் பெண்கள் நடத்தப்பட்டதை அக்காலத் திருமண முறைகளிலும் விதவைகள் நடத்தப்பட்ட விதத்திலும் எளிதில் காணமுடியும். தொன்மை முறையில் விதவைகளுக்குச் சுதந்திரமிருக்கவில்லை. விதவையைக் கணவனின் மகன்களோ, கணவனின் சகோதரர்களோ அல்லது உறவினர்களோ தமதுடைமையாக்கினர். பெண்ணின் விருப்பம் முற்றாகப் புறக்கணிக்கப்பட்டது. விதவையை மணம் செய்வதில் கணவனின் மூத்தமகன் அதிக உரிமையைப் பெற்றிருந்தான். மகன்கள் இல்லையாயின் இந்த உரிமையை கணவனின் சகோதரர்கள் அனுபவித்தனர். விதவைமீது ஒரு நீளமான துணியைப் போடுவது மூலம் அவளை அவர்கள் தமது உடைமையாக்கிக் கொள்வர். இவ்வாறு தமது உடைமையாக்கப்பட்டவர்களை அவர்கள் திருமணம் செய்துகொண்டனர். அல்லது தகுந்த விலை கிடைத்தால் மற்றவனுக்கு விற்பனை செய்தனர்.

விதவைக்குத் திருமண வாய்ப்பிருந்தது. ஆனால் அவளின் விருப்பம் புறக்கணிக்கப்பட்டது.

விதவைகளை அவர்களின் விருப்பத்துக்கு மாறாகத் திருமணம் செய்வதை நபிகளார் தடுத்தார். 'விதவையின் அனுமதியின்றி அவளுக்குத் திருமணம் செய்து வைக்கலாகாது. கன்னிப் பெண்ணையும் அவளது சம்மதம் பெறாமல் திருமணம் செய்து வைக்கலாகாது' என்பது நபிகளார் வாக்கு (ஸூனன் திர்மிதி பாகம், 9). அல்குர்ஆன் வெளிப்படை யாகவும் தீவிரமாகவும் இந்த வழக்கத்தைத் தடை செய்தது. இத்தகைய மணமுறை மானக்கேடானதென்று குர்ஆன் வர்ணித்ததோடு பெண்களை இறந்தவனின் பொருள்களாகக் கொள்ள வேண்டாம் என்றும் கட்டளையிட்டது:

> முன்னர் நடந்துபோன சம்பவங்களைத்தவிர நீங்கள் உங்கள் தந்தைகள் மணம் செய்துகொண்ட பெண்களில் எவரையும் (அவர்கள் இறந்தபின்னர் இனி,) மணம் செய்துகொள்ளாதீர்கள். நிச்சயமாக இது மானக்கேடாகவும் தீய வழியாகவும் இருக்கிறது (குர்ஆன் 4: 22).
>
> விசுவாசிகளே, பெண்களை (அவர்கள் உங்களை விரும்பாது வெறுக்க இறந்தவனுடைய பொருள்களாக மதித்து அவர்களை) பலவந்தமாக அடைவது உங்களுக்கு ஆகுமானதல்ல (4: 19).

முஸ்லிம் குடும்பச் சட்டம் தந்தைத் தலைமை முறையுடன் தொடர்பு உடையது. ஆனால் நினைவுக்கெட்டாத தொன்மை வழக்காறுகள் தாயை மையமாகக் கொண்ட குடும்ப அமைப்புகள் தொன்மை அரபியாவில் பரவியிருந்ததைச் சுட்டிக்காட்டுகின்றன (1990: XI). 'அரசியல் அல்லது வீட்டுவிவகாரங்களில் அரபியன் தனது மனைவிக்குக் கீழ்ப்பட்டவனாக இருக்கவில்லை. ஆனால் எத்தனை ஆண்களுடனும் அவள் உடலுறவு வைத்துக்கொள்வதற்கு அந்த முரட்டு நாகரிகம் அவளுக்கு இடமளித்தது.' (1990: XII). தன்னுடன் உடலுறவு கொண்ட சோர நாயகர்களில் யாரேனும் ஒருவரைத் தனது குழந்தைக்குத் தந்தையாகத் தெரிவு செய்ய அவளுக்குப் பூரண அதிகாரமிருந்தது. குடும்பத்திலும் அவள் வாழும் கூடாரத்திலும் அவளுக்கென சில அதிகாரங்கள் இருந்துள்ளன.

'கூடாரம் பெண்களின் ஆதிக்கமுள்ள இடமாகும். மனைவியின் அனுமதியின்றி கணவனுக்கும் கூடாரத்தினுள் நுழைய அதிகாரம் இருக்கவில்லை. கூடாரத்தின் வாயிலைக் கிழக்கிலிருந்து மேற்காக

அல்லது ஒரு திசையிலிருந்து மற்றொரு திசைக்கு மாற்றிவைப்பதன் மூலம் தான் கணவனை விவகாரத்துச் செய்துவிட்டதாக மனைவி கணவனுக்குத் தெரியப்படுத்தினாள். இத்தகைய வழக்கங்கள் தாய்த் தலைமையின் அடையாளங்களை அல்லது சமூக உறவுகளில் பெண்களுக்கிருந்த மேலாதிக்கத்தைக் காட்டுவனவாகக் கருதலாம் (பார்க்க, 1990: XII). உண்மையில் தாய்வழிக்குடும்பம் என்பதன் இறுக்கமான பொருள் கட்டுப்பாட்டைத் தாய் அல்லது மனைவி தனது கையில் வைத்திருப்பதாகும்.

மஹர்

மணமகளுக்கு மணமகன் வழங்கும் திருமண வெகுமதி மஹராகும். சட்டபூர்வமான திருமண உறவுக்கு இந்தக் கொடுப்பனவு அல்லது மஹர் இன்றியமையாததென இஸ்லாம் வகுத்துள்ளது. மஹர் எனும் இம்மணக் கொடை (Dowry) நபிகளார் காலத்திலும் நபிகளாரின் காலத்திற்கு முன்னரும் அரபியாவில் காணப்பட்ட ஒரு பழைய முறையாகும். இது பற்றி ரூபன் லெவி (Reuben levy) பின்வருமாறு குறிப்பிடுகிறார்:

> இது மணப்பெண் கொள்வனவுமணம் அல்லது ஒப்பந்தமண முறை. (Marriage by Purchcase or Contract) அரபியாவில் நிலவிய இப்பழைய முறையில்... மணமகன் மஹர் எனும் ஒரு தொகைப் பணத்தைப் பெண்ணுக்கு வழங்குகின்றான். இதனைப் பெண்ணின் தந்தை அல்லது நெருங்கிய உறவினர் பெற்றுக் கொள்வார் (Reuben Levy, 1957: 91).

அரபியாவைப் பொறுத்தவரை திருமண ஒப்பந்தம் நிறைவடைவதற்கு திருமணக்கொடை (சீதனம்) இன்றியமையாத நிபந்தனையாகும். திருமணக்கொடை வழங்கப்படவில்லையானால், அது திருமணமாகாது. அது விபச்சாரம் அல்லது திருமணமாகாத இருவருக்கு இடையில் நடந்த உறவு என்று மட்டுமே கொள்ளப்படும் (F.A. Abdullah Sulaimani, 1986).

மணப்பெண் பணம்

அரபியாவில் மட்டுமன்றி ஏனைய பல தொல்குடிச் சமுதாயங் களிலும், பபிலோனிய செமித்தியப்பிரிவு மக்களிடையேயும் மணப்பெண் பணம் (Bride Price) காணப்படுகிறது. பொருளாதாரக் கொடுக்கல் வாங்கல் நேராகச் சம்பந்தப்பட்டுள்ள இந்தத் திருமணத்தை

ஈடுசெய் திருமணம் அல்லது கைமாற்றுத் திருமணம் என வெஸ்ட்டர்மார்க் (Westermarck) குறிப்பிடுகிறார். பொன், வெள்ளி, பணம், கால்நடைகள், சேவை, உணவு என்று ஏதாவதொரு பெறுமதிக்குரிய பொருளை ஆண், தான் மணக்கவிருக்கும் மனைவிக்கு மணப்பெண் பணமாக வழங்குவதை இது குறிக்கிறது.

இதுபற்றி நிலவும் கொள்கைகளில் ஒன்று, மணப்பெண் பணத்தை அல்லது கொள்வனவுத் திருமணத்தை (Marriage by Purchase) கடத்தல் திருமணத்தோடு தொடர்புபடுத்துகிறது. கொள்வனவுத் திருமணம் கடத்தல் திருமணத்திலிருந்து தோன்றியிருக்க வேண்டும் என்பது அக்கொள்கை தரும் செய்தியாகும். பெண்ணைக் கடத்திச் சென்று திருமணம் செய்பவர்கள் பின்னர் பெற்றோருக்கு நஷ்டஈட்டை அல்லது வெகுமதிகளைக் கொடுத்துக் கடத்தப்பட்ட பெண்ணை மனைவியாக்கிக்கொண்ட வழக்கம் மணப்பெண் பணமாக ஆகியிருக்கலாம் என்று இந்தக் கொள்கை கருதுகிறது.

பூர்வீகக் குடிகளிடம் காணப்பட்ட திருமணப்பரிசுப் பரிமாற்றம் இயற்கை கடந்த சக்திகளில் இருந்து தொடங்கியிருக்க வேண்டும் என்று மற்றொரு கொள்கை கூறுகிறது. 'எனினும் ஏனைய சில தொன்மை வழக்கங்களுக்குத் தோற்றத்தைக் காண்பது எவ்வாறு கடினமாக உள்ளதோ அவ்வாறுதான் மணப்பெண்பணமும் உள்ளது. மணப்பெண் கடத்தல் திருமணத்திலிருந்துதான் இது வளர்ச்சி பெற்றதென்று கூறப் போதிய நியாயங்களில்லை' என்று வில்லியம் எஃப் கென்கெல் கூறுகிறார் (1960: 35).

இது தொடர்பான கருத்துகள் எவ்வாறிருந்தபோதும் அரபியாவில் கடத்தல் திருமணமுறையும் கொள்வனவுத் திருமணமும் இருந்துள்ளன. இதன் ஆதி தோற்ற நிலைக்குப் பின்னர்வந்த காலங்களில் இதில் பொதிந்திருந்த கருத்துகளை இவ்வாறு கூறலாம்: பெற்றோர் தமது மகளை இழப்பதால் ஏற்படும் நட்டத்தை ஈடுசெய்வதும் அவளை வளர்த்து ஆளாக்கியதற்கான கொடுப்பனவை அவர்களுக்கு வழங்குவதும் இதில் அடங்கியுள்ளது. மேலும் பெற்றார் தமது மகளை நல்லொழுக்கமுள்ளவளாக வளர்ப்பதில் பெற்ற வெற்றிக்கான பரிசாகவும் இது கொள்ளப்படுகிறது. உண்மையில் இதன் பொருள் கற்புக்கான வெகுமதியே எனலாம் (1960: 35).

இலங்கையின் தொல்குடிகளான வேடுவர்கள் மணப்பெண்ணின் பெற்றோருக்கு உணவை மணப்பெண் பணமாக வழங்குகின்றனர்.

பெராக் சாக்கியர் கத்தியை அல்லது மரவள்ளியை வழங்குகின்றனர். சில பழங்குடிகள் பெண்ணின் பெற்றோருக்கு சிறிதளவு புகையிலையை அல்லது அரிசியை வழங்குகின்றனர். பட்டாகோனியர்கள் குதிரை களையும் வெள்ளி ஆபரணங்களையும் கொடுக்கின்றனர். ஆப்பிக்கரின் மணப்பெண் பணம் பொதுவாகக் கால்நடைகளாகும். பகாண்டோ சமூகத்தினர் பசுவை அல்லது பல ஆடுகளை மணப்பெண் வீட்டுக்குக் கொடுக்க வேண்டும். லெண்டூ, உகண்டாவாசிகள் பதினைந்து பசுக்கள் அல்லது நூறு ஆடுகள் கொடுப்பது வரையறுக்கப்பட்ட அளவாகும். மிகக் குறைந்த தரத்துப் பகண்டாவாசி சில எருதுகளையும் ஆறு தையல் ஊசிகளையும் அல்லது சப்பாத்து ஜோடி, மேலாடை போன்றவற்றையும் வழங்குகின்றான். சில அமெரிக்க இந்திய பூர்வீக மக்கள் கம்பளி ஆடைகளை மணப்பெண் பணமாகக் கொடுக்கின்றனர் (பார்க்க, W. Westermarck 1922: Vol, II: 375 & 1990: 409-10). மெர்டொக் காட்டும் உலக இனக் குழுவியல் மாதிரிகளின்படி ஏறக்குறைய 60 சதவீத சமுதாயங்களில் மணப்பெண் பணம் வழங்கும்முறை காணப் படுகிறது (1990: 409).

மணப் பெண்ணுக்கான இந்தக் கொடுப்பனவு தவணை முறையிலும் சில சமுதாயங்களில் வழங்கப்படுகிறது. சைபீரிய மக்கள் உரிய தொகையில் ஒரு குறித்த பகுதியை வழங்கிய பின்னரே கணவனை உடலுறவுக்கு அனுமதிப்பர். முழுமையாக இந்தப் பணத்தைச் செலுத்து முன்னரே சில பழங்குடிகளிடத்தில் திருமணம் நடந்தது. மேற்கு ஆபிரிக்கரிடையே திருமணத்திற்கு இரண்டு மூன்று ஆண்டு களின் பின்னரே இந்தக் கொடுப்பனவு வழங்கி முடிக்கப்படுகிறது.

கொள்வனவுத் திருமணத்தில் மணப்பெண்ணின் தந்தைக்கு சேவை செய்வதும் ஒரு வழக்கமாக இருந்துள்ளது. எஸ்கிமோக்களிடமும் வடதென் அமெரிக்க சமுதாயங்களிலும் பல்வேறு சேர்பியக் குழுக்களிடையேயும் இந்தியாவிலும் இவ்வழக்கம் காணப்படுகிறது (1922: 361). வெவ்வேறு குழுக்களிடையே சேவைக்கால அளவு வேறு படுகிறது. ஓர் ஆண்டுக்குக் குறையாது பத்து அல்லது பன்னிரெண்டு அல்லது பதினைந்து ஆண்டுகள்வரை இது நீடிக்கலாம் (1922: 394). அதுவரை மணப்பெண்ணின் வீட்டில் மணமகன் மணப்பெண்ணின் தந்தையுடன் சேர்ந்து உழைப்பில் ஈடுபடுகிறான்.

செமித்தியமுறை

ஈடுசெய் திருமணம் (Marriage by Consideration) எல்லா செமித்தியப்

பிரிவினரிடையேயும் காணப்பட்டுள்ளது. பபிலோனியாவில் கணவனாக வரயிருப்பவன் மணப்பெண் பணம் கொடுக்க வேண்டும். (1922: 407 Vol. II) தொன்மை பபிலோனியாவில் அதாவது ஹமுராபியின் காலத்தில்-2150-1950 கி.மு. அளவில் திருமணங்களைப் பெற்றோர் நிச்சயித்தனர். இத்திருமணம் ஒரு கொடுக்கல் வாங்கல் அல்லது கொள்வனவு முறையைக் கொண்டிருந்தது. இதற்காக வெகுமதிகள் பரிமாற்றம் செய்யப்பட்டன. பணத்தொகை மணப் பெண்ணுக்கும் தரப்பட்டது (B.J. Stern, ed. 1938: 69). மாப்பிள்ளையின் தந்தை மணப்பெண்ணின் தந்தைக்கு மணப்பெண் பணத்தை அல்லது அன்பளிப்பை வழங்குவார். இது பெண்ணுக்குரிய உடைமையாகக் கருதப்பட்டது. திருமணத்தின் பின்னர் மணப்பெண் அன்பளிப்பு களுடன் கணவனிடம் வருவாள் (John Longdon Davies, 1927: 153).

மணப்பெண்பணத்தோடு மணமகளின் தந்தை பெண்ணுக்குச் சீதனமும் வழங்கினார். இதனையும் பெண்ணுக்குரிய சொத்தாகவே செமித்தியர் மதித்தனர். மணப்பெண் விவகாரத்துச் செய்யப்பட்டாலோ கணவன் இறந்துவிட்டாலோ அது அவளைச் சேரவேண்டும் அல்லது அவளுடைய பிள்ளைகளைச் சேரவேண்டும். பிள்ளைகள் இல்லாத விடத்து அவளின் சகோதரனைச் சேரவேண்டும். விவகாரத்துச் சட்டங்களில் இதுபற்றிய விதிகள் காணப்பட்டன. ஹமுராபிச் சட்டத் தொகுப்பின்படி குழந்தைகளுடன் விவாகரத்து நடைபெற்றால் மனைவியின் திருமணப் பாகத்தை கணவன் மனைவிக்குக் கொடுத்துவிட வேண்டும். குழந்தை வளர்ப்பிற்காக விளைநிலம், வெற்றுக்காணிகள், பொருள்களின் பயன்கள் முதலியவற்றையும் கொடுக்க வேண்டும். குழந்தைகளில்லையாயின் முடிந்த அளவு மணப் பெண்பணத்தையும் தந்தை வீட்டிலிருந்து அவள் கொண்டுவந்த சீதன உடைமைகளையும் திருப்பிக் கொடுத்துவிட வேண்டும் (1938: 0).

தந்தைவழிக் குடும்பம், மனைவி கணவனுடன் வாழ்வதையே கோருகின்றது. பெண் தனது வாழிடத்திலிருந்து விடுபட்டுக் கணவனுடன் கணவனின் குடும்ப அங்கத்தவராகின்ற இடங்களில் இந்தக் கொடுப்பனவு நிகழ்வதாக ரோபர்ட் பிரிபோல்ட் கூறுகிறார். உண்மையில் இந்தத் தொகை, பெண்ணைக் கொள்வனவு செய்வதற்காக அல்ல அவளைக் கணவன் வீட்டிற்குக் கொண்டு செல்வதற்கான உரிமையை வாங்குவதற்கே வழங்கப்படுகிறது. மறுவார்த்தையில் கூறுவதானால் தந்தைவழிக் குடும்ப அமைப்பை நிலைநிறுத்தும்

போக்காகவே இது அமைந்துள்ளது (R. Briffault in M. F. Asheley Montagu, ed, 1956: 35).

தொன்மைக்கால இஸ்ரேலியரிடம் மணப்பெண்பணம் வழங்கும் முறை காணப்பட்டது. இதை அவர்கள் மஹர் (மஹ்ர்) அல்லது மொஹர் என அழைத்தனர். செமித்தியப் பிரிவினரிடையே காணப் பட்ட இந்த மரபை வெஸ்ட்டமார்க் தனது *ஹிஸ்டரி ஆஃப் ஹியூமன் மேரேஜ்* என்னும் நூலில் பின்வருமாறு கூறுகிறார்:

> ஹமுராபிச் சட்டங்களில் மணமகள் மணப்பெண்ணுக்கு வழங்கும் மணப்பெண்பணத்தை மட்டுமல்ல பரிசுகள் வழங்கப் படுவதையும் நாம் பார்க்கிறோம். இதே போன்ற பரிசுகளை தொன்மை இஸ்ரேலியரும் மணப்பெண்ணுக்கு வழங்கினர். ஆபிரஹாமின் ஊழியன், 'பொன் வெள்ளி ஆபரணங்களையும் பாத்திரங்களையும் ஆடைகளையும் ரெபேக்காளுக்குக் கொடுத்தான்' (1922: 498, தொகுதி II).

வெகுமதிகளும் மணப்பெண்பணமும் மொத்தமாகவோ அவற்றில் ஒரு பகுதியோ செமித்திய மணப்பெண்களுக்குரியதாகின. இஸ்ரேலியரும் மொஹர்ப் பணத்தின் பாதியை அல்லது முழுவதையும் மணப் பெண்ணுக்கு வழங்கும் வழக்கத்தைக் கடைப்பிடித்தனர்.

சதக்கா

மஹ்ர் என்பது ஹீப்ரு மொழியில் *மொஹர்* என்றும் சிரியமொழியில் *மஹ்ரா* என்றும் அழைக்கப்படுகிறது. இதன் பொருள் மணப்பெண் அன்பளிப்பு (Bridal gift), இதற்குரிய மூல அர்த்தத்தில் இது 'கொள்வனவுப் பணம்' என்பதற்குச் சமம். தானாக விரும்பி வழங்கும் அன்பளிப்பு என்ற பொருளும் இதற்கு உண்டு' (Encyclopedia of Islam 1913 : 137 Vol. III).

தொன்மை அரபிய மஹர் முறையுடன் சதாக் என்ற பதமும் பயன்படுத்தப்படுகிறது. தொன்மை அரபியாவில் அல்லது இஸ்லாத்திற்கு முந்திய அரபியாவில் திருமண சமயத்தில் மணமகன் மணப்பெண்ணுக்குப் பரிசுகளை வழங்கினான். இது சதாக் அல்லது சதக்கா எனப்பட்டது (1922: 416). மணமகன் மணப்பெண்ணின் தந்தைக்கு வழங்கிய கொடுப்பனவை மஹர் (Bride Price) என அழைத்தனர். தொன்மை அரபிய மணப்பெண்பணம் அதன் அடிப்படையில் 'கொள்வனவுத் திருமணம்' (Marriage by Purchase) என்ற பொருளைப் புலப்படுத்துவதாகக் கருதப்படுகிறது. மஹரின்

தொன்மை வடிவத்தில் மஹர் தொகையிலிருந்து மணப்பெண் எதையும் பெற்றுக்கொள்ளவில்லை. பொதுவாக 'சதாக்' மணப் பெண்ணுக்குப் போய்ச் சேர்ந்தது. மஹர் தொகையைப் பெண்ணின் தந்தை, சகோதரன் அல்லது பாதுகாவலர் யாரேனும் பெற்றுக்கொண்டனர். இந்த உரிமைக்குரியவர்கள் வலீ என அழைக்கப்பட்டனர்.

நபிகளார் காலத்துக்குச் சற்று முன்னதாக மஹரை அல்லது அதில் ஒரு பாகத்தைப் பெண்ணுக்குக் கொடுக்கும் வழக்கம் ஆரம்பித் திருந்தது. 'மணப்பெண்ணுக்கான தொகை இப்போதும் வழங்கப் பட்டது. ஆனால் மஹர்த் தொகை பெண்ணின் தந்தைக்கோ அவளது உறவினருக்கோ அன்றி அது மணப்பெண்ணுக்கே கொடுக்கப் பட்டது' (Reuben Levy, 1957: 94). தற்போது மஹர், சதாக் என்ற இரண்டும் கலப்புக்குள்ளாகி, அதன் முன்னைய வடிவம் மாற்றம் பெற்றிருந்தது (Reuben Levy & Westermarck). இந்த மாற்றத்தால் ஏற்கனவே மஹரில் தொனித்த 'மணப்பெண்ணை விலைக்கு வாங்குவது' என்ற கருத்து இப்போது பலவீனம் அடைந்திருக்கிறது *(1936: 137:* Vol. III*)*.

'அரபியாவில் முன்னரே இருந்து வந்த மஹர் முறையையே சில திருத்தங்களுடன் நபிகளார் பயன்படுத்தினார்' *(1957: 94)*. மஹர் முறையை இஸ்லாம் கையாளத் தொடங்கிய பின்னர் மஹர், சதாக் வேறுபாடு முற்றாக நீக்கப்பட்டது. முழுமையான மஹர் கொடுப்பனவு மனைவிக்கு மட்டுமே என்பது சட்டபூர்வமாக்கப்பட்டது. அதாவது மஹர் பெண்ணின் தந்தைக்கோ பாதுகாவலருக்கோ வழங்கப்பட வேண்டும் என்ற பழைய மரபை இஸ்லாம் தடுத்துவிட்டது.

அன்பளிப்பு

'மஹர்' எண்ணக்கருவுக்கு இஸ்லாம் தனது நோக்கில் மேலும் சில பெறுமானங்களைச் சேர்த்தது. இஸ்லாமிய மரபில் ஒரு திருமண உடன்படிக்கை சட்டப்படி நிறைவேற மஹர் இன்றியமையாத நிபந்தனையாக விதிக்கப்பட்டது.

குர்ஆன் மஹரை கணவன், மனைவிக்கு இனாமாகக் கொடுக்க வேண்டிய அன்பளிப்பு எனக் கூறுகிறது. இது குர்ஆனின் நான்காவது அத்தியாயத்தில் (அன்னிஸாஉ) இடம்பெற்றுள்ளது (4: 4). இந்த வசனத்திலுள்ள 'சதக்கா', 'நிஹ்லத்தன்' என்ற பதங்கள் முக்கியமாகக் கவனத்தில்கொள்ளப்பட்டுள்ளன. குர்ஆன் மஹரை இங்கு சதக்கா என்ற சொல்லைக் கொண்டு அழைக்கிறது *(மௌலானா முஹம்மதலி, 1950)*.

இந்தப் பதத்திற்கான வேர்ச் சொல்லின் பொருள்: அவன் உண்மையானவன். 'அதைச் செயல் படுத்துபவனின் நோக்கம் உண்மையானது' என்பதே இதற்குரிய பொருள் என மௌலானா முஹம்மதலி (1950: 622) கூறுகிறார். முர்த்ததா முத்தஹ்ஹரியும் இதே கருத்தைக் கூறுகிறார் (1981: 201). நான்காம் வசனத்தின் இறுதிச் சொல்லான நிஹ்லத்தன் என்பது தானாக விரும்பி வழங்கும் அன்பளிப்பைக் குறிப்பதாகும். மஹர் பெண்ணுக்கு வழங்கும் அன்பளிப்பே அன்றி அவளுக்கு வழங்கும் கூலியல்ல என்று அந்த வசனம் தெளிவுபடுத்துவதாகவும் முத்தஹ்ஹரி விளக்குகிறார்.

மஹரை மணப்பெண்ணுக்காக வழங்கப்படும் பரிசு எனக் குர்ஆன் குறிப்பிடுகிறது. திருமணத்துடன் தொடர்புடைய பரிசைக் குறிப்பிடும் போது குர்ஆன் சதக்கா என்ற பதத்தையும் இணைத்துக் கூறுகிறது: (நீங்கள் மணந்துகொண்ட பெண்களுக்கு) அவர்களுடைய மஹரை மகிழ்வுடன் கொடுத்துவிடுங்கள் (குர்ஆன் 4: 4). இந்த வசனத்தில் குர்ஆன் பயன்படுத்தியிருக்கும் 'நிஹ்லாஹ்' என்ற சொல்லுக்கு ஒருவர் தமது சொந்த விருப்பப்படி, அதிலிருந்து எதையுமே எதிர்பார்க்காது கொடுப்பது என்று பொருள் தரப்படுகிறது (Muhamed Asad, 1980:102).

மஹருக்காகக் குர்ஆன் சில சந்தர்ப்பங்களில் பயன்படுத்தும் மற்றொரு சொல் பரித்ழா. இதன் பொருள் 'தீர்மானிக்கப்பட்ட அளவு' அல்லது 'கடப்பாட்டுக்குரியது' (1950: 22). குர்ஆனின் நோக்கில் மஹர் மணப்பெண்ணின் உரிமை. ஆணுக்கு அது கடப்பாடு. மேலும் அது திருமண உடன்படிக்கையின் இன்றியமையாத பகுதி.

> குர்ஆன் திருமணத்தை மிதாக் – கணவன் மனைவிக்கு இடையிலான உடன்படிக்கை என்று கூறுகிறது. 'அதனை (மஹரை) நீங்கள் எவ்வாறு எடுத்துக்கொள்ளலாம். உங்களிடமிருந்து உறுதியான வாக்குறுதியைப் பலருமறிய அவள் பெற்று உங்களில் ஒருவர் மற்றவருடன் (சேர்ந்து) கலந்துவிட்டீர்களே' (குர்ஆன் 4: 21. பார்க்க: 1950: 620).

எந்த நிலையிலும் மஹர் பெண்ணுக்குரியதென்றும் அது மீளப் பெறக் கூடிய கொடுப்பனவு அல்ல என்றும் அல்குர்ஆன் இத்தகைய வசனங்களின் ஊடாக வலியுறுத்திக் கூறுகிறது. 'நீங்கள் உங்கள் மனைவியை நீக்க விரும்பினால் ஒரு பொற்குவியலையே நீங்கள் மஹராகக் கொடுத்திருந்தாலும் அதிலிருந்து நீங்கள் எதனையும் எடுத்துக்கொள்ளாதீர்கள்' (4: 20) என்ற குர்ஆனின் கூற்றையும்

இங்கு நோக்கலாம். உண்மையில் மஹர் இப்போது மணப்பெண் பணம் (bride price) அல்ல. அது மணப்பெண்ணுக்கான அன்பளிப்பு. அது மனைவியின் உடைமை (1936: 137, Vol III).

முன்னைய காலங்களில் பெண்ணின் பாதுகாவலர் அல்லது தந்தையர் அல்லது சகோதரர் மஹர் விடயத்தில் சரியான முறையில் நடந்துகொள்ளவில்லை. பெண் ஏமாற்றப்பட்டதோடு அவளுக்கு நியாயமாகச் சேர வேண்டிய பாகத்தைத் தடுப்பதற்கும் அவர்கள் முயன்றனர். 'ஷிஆர்' திருமணமுறை அத்தகைய நடவடிக்கைகளில் ஒன்றாகக் கருதப்படுகிறது.

இஸ்லாத்திற்கு முந்திய அரபியாவில் ஒரு தந்தை அல்லது பாதுகாவலன் தனது மகளை அல்லது சகோதரியை மாற்றாகக் கொடுத்து மற்றொருவரின் மகளை அல்லது சகோதரியை மணந்து கொண்டான் (Wellhausen, 1893: 433 in 1922: 358). இது ஷிஆர் என அழைக்கப்பட்டது. இந்த வகைத் திருமணத்தின் மூலம் அவர்கள் மஹரைத் தவிர்த்துக்கொண்டனர். பெண்ணுக்குரிய மஹர் உரிமையை இது தடுத்துவிடுவதால் நபிகளார் 'ஷிஆர்' திருமணமுறையைத் தடைசெய்தார். 'மஹர் எந்தச் சூழ்நிலையிலும் பெண்ணுக்குக் (மனைவிக்கு) கிடைக்க வேண்டிய உரிமை என்பதை இதன் மூலம் நபிகளார் உறுதிசெய்தார் (பார்க்க, 1950: 625).

திருமணத்தன்று இக்கொடுப்பனவு (மஹர்) கொடுக்கப்பட வேண்டும் என்று அல்குர்ஆன் குறிப்பிடுகிறது (1950: 622). மஹருக்கென்று குறிப்பிட்ட தொகை நிர்ணயிக்கப்படவில்லை. அவரவர் பொருளாதார சமூகத் தகுதிக்கேற்ப நீதமான மஹர் வழங்கப்பட வேண்டும் என இஸ்லாம் எதிர்பார்க்கிறது. நபிகளார் காலத்தில் பொருளாதார நிலையில் மிக மோசமானவர்கள் மிகவும் சொற்ப மஹரை வழங்கித் திருமணம் செய்துகொள்வதற்கு நபிகளார் அனுமதி வழங்கினார்.

மஹரில் எந்த வரையறைகளும் எல்லைகளும் தரப்படவில்லை. குர்ஆனின் கருத்தில் மனைவி சார்பில் எந்த அளவு மஹர்த் தொகையையும் நியமிக்கலாம். 'நீங்கள் ஒரு பொற்குவியலையே (மஹராகக்) கொடுத்திருந்தாலும்' (குர்ஆன் 4:20). அதனால் அதிகபட்ச குறைந்தபட்ச எல்லைகள் மஹருக்குத் தரப்பட வில்லை... நபிகள் நாயகத்தின் மகள் பாத்திமாவுக்கு நானூறு திர்ஹம்கள் மஹராக வழங்கப்பட்டது. (ஆரம்ப இஸ்லாமியக் காலப் பகுதியில்) ஆகக் குறைவாக வழங்கப்பட்ட மஹர்

ஒரு இரும்பு மோதிரமாகும் (புஹாரி 67: 52). இதையும் தர முடியாதவருக்கு நபிகளார் திருக்குர்ஆனைக் கற்றுக் கொடுக்கும் படிக் கூறினார். இன்னொரு சூழலில் கையளவு உணவை அல்லது பேரீச்சம்பழங்களை மஹராக வழங்கும்படி கூறினார் (1950: 624).[10]

இரு தரப்பினரும் மஹரைப் பேசித் தீர்மானிக்க அனுமதி உண்டு. அவ்வாறு மஹர்த் தொகை நிர்ணயிக்கப்பட்ட பின்னர் அது திருமண உடன்படிக்கையின் ஒரு பகுதியாகிவிடுகிறது (1992: 23).

இந்தக் கொடுப்பனவு முழுமையும் மனைவிக்குரியதாகும். இது முதலீடு செய்யப்பட்டால் அதில் வரும் இலாபமும் அவளுக்குரிய தாகும் (1992: 31). திருமணத்திற்குப் பின்னரும் பெண்ணின் பொருளாதார சுதந்திரத்தை இஸ்லாம் அங்கீகரித்துள்ளது என்பதற்கு இது ஓர் உதாரணமாகக் காட்டப்படுகிறது (பார்க்க 1992: 31). மஹர் மட்டுமன்றி தனது பெற்றோரிடமிருந்து அவள் பெற்றுக்கொள்ளும் சொத்துக்களும் திருமணத்துக்காக அவளுக்குத் தரப்படும் வெகுமதிகளும் அவளுக்குரியதாகும். கணவன் இறந்துவிட்டால் கணவனின் சொத்துக்களிலும் மனைவிக்குப் பங்கு உண்டு என்றும் இஸ்லாம் விதித்துள்ளது. இவை பெண்ணுக்கான பொருளாதாரப் பாதுகாப்பைப் பற்றிய கருத்துகளுடன் ஒப்பிடப்பட வேண்டிய விடயங்களாகும்.

பெண்சிசுக் கொலை

பெண் விடுதலை பற்றிய தற்காலக் கருத்துகளுடன் ஒப்பிடுகையில் இஸ்லாத்தின் தோற்றக் காலத்திலும் அதற்கு முன்னரும் அரபியாவில் பெண்களின் நிலை காட்டுவாசி வாழ்க்கைக்கு ஈடுகொடுக்கும் ஒன்றாகக் காணப்பட்டதென்றே கூறவேண்டும். பாலியல், சொத்துரிமை போன்ற எல்லா சமூக உறவுகளிலும் அவள் கடுமையாகப் புறக்கணிக்கப்பட்டிருந்தாள். அவள் ஒரு பெண் என்பதைவிட ஒரு பொருளாக மதிக்கப்பட்ட அடையாளங்களையே அங்கு அதிகமாகக் காணமுடிகிறது.

நபிகளாரின் தூது அறிவிக்கப்படுவதற்கு முன்னர், ஜாஹிலியாக் காலத்தில் அரபுகள் தந்தை வழிச் சமூக அமைப்பிலிருந்தனர். அவர்களின் கடவுள்கள் ஆண்களாகவும் அவர்களின் விக்ரகங்களும் தேவதைகளும் பெண்களாகவுமிருந்தனர். அல்லாஹ்வுக்கும் அவர்கள் மூன்று பெண் குழந்தைகளை (தேவதைகள்) கற்பித்திருந்தனர். எவ்வாறாயினும் ஜாஹிலியாக் காலப் பண்பாடு ஆணாதிக்க

மரபைப் பாதுகாக்கும் சமூகப் படிமுறைகள் பலவற்றை நிறுவனமயப் படுத்தியிருந்தது. 'ஆணாதிக்க மரபுரிமைகளைப் பாதுகாப்பதற்கு அரபுப் பழங்குடி ஆயத்தமாக இருந்தது' என்பார் அலீ ஷரிஅத்தி (1980: 123). அவர்கள் அடிக்கடி பெருமைப்பட்டுக் கொண்ட மூதாதையர் வழிபாடு ஆணாதிக்க மரபுகளின் முழுவடிவ மாகவே அமைந்திருந்தது. தந்தையர் வணக்கக் கோட்பாடும் முதிய ஆண்களின் ஆதிக்கமும் அந்த வழிபாட்டில் உள்ளடங்கி இருந்தன *(1980: 123)*.

மகள்

வறண்ட பாலைவனத்திற்குரிய கடின வாழ்க்கையும் அதனால் எழுந்த சமூகத் தேவைகளும் கோத்திரங்களுக்கிடையிலான இடையறாத போர்களும் சமுதாயத்தில் ஆணுக்கு அதிக அளவு முக்கியத்துவத்தை வழங்கின. மகளின் பிறப்பைவிட மகனின் பிறப்பையே பேரார்வத் துடன் அவர்கள் எதிர்பார்த்திருந்தனர். 'எதிரிகளால் சூழப்பட்ட நிலையில் இருப்பவர்களும் உயிர் வாழ்வதற்குக் கடினமான சூழல் களை எதிர்நோக்கி இருப்பவர்களும் மகன்களையே பலத்தின் மூலாதார மாகக் கொள்கின்றனர். உணவு தேடுவதற்கும் பாதுகாப்பிற்கும் மகன்களிலேயே அவர்கள் தங்க வேண்டியுள்ளது' என்று மெக்லீனான் *(1922: 162.*Vol.II*)* கூறுகிறார். குலத்தின் கௌரவத்தையும் பாதுகாப்பையும் மட்டுமன்றி செல்வ வளத்தையும் தரக்கூடியவன் மகனே என அரபுகள் நம்பினர். மாறாக மகளைப் பலவீனத்தின் சின்னமாகவும் இழிவினதும் சின்னமாகவும் அவர்கள் கருதினர் *(1980: 125)*.

தந்தைவழிக் குடும்பத்தின் சிறந்த சின்னமாக இருந்தவன் மகனே, மகள் அல்ல. ஆண்குழந்தையைப் பெற்றிராத ஆண்களை அரபு சமூகம் 'வம்சத்தொடர் துண்டிக்கப்பட்டவர்கள்' என ஏளனமாக அழைத்தது. நான்கு பெண்மக்களுக்குத் தந்தையாயிருந்த (ஸைனப், ருக்கையா, உம்மு குல்சூம், பாத்திமா) நபிகளையும் 'வம்சத் தொடர்ச்சி அற்றவர்' என்றே அரபுகள் அழைத்தனர் *(1980: 129)*. 'அல்லாஹ் உனது வீட்டை ஆண்குழந்தைகளால் நிரப்புவானாக' என்று கூறுவதுதான் ஒருவருக்கு இன்னொருவரால் கூறக்கூடிய மிகவும் உயர்ந்த வாழ்த்துரையாக இன்றும் பல அரபுக் குலங்கள் மதிக்கின்றன. புதிய திருமணத் தம்பதிகளை வாழ்த்துவோர் 'மகிழ்ச்சியும் ஆண் குழந்தைகளும் பெறவேண்டும்' என்றே வாழ்த்துகின்றனர்' (M. Lutfiya 1970: 508).

பெண்குழந்தை பிறப்பதை அரபு மக்கள் இழிவாகக் கருதினர்.

பெண்குழந்தை பிறந்த செய்தியைக் கேட்கும் ஒரு ஜாஹிலியாக் கால அரபியின் உணர்வுகளை அல்குர்ஆன் இவ்வாறு சித்திரிக்கிறது: 'அவர்களில் ஒருவனுக்குப் பெண்குழந்தை பிறந்ததாக நற்செய்தி கூறினால் அவனுடைய முகம் (துக்கத்தால்) கறுத்துக் கோபத்தை விழுங்குகிறான்' *(16: 58)*. பல்வேறு வகைகளில் தனது குடும்பத்துக்கு ஒரு மகள் இழிவைக் கொண்டு வரக்கூடும் என அவன் திடமாக நம்பினான். பொருத்தமற்ற மருமகனை அவள் கொண்டு வரலாம் அல்லது போரில் அடிமையாகி இழிவைக் கொண்டு வரலாம் என்று அவன் நம்பினான். அலீ ஷரிஅத்தியின் வார்த்தைகளில் கூறுவதாயின் 'பெண்களை வைத்திருப்பது மானக்கேடானது என்றும் ஆண்களைப் பெற்றிருப்பது கௌரவம் என்றும் அவர்கள் கருதினர்' *(1980: 125)*.

வழக்காறு

குழந்தைகளைக் கொலை செய்யும் வழக்கம் பல்வேறு பழங்குடிச் சமுதாயங்களில் காணப்பட்டுள்ளது. பொதுவாக உணவுப் பற்றாக்குறை ஏற்படும்போது குழந்தைக் கொலைக்கு சமூக அங்கீகாரம் கிடைத்தது. நெருக்கடிமிக்க வாழ்க்கைப் போராட்டக் காலங்களில் விலங்குநிலை மக்கள் (Savage Peoples) குழந்தைகளைக் கொலை செய்தனர். எவ்வாறு இருப்பினும் ஒரு புதிய நபர் தனது குலத்திற்கு வந்துசேர்வதை மனிதன் விரும்பி ஏற்றுள்ளான். குழந்தைகளின் இழப்பை எண்ணி அந்தக் குலமே துயர்கொண்டது என்பது இதன் பொருள். எனினும் ஜாஹிலியாக் கால அரபியர் குறிப்பாகப் பெண்குழந்தைகளையே கொலை செய்தனர்.

> பெண்குழந்தைக் கொலையை அருஞ்செயலாகப் போற்றி வந்துள்ளனர். அது அவர்களிடத்தில் வழக்காறாகவும் கடப்பாடாகவும் காணப்பட்டது *(1990:V)*.

ஸமாக்ஷாறி, அல்குர்ஆனின் அல்தக்வீர் அத்தியாயத்திற்கு தந்துள்ள உரையில் தங்கள் பெண்குழந்தைகளைத் தந்தையர் எவ்வாறு அலங்கரித்து இதற்காக வெட்டப்பட்டுள்ள குழிகளுக்குள் புதைத்தனர் என்பதைக் குறிப்பிட்டுள்ளார் *(பார்க்க: 1985: 17)*.

அரபியாவில் பெண் குழந்தைக் கொலையின் தோற்றம் பற்றிப் போதுமான தகவல்கள் இல்லை. எனினும் தேவதைகளுக்கான பலிகளாகப் பெண்குழந்தைகள் கொலை செய்யப்பட்ட வழக்கம்

அரபியாவில் மிகத் தொன்மைக் காலம் முதல் இருந்துள்ளமை பற்றி தகவல்கள் உள்ளன. இது குறித்துப் பேராசிரியர் வில்லியம் ஆர். ஸ்மித் இவ்வாறு குறிப்பிடுகிறார்: 'பண்டைய அரபியாவில் பெண் தெய்வங்களுக்குத் தமது சின்னஞ்சிறு பெண்குழந்தைகளைத் தந்தையர் பலியாகத் தந்தனர்' (W. G. Sumner, 1947: 555). பெண் குழந்தைகளைத் தெய்வங்களுக்குப் பலியிடும் வழக்கத்தைக் குர்ஆனும் பின்வருமாறு சுட்டிக்காட்டுகிறது:

> இவ்வாறே இணைவைத்து வணங்குவோரிடம் அநேகர் (தாங்களே) தங்கள் குழந்தைகளைக் கொலை செய்வதை அவர்கள் அழகாகக் காணும்படி அவர்களுடைய தெய்வங்கள் செய்து அவர்களைப் படுகுழியில் தள்ளி அவர்களின் மார்க்கத்தையும் குழப்பமாக்கி விட்டன (6: 137).

பெண்குழந்தைக் கொலையை ஒரு வழக்காறாகவும் அருஞ் செயலாகவும் அரபியர் எடுத்துக்கொண்டதில், இந்த முரட்டுச் சமயப் பின்னணி ஒரு காரணியாகச் செயல்பட்டிருக்கலாம். எனினும் சமூக பொருளாதாரக் காரணிகளின் தாக்கங்களைக் குறைத்து மதிப்பிட முடியாது. போரும், வறுமையும், கடின சூழலுக்கு இசைந்து போக வேண்டியிருந்த வாழ்க்கைமுறையும் இவற்றிற்கு ஆதரவளித்த வழக்காறுகளும் பெண்சிசுக் கொலைகளைத் தூண்டி வந்துள்ளன.

குழந்தை வளர்ப்பும் பராமரிப்பும் கடினமாயிருக்கும் கட்டங்களிலும் சமூகம் மூடநம்பிக்கைகளுக்குப் பலியான சந்தர்ப்பங்களிலும் பல்வேறு சமூகங்களில் குழந்தைக் கொலைகள் நிகழ்வது வழக்கமாயிருந்துள்ளது. நாகரிகமற்ற சமூகத்தவர்களில் பலர், தகாத உறவில் பெற்ற குழந்தைகளையும் பிறக்கும்போது தாயை இழந்த குழந்தையையும், முடமாகி அல்லது நோயுடன் பிறக்கும் குழந்தைகளையும் குலத்திற்குத் துரதிர்ஷ்டத்தைக்கொண்டுவரும் என்று கருதப்படும் குழந்தைகளையும் கொலை செய்வது பொதுவில் காணப்பட்ட வழக்கமாகும் (Westermarck 1922). வறுமையும் பொருளாதார நெருக்கடியும் குழந்தைக் கொலையில் குறிப்பாகப் பெண்குழந்தைக் கொலையில் முக்கிய இடத்தைப் பெற்றிருந்ததாகக் கருதலாம்.

வறுமை

பெண்குழந்தைக் கொலையில் மூடநம்பிக்கைகளுக்கு மேலாக வறுமையும் பொருளாதார நெருக்கடியும் முக்கிய அம்சங்களாக

இருந்துள்ளன. 'திக்கோப்பியன் குடும்பம் பொதுவாக நான்கு குழந்தைகளுடன் வரையறுத்துக் கொள்கிறது. இதைவிட மேலதிகமாகப் பிறக்கும் குழந்தைகளை அவர்கள் உயிருடன் புதைத்துக் கொலை செய்கின்றனர். முதல் நான்கும் பெண்மக்களாயின் இனி பிறக்கும் பிள்ளைகள் ஆண்களாகப் பிறக்க வேண்டும் என்ற நம்பிக்கையில் ஒரு பெண் குழந்தையை அல்லது இரு பெண் குழந்தைகளைக் கொன்று விடுகின்றனர். ஆசிய ஹிப்போபோரியன்கள் உணவுப் பற்றாக் குறைக்காகக் குழந்தைக் கொலையில் ஈடுபட்டிருந்தனர். இந்தியாவில் பரவலாகக் குழந்தைக் கொலைகள் நடந்துள்ளன. வெளிப் படையான காரணங்கள் கூறமுடியாத வழிபாட்டு நம்பிக்கைகளால் இந்தக் கொலைகள் நடந்துள்ளன. நீண்டகாலமாக இந்தியாவில் பரவலாக பெண்குழந்தைக் கொலை நடைபெற்றுள்ளதை வில்கின்ஸ் குறிப்பிடுகிறார். கியாணா இந்தியர்கள் குறைந்தது மூன்று சந்தர்ப்பங்களில் குழந்தைக் கொலைக்கு அனுமதி வழங்குவர். இரட்டைக் குழந்தை, முடமாகப் பிறந்த குழந்தை, பெண்குழந்தை. தோடமாக்கள் முன்னர் பொருளாதார நெருக்கடியின்போது பெண் குழந்தைகளைக் கொலை செய்யும் வழக்கத்தைக் கொண்டிருந்தனர்.'

பெண்குழந்தைக் கொலைக்கு வறுமை ஒரு காரணியாக இருந்துள்ளது. வறுமையைக் கட்டுப்படுத்த பெண்களின் தொகையைக் குறைப்பது அதிக பயன்தரக்கூடியது என அவர்கள் நம்பியிருக்கலாம். அரபியாவின் பெண்குழந்தை கொலைக்குப் பல காரணங்கள் காட்டப்படுகின்றன. பொருளாதாரக் காரணி அதில் முக்கியமான இடத்தைப் பெறுகிறது. எனினும் அந்தச் சமூகத்துக்கே உரிய வேறுசில காரணிகளும் செயற்பட்டுள்ளன. இவற்றுள் முக்கியமான சில காரணிகளைக் குர்ஆன் விவாதித்துள்ளது.

ஜாஹிலியாக் காலத்திலும் அதற்குப் பின்னரும் அரபியாவில் நிகழ்ந்துள்ள பெண்குழந்தைக் கொலைகளுக்கான காரணங்களை மௌலானா அபுல் அஃலா மௌதூதி குர்ஆனிலிருந்து பின்வருமாறு வகையீடு செய்துள்ளார்:

அ. எவரும் தம் மருமகனாக ஆகிவிடக் கூடாது என்ற எண்ணத்தில் பெண்மக்களைக் கொல்வது அல்லது குலப் போர்களின் போது அவர்கள் எதிரிகளின் கைகளில் சிக்கிக்கொள்ளக்கூடாது என்பதற்காகக் கொல்வது அல்லது வேறெந்த வகையிலும் அந்தப் பெண்மக்களால் அவர்களுக்கு இழிவு ஏற்படக் காரண மாகக் கூடாது என்பதற்காகக் கொல்வது.

ஆ. அவர்களை வளர்க்கின்ற பொறுப்பைச் சுமக்க முடியாது என்பதற்காகவும் பொருளாதார வசதி குறைவாக இருப்பதால் அந்தக் குழந்தைகள் தாங்க முடியாத சுமையாய் ஆகிவிடுவார்கள் என்பதற்காகவும் கொல்வது.

இ. குழந்தைகளைத் தம் கடவுளின் திருப்திக்காகப் பலியிடுவது (பார்க்க: அபுல் அஃலா மௌதூதி, *1989: 246:* Vol. I).

ஒருவேளை குழந்தைக் கொலை அவர்களுக்குத் துயரத்தை ஏற்படுத்தி இருக்கலாம். ஆனால் அதைவிட அவர்களுக்கு வேறு வகை தெரிந்திருக்க வில்லை. தனது மகளைப் புதைகுழிக்குப் பலியாக்கிய தந்தையின் எண்ணங்களை ஓர் அரபு நாட்டார் பாடல் இவ்வாறு கூறுகிறது:

ஒருநாள் என் மகள்
வறுமையின் கொடுமைக்குப் பலியாவாள்.
துயர் மிக்க மிருகத்தனங்கள்
தளிரான அவளைச் சூழும்போது
நேர்வதோ தீராத அவமானங்கள்
பெற்ற மகளோ
நான் வாழப் பிரார்த்திக்கிறாள்.
பெற்ற நானோ அவள் சாக யாசிக்கிறேன்.
நாதியற்ற என் சிறு தளிரே
நான் உனக்குத் தருவதெல்லாம்
புதைகுழியாம் புதுமணாளனையே (A.H. Siddiqui, 1985:17).

தனது மகளுக்கு மணமகனாக—தனக்கு மருமகனாக—யாரும் வந்து விடக்கூடாது என்ற பயம் அவர்களுக்கு இருந்துள்ளது (அபுல் அஃலா மௌதூதி) அலீ ஷரிஅத்தியும் இவ்வாறு கூறுகிறார்: மகளின் எதிர்கால மணமகனை நினைக்கும்போது தனது மகளுக்குப் புதைகுழியை மணமகனாக்குவதையே உண்மையான மணமகனை விடச் சிறந்ததென அவன் கருதுகிறான்.

உணவுப் பற்றாக்குறை மனித வாழ்வைத் தாக்கும்போது மனிதன் குழந்தைகளை முக்கியமாகப் பெண்குழந்தைகளைக் கொலை செய்ய முன்வந்துள்ளான். மானிடவியல் இந்தக் கருத்தைப் பல சூழ்நிலைகளில் முன்வைத்துள்ளது. இது பற்றிய மெக்லீனான் கருத்து இவ்வாறு அமைந்துள்ளது:

தொடக்க காலத்திலிருந்து குழுமுறையிலான கட்டுப்பாடற்ற பாலுறவு முறை தாய்வழி மரபைத் தோற்றுவித்ததென (மெக்லீனான்)

நம்பினார். அதன் பின்னர்ப் பெண்குழந்தைக் கொலை (female infanticide) பெருமளவு நிலவியிருக்க வேண்டுமென நம்பினார். ஏனெனில் பெண்கள் படைத்துறையிலும், வேட்டைத் தொழிலிலும் பயனற்றவர்களாகவும் உணவுப் பொருள்களை உண்டு செலவழிப்பவர்களாகவும் இருந்தனர். அதனால் பெண்சிசுக் கொலை வழக்கம் உருவாகி, அதனால் பெண்கள் பற்றாக்குறையும் ஏற்பட்டது (1990: 262).

உணவுப் பற்றாக்குறை ஏற்படும்போது வீட்டிற்கு வந்துசேரும் உணவுகளைத் தின்று தீர்ப்பவள் மட்டுமே பெண் என அரபியர் கருதினர். பெண் குழந்தையையே கொலை செய்வதில் அரபுத் தந்தை ஏன் குறியாய் இருந்தான் என்பதற்கு இந்தக் கருத்துகள் நியாயமான தூரம் திருப்திதரக்கூடியனவாகும்.

வறுமையிலிருந்து தப்புவதற்கு ஆண்குழந்தைகள் வளர்க்கப் படுவதும் பெண்குழந்தைகள் அழிக்கப்படுவதும் தகுந்த உபாயமென அவன் கருதியிருக்க வேண்டும். ஆண் மகன் குலத்திற்குக் கௌரவத்தைக் கொண்டு வருபவன் மட்டுமல்ல குலம் உயிர் வாழ்வதற்கான பொருளாதார பலத்தை வழங்குபவனும் அவனே. தெய்வங்களுக்கான பலிக்கு மட்டுமல்ல வறுமையின் பலிக்கும் அவன் பெண்குழந்தைகளையே தேர்ந்தெடுக்க இதுவே காரணமாக இருந்திருக்க வேண்டும்.

இதற்கான காரணங்கள் எதுவும் அலசப்படாதிருந்த நேரத்தில் பெண்குழந்தைக் கொலைக்கு வறுமையும் உணவுப்பற்றாக்குறையும் காரணங்கள் எனக் குர்ஆன் தனது கருத்தை எடுத்துக் கூறியது.

(மனிதர்களே) நீங்கள் வறுமைக்குப் பயந்து உங்கள் குழந்தைகளைக் கொலை செய்துவிடாதீர்கள். நாம் அவர்களுக்கும் உணவளிப்போம். உங்களுக்கும் (அளிப்போம்) அவர்களைக் கொலை செய்வது நிச்சயமாக அடாத பெரும் பாவமாகும் (குர்ஆன் 17: 31).

உண்மையில் குர்ஆன் இந்தச் செயலைக் கண்டித்ததோடு அதைத் தடையும் செய்தது. இது குறித்த பொருளாதாரரீதியான அலசலையும் அது ஆரம்பித்து வைத்தது. அலீ ஷரிஅத்தியின் வார்த்தைகளில் கூறுவதாயின் அரபியாவில் நடைபெற்று வந்த இத்துன்பியலுக்குரிய முதன்மையான காரணத்தைக் குர்ஆன் பொருளியலிலேயே காண வேண்டும் என்று கூறியதோடு அது மக்களை விழிப்படையவும் செய்தது (பார்க்க 1980: 129).

தடை

இஸ்லாம் பெண்குழந்தைசிசுக் கொலையை முற்றாகத் தடை செய்தது. மேலும் 'பெண்குழந்தை பிறப்பது ஒரு நற்செய்தி' *(16: 58)* எனக் குர்ஆன் பிரகடனப்படுத்தியது. பெண்குழந்தைகளை வாழ வைப்பதற்கான கருத்துகளையும் அது பரப்பியது. இழிவின் சின்னமாக அரபுமக்கள் கருதிய பெண்மக்களை உயர்வான வார்த்தைகளால் நபிகளார் புகழ்ந்துரைத்தார். 'பெண்கள் பாசத்தினதும் கருணையினதும் வடிவங்கள் என்றும் குடும்பத்தின் நற்பாக்கியங்கள்' என்றும் கூறினார். 'பெண்குழந்தைகளால் சொர்க்கத்தின் வாயில்கள் உங்களுக்காகத் திறந்து வைக்கப்படும்' என்றார். 'பெண்குழந்தைகளை வெறுக்காதீர்கள். நிச்சயமாக நான் பெண்குழந்தைகளின் தந்தையாவேன்' என்பது நபிகளாரின் மற்றொரு வாக்காகும் *(பார்க்க: 1966: 18)*.

சொத்துரிமை

இஸ்லாத்தின் தொடக்க காலத்திலும் அதற்கு முன்னரும் அரபு சமூகத்தில் ஆண்-பெண் உறவு வர்க்க இயல்புகளைத் தீவிரமாக வெளிப்படுத்தியது. ஆண்கள் ஆளும் வகுப்பாகவும் உடைமைச் சொந்தக்காரர்களாகவும் பெண்கள் ஆளப்படுபவர்களாகவும் இருந்தனர். அரபு சமூகத்தில் 'ஆணுக்கும் பெண்ணுக்கும் இடையில் இருந்த வேறுபாடு எஜமானனுக்கும் அடிமைக்குமுள்ள வேறு பாட்டிற்கு ஒப்பானது' என்பார் அலீ ஷரிஅத்தி. மியூலர் லையரின் பின்வரும் கருத்தை இங்கு கூறுவது பொருத்தமானது: 'ஒவ்வொரு உழைப்புப் பிரிவினையும் அதன் பலவீனமான பங்காளியை ஒடுக்குவதையும் சுரண்டுவதையுமே முதல் விளைவாகக் கொள்கிறது' *(1931: 103)*. வறுமைக்குப் பலியிடவும், சொத்துரிமை அற்றவராக வைத்திருக்கவும் அரபு சமூகம் பெண்ணையே எளிதில் தேர்ந்தெடுத்தது.

தாய்த் தலைமை முறையிலோ தந்தைத் தலைமை முறையிலோ அரபுப் பெண்கள் சொத்துரிமையைப் பெற்றிருக்கவில்லை. இவ்வகைக் குடும்ப வடிவங்கள் சமூக ஒழுங்கை ஏற்படுத்தவென சில நிர்வாக ஏற்பாடுகளைச் செய்திருந்தன. அந்த அமைப்பின் கீழ் அவை பன்னெடுங்காலமாக சிலவகை ஒழுக்கங்களைக் கடைப்பிடித்து வந்துள்ளன. மதீனாவில் தாய்வழிக் குடும்பங்கள் அதிகமிருந்தன. இங்கு பெண்களுக்குச் சொத்துடைமை இருக்கவில்லை. இதுபற்றி பேராசிரியர் மொண்ட்கொமறி வொட் இவ்வாறு கூறுகிறார்:

இங்கு (மதீனாவில்) ஒரு சமுதாய அமைப்புக் காணப்பட்டது.

இதனைத் தாய்வழி மாமன் அதாவது பெண்வழிச் சகோதரன் அல்லது மகன் பராமரித்தனர். நிர்வாகி இறந்தால் தகுதியுள்ள மற்றொருவர் அவரின் இடத்திற்கு வந்து சேர்வார். தந்தை வழி மரபிலும் சொத்துக்கள் பொதுமையாகவே இருந்தன. அவருடைய சகோதரனோ மகனோ நிர்வாகியாகச் செயற்பட்டனர் (1962: 290).

எனினும் இந்த நிர்வாக முறை தொடர்ந்து நீடிக்கவில்லை. வணிக வளர்ச்சி, தனிமனித வாதத்தின் ஊடுருவல் என்பன இந்த முறையை செயலிழக்கச் செய்தன. தனிமனித, குல உடைமைகளைத் தனதாக்கிக் கொள்ளுவதை இந்தக் காலப்பிரிவு தூண்டியது. இதன் பொருள் என்ன வென்றால் பலசாலி எல்லாவற்றையும் தன் வசமாக்கிக் கொள்ள முயன்றார். பலவீனர்கள் வெறுங்கையாய் விடப்பட்டனர்.

இந்தப் பலவீனர் வகுப்பில் பெரிதும் பாதிக்கப்பட்டவர்கள் பெண்களாவர். குடும்ப அல்லது குல நிர்வாக அமைப்புச் சீர்குலைந்ததனால் கடந்த காலங்களில் குலத்திலிருந்து பெற்ற பாதுகாப்பையும் பராமரிப்பையும் அவர்கள் இழந்தனர். இவர்கள் முறையாகப் பெற வேண்டியவற்றையும் தற்போதைய நிர்வாகிகள் தமதுடைமையாக்கிக் கொண்டனர். இத்தகைய சூழ்நிலைக்கு இஸ்லாம் பரிகாரம் தேடவேண்டியிருந்தது.

ஆண் பெண் இருபாலருக்கும் சொத்துக்களில் உரிமை உண்டு என்ற இஸ்லாத்தின் பிரகடனம் அக்காலப் பெண்களின் நிலையுடன் ஒப்பிடுகையில் அவர்களின் அந்தஸ்தைப் பலமடங்கு உயர்த்திய தாகவே கொள்ள வேண்டும். புதல்விகளும், விதவைகளும், தாய்மார்களும் இஸ்லாத்திற்கு முந்திய அரபியாவில் சொத்துரிமை அற்றவர்களாவர். இஸ்லாம் இத்தகைய பாதிக்கப்பட்டவர்களுக்கு இப்பூவுலகில் சொத்துரிமையை வாக்களித்தது.

(இறந்துபோன) பெற்றோரோ நெருங்கிய உறவினரோ விட்டுப் போன பொருள்களில் அவை அதிகமாகவோ கொஞ்சமாகவோ இருந்த போதிலும் ஆண்களுக்குப் பாகமுண்டு. (அவ்வாறே) பெற்றோர்களோ நெருங்கிய உறவினரோ விட்டுச்சென்ற பொருள்களில் அவை அதிகமாகவோ கொஞ்சமாகவோ இருந்த போதிலும் பெண்களுக்கும் பாகமுண்டு (குர்ஆன் 4: 7).

திருமண வடிவத்திலும் சொத்துரிமை முறைகளிலும் புதிய மாற்றங்களை நபிகளார் புகுத்தினார். பெண்குழந்தைக் கொலையைத் தடுத்தார். அடிமைப் பெண்களின் மீட்சிக்கும் அவர்களின் திருமண உறவுக்கும் முன்னேற்றமான ஏற்பாடுகளைச் செய்தார். பேராசிரியர்

மொண்ட் கொமறிவொட் பின்வருமாறு கூறுகிறார்:

> திருமண, குடும்ப உறவுகளில் முஹம்மத் (நபி) ஆழமான தாக்கத்தையும் நீண்ட, தொலைநோக்குடைய மறுசீராக்கங்களையும் உருவாக்கினார் (1962: 289).

ஆணாதிக்க சமுதாய அமைப்பை மறுசீராக்கம் செய்வதற்கும் பெண்ணிற்கு சமுதாயத்தில் நீதியான இடத்தைப் பெற்றுத் தருவதற்கும் நபிகளார் கொண்டிருந்த ஆழமான விருப்பங்கள் இவற்றுள் இடம் பெற்றிருப்பதைக் காணலாம்.

உறவுமுறை மாற்றம்

பெண் குழந்தைக் கொலையைப் பொருளியல் அலசலுக்கு உட்படுத்தும் போது அதனைத் தூண்டிய வறுமையை ஒரு அம்சமாகவும் உறவுமுறையின் மாறும் பரிணாமத்தை மற்றொரு அம்சமாகவும் கொள்ள வேண்டும். பெண்குழந்தைக் கொலைக்கான உறவுமுறைத் தொடர்பை மங்கலாகவேனும் குர்ஆன் சுட்டிக்காட்டியுள்ளதை இங்கு நினைவுகூரலாம். தாயுரிமை, தந்தையுரிமை மாற்றங்கள் நிகழும்போது ஆதிக்கம், வாரிசுரிமை என்பனவற்றின் மரபுகள் அசைக்கப் படுகின்றன. பொதுவாகக் குழந்தைக் கொலைக்கு இரத்தப் பலியுடன் தொடர்புபடுத்திய வகையில்—உறவுமுறையினடியாக எழுந்த வாரிசுரிமை முக்கிய தாக்கத்தைச் செலுத்தியுள்ளது.

ஈவலின் றீட் முன்வைத்துள்ள கருத்துகளின்படி பெண்குழந்தைக் கொலை, வரலாற்றில் பிற்பட்ட தோற்றப்பாடாகும். பொது உடைமைச் சொத்து தனிஉடைமையாக மாறும் கட்டத்தில் இந்தப் பெண் குழந்தைக்கொலை நிகழ்கிறது. பழைய முறையில் சொத்து தாய்வழியில் வந்து சேர்கிறது. சகோதரர்கள் அதன் பங்கினை தமதுரிமையாக்கினர். தந்தைத் தலைமைத்துவமும், உடைமை முறையும் ஆரம்பித்தபோது முன்னர் இருந்த தாய்வழி, சகோதர வழி வம்ச உறவுகளும் வாரிசுரிமை முறையும் பிரச்சினைகளைத் தோற்றுவித்தன. தந்தைத் தலைமைச் சட்டங்களும் அரச அதிகாரங்களும் தோன்றி வம்சத் தொடர்ச்சியும் வாரிசுரிமை முறையும் தந்தையிலிருந்து மகனுக்கே என்ற வடிவத்தை உருவாக்கித் தந்தைவழி அமைப்பின் இலட்சியத்தை நிலைநிறுத்துகின்றன.

தந்தை உரிமையானது தந்தைத் தலைமை வம்சத்தையும், வாரிசு உரிமையையும் பாதுகாக்க முயல்கிறது. இதனால் தந்தைத் தலைமை மரபில் 'மகன்' ஓர் இலட்சியக் கூறாக அமைகிறான்.

இது நிறைவேற வேண்டுமாயின் தாய்வழியில் இருந்துவரும் போட்டியாளர்களின் தொடர்பை இல்லாதொழிக்க வேண்டும். இதற்காக மகள்- கொலைக்குத் தந்தை தயாராக இருக்கிறார். தனது சொத்துக்களைத் தனது மகன்களுக்கு, மகன்கள் இல்லையாயின் தனது சகோதரர்களுக்கு உரிமையாக்குவதே தந்தையின் நோக்கமாகும்.

இதற்காக ஈவலின் றீட் தரும் உதாரணம் இஸ்லாத்துக்கு முந்திய அரபு சமூக வழக்காற்றிலிருந்து பெறப்பட்டதென்பது குறிப்பிடத்தக்கது சமூக மாற்றத்தோடு முந்தைய மஹர் முறையில் ஏற்பட்ட மாற்றங்கள் முக்கியமானவை. நபிகளார் இதில் கொண்டு வந்த சீர்திருத்தங்கள் மேலும் பல மாற்றங்களைத் தோற்றுவித்தன. 'இந்தக் கதையில் உள்ள விவரங்கள் குழந்தைக் கொலைக்கும் வாரிசுரிமைச் சட்டத்துக்குமுள்ள புதுமைமிக்க தொடர்பைக் காட்டுவதாக உள்ளன: ஒரு தந்தை (ஒரு குழந்தையின் பிறப்பை எதிர்பார்த்திருப்பவர்) 'பிறக்கப்போவது ஆண்குதிரைக் குட்டியாயின் சொத்துக்குப் பங்காளியாக்குவோம். பெண் குதிரைக் குட்டியாயின் அதைப் புதைத்து விடுவோம்' *(பார்க்க: 1992: 409)* என அரபு சமூகத்தில் கூறுவது வழக்கமாக இருந்தது.

மகன்பலியைத் தனியார் உடைமை முடிவுக்குக் கொண்டு வந்ததுபோல் அதுவே மகள் கொலையையும் முடிவுக்குக் கொண்டு வந்தது. இப்போது பெண்குழந்தை விருப்புக்குரியவளானாள். ஏனெனில் அவளுக்காகத் தரப்பட்ட 'மணப்பெண் பணம்' அவளைத் திருமணத்திற்கு தகுதியாக்கியது *(1992: 409)*. 'மணப்பெண்பணம், கண்டுபிடிக்கப்பட்டதும் பெண்குழந்தைக் கொலை கைவிடப் படுவதைப் பார்க்கிறோம். ஏனெனில் 'இப்போது பெண்கள் உயர் பெறுமதிக்கு உரியவர்களாகியுள்ளனர்' *(பார்க்க: 1992: 419)*.

பெண்களைப் பண்டம் என்ற நிலையிலிருந்து மாற்றுவதில் இஸ்லாம் அங்கீகரித்த மஹர் முறை ஒரு பாரிய சமூகவியல் பங்கை நிறைவேற்றியதாகக் கருதலாம்.

8

புதிய தலைமைத்துவம்
நபிகளாரின் வாழ்வும் நோக்கும்

நபிகளார் புகழ்பெற்ற குறைஷிக் குலத்தையும் இப்ராஹீம் நபியின் புதல்வர்களில் ஒருவரான இஸ்மாயிலின் வமிசத்தையும் சேர்ந்தவர்கள். இந்த இரண்டு நிலையிலும் நபிகளார் கௌரவத் தையும் அந்தஸ்தையும் பெற்று விளங்கினார். கி. பி. 570இல் யானை ஆண்டில் முஹம்மத் நபிகளார் பிறந்தார். அப்ரஹா, யானையுடன் மக்காவைத் தாக்குவதற்குப் படையெடுத்து வந்த காலத்தை யானை ஆண்டு குறிக்கிறது.

குறைஷி குலம்

குறைஷியர் மக்காவின் செல்வாக்கு மிக்க பழங்குடியைச் சேர்ந்தவர்களாவர். குறைஷிப் பழங்குடியில் சுமார் பத்துக் குலங்கள் அடங்கியிருந்தன. இவை அனைத்தும் ஒரு பொது மூதாதையரை உரிமை கோரின. 'குறைஷ்' என்ற பெயரின் தோற்றம் பற்றிப் பல கருத்துகள் தெரிவிக்கப்படுகின்றன. இஸ்மாயிலின் வம்சவழியில் வந்த நத்ர் (நள்ர்) இப்னு கினானாவுடனும் ஃபிஹ்ர் பின் மாலி என்பவருடனும் 'குறைஷ்' என்ற பதத்தைச் சில ஆய்வாளர்கள் தொடர்புபடுத்திக் கூறுகின்றனர். அல்லது யாரேனும் ஒரு முக்கிய தலைவரின் பெயருடன் 'குறைஷ்' என்ற பதம், உடன் இணைகின்றது' என அரபுகள் கூறினர்.

செல்வாக்கு மிக்க வரலாற்றாசிரியரும் அறிஞருமான இப்னு கஸீர் (முற்கால மக்கள் வரலாறு – அல் பிதாயா வந்நிஹாயா) என்னும் தமது நூலில் குறைஷ் பற்றிப் பின்வருமாறு குறிப்பிடுகின்றார்: 'குறைஷ் என்போர் கினானாவின் மகன் நள்ரின் சந்ததிகள். இப்னு ஹிஷாமின் கூற்றின்படி நள்ர் என்பவர் குறைஷ் என அழைக்கப் படுகிறார். ஏனைய சந்ததியுடன் இதை தொடர்புபடுத்துவது தவறு

என்றும் இப்னு ஹிஷாம் தெரிவிக்கிறார். 'நாங்கள் நள்ர் பின் கினானாவின் சந்ததிகள்' என்று நபிகளார் கூறிய ஹதீஸ் வாக்கியங்களின் ஆதாரங்களின் படியும் குறைஷ் என்பவர் நள்ர் பின் கினானா என்பதுதான் ஏற்கப்படக்கூடிய கருத்து (இப்னு கஸீர், 2013: 431).

குறைஷியருடனான நபிநாயகத்தின் வம்சத் தொடர்பு நபிகளாரின் 'ஹதீஸ் வாக்குமூலமாக' பின்வருமாறு அமைந்துள்ளது: 'இறைத்தூதர் (ஸல்) அவர்கள் கூறினார்கள்: நிச்சயமாக அல்லாஹ் இஸ்மாயில் (அலை) சந்ததியில் கினானாவைத் தேர்ந்தெடுத்தான். கினானாவின் சந்ததியில் குறைஷைத் தேர்ந்தெடுத்தான். குறைஷியரில் ஹாஷிமைத் தேர்ந்தெடுத்தான். ஹாஷிம் சந்ததியில் என்னைத் தேர்ந்தெடுத்தான் (இப்னு கஸீர் 2013 : 431).

சில ஆய்வாளர்கள் அல்-நத்ர் இப்னு கினானாவின் சந்ததியினர் குறைஷ் என்று கூறப்பட, நள்ர் அரபுமக்களால், 'அவர் குறைஷ் ஒட்டகத்தைப் போன்றவர்' என்று அழைக்கப்பட்ட சம்பவங்களை ஆதாரமாகக் காட்டுகின்றனர். 'இங்கு, மக்கள் இந்த குறைஷ் என்ற பதத்தை ஏன் பயன்படுத்தினர் என்பது பற்றித் தெளிவான கருத்துகள் இல்லை' (F. E. Peters, 1994).

சில பரம்பரையியலாளர்கள் மக்காவின் குறைஷிக் கோத்திரத்தின் பெயரை சுறா என அடையாளப்படுத்தியுள்ளனர் (1959: 1122). றொடின்சனும் இதே கருத்தைக் குறிப்பிட்டுள்ளார் (1971). கடல் உயிரினங்களை உண்டு வாழும் சக்திமிக்க கடல்மீனின் அதாவது சுறாமீனின் பெயரால் அல்நத்ர் இப்னு கினானாவை மக்கள் அழைத்திருக்கலாம் என்பது சிலருடைய கருத்து (Tabari). குறைஷியர் தமக்கென குலக்குறியைப் (Totem) பெற்றிருக்கக்கூடும் என்பதற்கு இந்தச் செய்திகள் ஆதரவாக உள்ளன. குறைஷியரை ஒன்று படுத்தியவர்களைக் குறைஷ் (Jaqarrasha) அதாவது ஒன்று படுத்தியவர்கள் என்ற பொருளில் அரபுமக்கள் அழைத்தனர் என்பது மற்றும் சிலருடைய கருத்து (பார்க்க, Tbari Annalsa 1. 110-1104= Tabari VI: 29- 30 in 1994: 14).

குறைஷ் என்ற பெயர் என்ன என்பது பற்றி கருத்து பேதங்கள் உள்ளன. குஸை எல்லா மக்களையும் ஒன்று சேர்த்ததால் இந்தப் பெயர் வந்திருக்கலாம் என்பது சிலரின் கருத்து. ஏனைய எல்லா மீன்களையும் உண்ணும் ஒரு வகை மீனின் பெயரே 'குறைஷ்' என்று மேலும் சிலர் கூறுகிறார்கள். குஸையின் பெரிய சக்தியைப் பார்த்து அந்த மீனின்

வமிசாவளி நிரல்

(இந்த நிரல் நபி இப்றாஹீமின் மகன் நபி இஸ்மாயிலின் வமிசத்தவர்களைக் கொண்டது. ஃபிஹ்ர் இஸ்மாயிலின் நேரடி வமிசத்தவர். முஹம்மதின் தந்தை அப்துல்லாஹ் முதல் அத்னான் வரை 20 பெயர்வரிசையை இப்னு கஸீர் தந்துள்ளார். ஷிப்லி நூமானியின் நிரலும் இதை உறுதிப் படுத்துகிறது.)

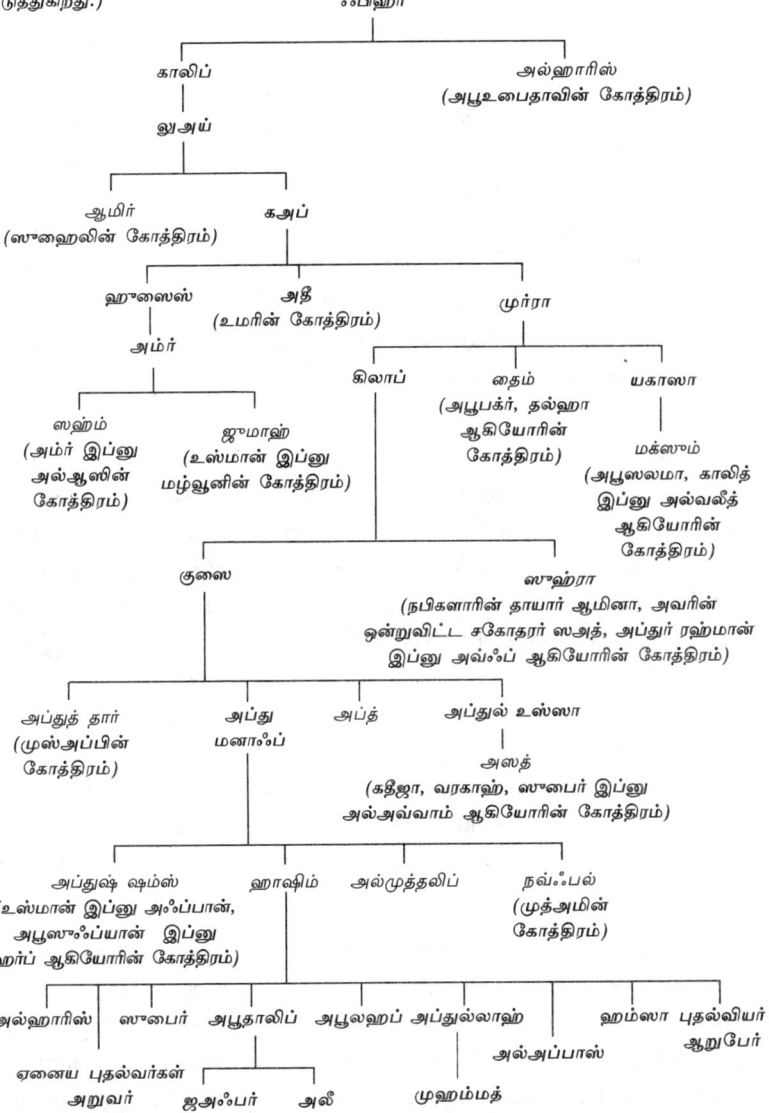

சாய்வெழுத்துகளில் கொடுக்கப்பட்டிருப்பன கோத்திரத் தலைவர்களின் பெயர்கள். அந்தப் பெயர்களுக்குக் கீழே அடைப்புக் குறிக்குள் நபிகளாருடன் நெருங்கிய தொடர்புகொண்டிருந்த அல்லது வரலாற்று முக்கியத்துவம் வாய்ந்த சிலருடைய பெயர்கள் குறிக்கப்பட்டுள்ளன.

பெயர் தரப்பட்டது என்றும் சிலர் கூறுவர். பனூ அஸத், பனு நாமிர் என்று அரபியர் விலங்குகளின் பெயர்களைத் தமது குலங்களுக்கு இடும் வழக்கம் அன்று பரவலாக இருந்தது (ஷிப்லி நூமானி, தொகுதி 1, *1979: 144.* அடி.கு. எண்: 1).

டி.எஸ். மார்கோலியத்தின் கருத்துப்படி குறைஷ் என்ற பதம், அதன் வரலாறு பற்றி எதையும் குறிப்பிடுவதாயில்லை. அது ஒரு குலக்குறிப் பெயரா (totem name) அல்லது எழுந்தமானமாக முதல் எழுத்துக்களால் உருவாக்கப்பட்ட ஒன்றா அல்லது குறைஷ் என்ற ஆளின் பெயரா என்று அறுதியிட முடியாதுள்ளது எனக் கூறுகிறார் (D.S.Margoliouth, *1905: 10*). நபிகளாரின் மைத்துனரும் மருமகனுமான அலீ குறைஷியர் மெஸெப்பொட்டோமியாவின் குத்தாவைச் சேர்ந்த நபேத்தியராவர் எனப் பிரகடனப்படுத்தியுள்ளார். குறைஷியர் இப்ராஹீம் நபியின் சந்ததியினரே என்பதை இந்தப் பிரகடனம் அர்த்தப்படுத்துகிறது (*1905: 10*).

கஅபா நிர்வாகம்

இப்ராஹீம் நபிகளார், அவர் மகன் இஸ்மாயில் நபிகளார் இருவராலும் கஅபா நிர்மாணிக்கப்பட்டதன் பின்னர், புனிதத் தலத்தை நோக்கித் திரளான மக்கள் ஈர்க்கப்பட்டனர். அவ்வாறு வந்தோரில் முதலில் குடியேறியோர் ஜுர்ஹூம் பழங்குடி மக்களாவர். இந்தப் பழங்குடித் தலைவரின் மகளை இஸ்மாயில் மணந்தார். இந்தத் திருமணத்தின் மூலம் பன்னிரெண்டு பிள்ளைகளைப் பெற்றார். இவர்களின் பெயர்கள் தௌராத்தில் (தோரா) தரப்பட்டுள்ளன. இஸ்மாயிலின் மறைவுக்குப் பின்னர் அவர் மகன் கஅபாவை நிர்வகிக்கும் பதவியைப் பெற்றுக்கொண்டார். அவரின் மறைவுக்குப் பின்னர் அவருடைய தாய் வழிப்பாட்டனார் அப்பதவியை ஏற்றார். இதனூடாகக் கஅபாவின் பாதுகாப்பு ஜுர்ஹூம் குடும்பத்தாரைச் சேரலாயிற்று.

ஜுர்ஹூம் குலத்தினர் மிக நீண்ட காலமாக கஅபாவைத் தமது பரிபாலனத்தில் வைத்திருந்தனர். பின்னர் 'குஸாஆ' என்ற மற்றொரு பழங்குடியினர் ஜுர்ஹூம்களை அகற்றிவிட்டு அப்பதவியைத் தம் வசமாக்கிக் கொண்டனர். ஜுர்ஹூம் பழங்குடியினரும் 'குஸாஆ' குலத்தவர்களும் தென் அரபியாவைச் சேர்ந்தவர்கள். இஸ்மாயில் நபியின் மரணத்திற்கும் குஸை என்ற குறைஷிக் குலத்தலைவர் மக்காவின் ஆட்சி அதிகாரத்தைக் கைப்பற்றுவதற்கும் இடையில்

இவ்விரு குலத்தவர்களும் மக்காவில் பெரும் குழப்பங்களை ஏற்படுத்தி வந்தனர்.

குஸாஆ, அஸ்த் என்ற பெரிய பழங்குடியின் கிளைக் குலமாகும். ஓர் இக்கட்டான காலப்பகுதியில் தென் அரபியாவைப் பிரிந்து வடஅரபியாவில் இவர்கள் குடியேறினர். இவர்களைச் சேர்ந்த இன்னும் சில பிரிவினர் மக்காவிற்கு அப்பால் உள்ள வேறு நாடுகளில் சென்று குடியேறினர்.

குஸாக்கள் மக்காவில் குடியேறியபோது மக்காவின் அதிகாரம் ஜுர்ஹும்களிடம் இருந்தது. அஸ்த் குலத்தலைவர் பொருத்தமான மேய்ச்சல் நிலம் கிடைக்கும்வரை மக்காவின் புனித எல்லைக்குள் வாழ்வதற்கு அனுமதி கோரினார். ஜுர்ஹும்கள் அனுமதிதர மறுத்துவிட்டனர். இரு பகுதியாருக்குமிடையில் குரோதமும் சச்சரவுகளும் வளர்ந்தன. அஸ்துகள் பலவந்தமாகக் குடியிருப்புக்களை அமைத்தனர். இதனால் அடிக்கடி சண்டைகள் நடந்தன. இறுதியில் ஜுர்ஹும்கள் குஸாஆக்களால் தோற்கடிக்கப்பட்டனர். இறுதியில் குஸாஆக்கள் மக்காவின் அதிகாரத்தைக் கைப்பற்றிக் கொண்டனர்.

குஸாஆக்களின் தலைவர்களே மெஸெப்பெட்டோமியாவிலிருந்து ஹுபல் என்ற தெய்வச் சிலையைக் கஅபாவுக்குள்கொண்டு வந்தனர். கஅபாவைச் சுற்றி இருந்த அநேக சிலைகள் இவர்களால் வைக்கப்பட்ட வையாகும். ஹுபல் சிலையும் ஏனைய சிலைகளும் நபிகளாரின் காலத்திலும் கஅபாவில் இருந்தன. சுமார் 300 ஆண்டுகள் இவர்களின் அதிகாரம் மக்காவில் நடைபெற்றது.

கஅபாவின் பரிபாலனப் பொறுப்பை இழந்த இஸ்மாயிலின் சந்ததிகள் இன்னும் அங்கு வாழ்ந்துவந்தனர். இங்கு நடைபெற்று வந்த குழப்பங்களில் அவர்கள் பங்குகொள்ளவில்லை. ஆனால் இதன் காரணமாக அவர்கள் மக்காவின் பல பாகங்களிலும் சிதறி வாழ நேர்ந்தது (Ibn Ishaq, 1955: 6 in F. E. Peters, 1994: 9).

குஸாஆக்கள் குறைஷியர்களால் அகற்றப்படும்வரை அவர்கள் மக்காவை ஆட்சி செய்தனர். இவர்களின் குலத்தலைவர்களில் இறுதியாக ஆட்சிசெய்தவர் ஹுலைல் இப்னு ஹபஷியா.

குஸை ஆட்சி

இழந்த வம்ச உரிமையை நிலைநாட்டும் நோக்கோடு, போர் தடைசெய்யப்பட்ட புனித யாத்திரைக் காலத்தில் குஸை மக்காவினுள்

புதிய தலைமைத்துவம்

நுழைந்தார். இது குறைஷியர் தமது முன்னைய உரிமைகளை மீளக் கோரும் முதல்நடவடிக்கையாக அமைந்தது. மக்காவில் ஏற்பட்ட திருமண சம்பந்தம் குஸையின் முயற்சியில் ஒரு திருப்பமாகியது. மக்காவின் அதிபதி ஹுலைலின் மகளைக் குஸை மணந்தார். ஹுலைல் இறக்கும்போது தனது அதிகாரத்தைத் தனது மகளுக்கும் மருமகனுக்கும் விட்டுச் சென்றார். கஅபாவின் திறவுகோல் மகளின் கைகளுக்கு வந்தது.

ஹுலைலின் மறைவின் பின்னர் மக்காவின் ஆட்சியின்மீதும் புனித கஅபாவின் ஆதிபத்தியத்தின் மீதும் குஸை உரிமைக் குரல் எழுப்பினார். இஸ்மாயிலின் தூய குறைஷ் வம்சத்தைச் சேர்ந்த ஆட்சியதிகாரம் தனக்கே உரிமையுடையது என அவர் கோரினார். குஸாஆக் குலத்தினர் குஸையின் இந்தக் கோரிக்கையை எதிர்த்தனர். இதனால் இரு பகுதியாருக்குமிடையில் போர் மூண்டது. போரின் போது ஏற்பட்ட சமரசத் தீர்வுக்கு ஏற்ப குஸை மக்காவின் அதிகாரத்தைப் பெற்றுக்கொண்டார். எவ்வாறெனினும் குஸாஆக்கள் மக்காவைவிட்டும் வெளியேறினர் அல்லது நாடு கடத்தப்பட்டனர். இதுவே மக்காவில் 'குஸாஆ' ஆட்சியின் முடிவாகவும் குறைஷியர் ஆட்சியின் தொடக்கமாகவும் ஆகியது' (1927: Vol II/ 984).

மக்காவையும் கஅபாவையும் தம் ஆதிக்கத்தினுள் கொண்டுவந்து குஸை அவற்றை ஒரு மன்னரைப்போல் ஆட்சி செய்ததாக இப்னு ஹிஷாமின் பதிவுகள் கூறுகின்றன. எவ்வாறாயினும் அரபு மக்களின் உரிமைகளைப் பெற்றுத் தருவதற்கும் சில பொதுச் சேவைகளை விருத்தி செய்வதற்கும் அவர் முயற்சிகளை மேற்கொண்டார். ஸம்ஸம் ஊற்றின் நீரைப் புனித பயணிகளுக்கு வழங்கும் உரிமையை அவர் தமக்குரியதாக்கினார். கஅபாவின் திறவுகோலையும் அவர் பெற்றுக்கொண்டார். யுத்தப் பதாகைகளை வழங்கினார். கூட்டங்களுக்குத் தலைமை தாங்கினார். உரிமைகளை இழந்து மக்காவின் பல்வேறு பகுதிகளில் சிதறிக்கிடந்த தமது குலத்தை அவர் ஒன்றுபடுத்தியதோடு மக்காவின் புனித எல்லைகளில் அவர்களைக் குடியமர்த்தினார். இதனால் அரபுமக்கள் 'ஐக்கியப் படுத்தியவர்' என்ற அடைமொழியால் அவரை அழைத்தனர். முந்திய ஆட்சிகளைவிட குஸையின் ஆட்சி ஆற்றல் மிக்கதாகவும் மக்களின் வரவேற்புக்கும் நம்பிக்கைக்கும் உரியதாகவும் அமைந்தது.

குஸையின் தீர்மானங்களையும் கருத்துகளையும் மக்கள் சமயச் சட்டங்களுக்கு நிகராக மதித்தனர். திருமணங்கள், பொதுப்

பிரச்சினைகளைப் பற்றிய கலந்துரையாடல்கள், யுத்தப் பதாகை களைக் கையளித்தல் போன்ற எல்லா முதன்மையான விடயங்களும் குஸையின் இல்லத்திலேயே நடைபெற்றன.

குஸையின் காலத்திலும் அவரின் மரணத்தின் பின்னரும் குறைஷியர் மீதான அவருடைய அதிகாரம் மீறப்பட முடியாத சமயச் சட்டங்களைப் போல விளங்கின (1955: 53 in 1994: 12). 'குறைஷியர் மீதான குஸையின் அதிகாரம் அவருடைய வாழ்நாளிலும் அதன் பின்னரும் மக்கள் பின்பற்றிய ஒரு சமயமாகக் காணப்பட்டது' என தபரியின் குறிப்புக்கள் கூறுகின்றன (Tabari, Vi: 24, 1994: 13). குஸை அரசியல் அதிபதியாக மட்டுமல்ல மக்காவின் 'புனிதராகவே (Saint or Holy Man)' கருதப்பட்டார் (பார்க்க: 1994: 417, Notes: 35) என்ற மற்றொரு பதிவையும் இவற்றோடு நோக்குவது பொருத்தமானது.

கி.பி. 5ஆம் நூற்றாண்டின் இறுதிப் பகுதியில் குஸை, ஆட்சிப் பொறுப்பை ஏற்றார். குஸை மக்கா நகரின் பரிபாலனத்தை ஏற்றதிலிருந்து முன்பைவிட குறைஷியரின் ஆதிக்கமும் செல்வாக்கும் மேலும் உயர் நிலையடைந்தது.

கஅபாவைப் பரிபாலித்தவர்களில் குஸை முக்கியமானவர். தமது குலத்தவர்களை அவர் மக்காவில் குடியேற்றியதோடு மக்காவை விசாலப்படுத்துவதிலும் ஈடுபட்டார். புனித யாத்திரைக்காக மக்காவிற்கு வரும் பயணிகளுக்கு உணவு, நீர் முதலியவற்றை வழங்கும் திட்டத்தையும் அவர் நடைமுறைப்படுத்தினார். புனித யாத்திரைக்காக குஸை நடைமுறைக்குக் கொண்டுவந்தவை பல. அவை சிற்சில திருத்தங்களுடன் நபிகளார் காலத்திலும் பின்பற்றப்பட்டன என்பார் வில்லியம் முயிர் (1923). குஸை மக்காவின் ஷெய்காகவும் எல்லைப் புறங்களின் தலைவராகவும் செயல்பட்டார். இப்னு கஸீரின் கருத்துகளில் இருந்து இதைப் பின்வருமாறு கூறலாம்:

> குஸை புனித (கஅபா) இறை இல்லத்திற்கும் மக்காவின் நிர்வாகத் திற்கும் பொறுப்பேற்றுக்கொண்டார். தமது கூட்டத்தாரை அவர்களின் இருப்பிடங்களில் இருந்து வரவழைத்து மக்காவில் சேர்ந்திருக்கச் செய்தார். தமது சமூகத்தவர்களுக்கும் ஏனைய மக்கா வாசிகளுக்கும் தாமே அரசர் என்று அறிவித்தார் (இப்னு கஸீர் 2013: 447).

மக்களின் வழிபாட்டு முறைகளில் குஸை எந்த மாற்றங்களையும் ஏற்படுத்தவில்லை. மக்களின் மத நம்பிக்கைகளை அதே விதமாக

அவர் ஏற்றுக்கொண்டார். கஅபாவின் பாதுகாப்பு, வழிபட வருவோருக்கு நீர்வழங்குதல், உணவு வழங்குதல், போரில் தூக்கிச் செல்லும் கொடி உள்ளிட்ட எல்லாப் பொறுப்பையும் அவர் ஏற்றுக் கொண்டார். அநீதியை அகற்றுவதற்காகவும் சச்சரவுகளைத் தீர்த்து வைப்பதற்காகவும் 'தாருந் நத்வா' மன்றத்தை அவர் நிறுவினார். சிக்கலான பிரச்சினைகள் ஏற்பட்டால் அனைத்துக் குலங்களைச் சேர்ந்த தலைவர்களும் அங்கு கூடித் தீர்வுகள் எடுத்தனர். திருமணங்களும் அங்குதான் நடைபெற்றன (இப்னு கஸீர், 2013).

ஹாஜிகளுக்கு நீர் வழங்கும் பொறுப்பும் அவரிடமே இருந்தது. அவர் நிர்மாணித்த தோலினால் செய்யப்பட்ட தொட்டிகளில் இருந்தே ஆலயம் வருவோர் நீர் பருகினர். அவ்வப்போது தடைப் பட்டிருந்தாலும் ஸம்ஸம் கிணற்று நீரை வழங்கும் பொறுப்பும் அவரிடமே இருந்தது. நீர் மட்டுமல்ல விளக்குகளை எரித்தும் அங்கு கூடும் மக்களுக்குக் குஸை உதவினார். ஹஜ் வழிபாட்டுக்காக கஅபாவை நாடி வருவோருக்கான உணவளிக்கும் திட்டங்களும் அவருடைய தலைமையிலேயே நடைபெற்றன. ஹாஜிகள் உங்களிடம் இருந்து விடைபெற்றுச் செல்லும்வரை அவர்களுக்கு உணவும் பானமும் வழங்குங்கள் என்று குறைஷியர்களுக்கு அவர் கூறினார். அவருடைய கட்டளைகளை மக்கள் ஏற்றுக் கொண்டு ஒவ்வொரு ஆண்டும் ஒரு தொகையை உணவு வழங்குவதற்காகச் செலவிட்டனர். மினாவிலும் மக்காவிலும் தங்கி வழிபாட்டில் ஈடுபடுவோருக்கு உணவு தயாரித்துக் கொடுக்கும் வழக்கம் இவ்வாறுதான் ஆரம்பமாகி உள்ளது (இப்னு கஸீர் 2013, ஷிப்லி நூமானி, 1979).

நாம் இங்கு கூறுவது இஸ்லாத்தின் தோற்றத்திற்கு முற்பட்ட காலச் செய்திகளாகும். ஹஜ் வழிபாட்டில் மக்களுக்கு உதவும் இப்பணிகள் இன்றும் தொடர்கின்றன. இப்னு கஸீர் பின்வருமாறு கூறுகிறார்: அறியாமைக் காலத்தில் அவர் (குஸை) நடைமுறைப் படுத்தியது முதல் இஸ்லாம் வரும் வரை இது நடந்துகொண்டிருந்தது. இஸ்லாம் வந்த பின்பும் தொடர்ந்து இன்றுவரை நடைபெற்று வருகிறது. சுருக்கமாகக் கூறுவதாயின் கஅபா பரிபாலன முறையிலும் அதன் வளர்ச்சியிலும் குஸை பல மாற்றங்களைச் செய்திருந்ததோடு மக்காவில் பல அரசியல் சமூக சீர்திருத்தங்களை நிறுவனப் படுத்துவதிலும் சில பணிகளை அவர் நிறைவு செய்திருந்தார். ஹாஷிமின்

மரணத்திற்குப் பிறகு இந்தப் பொறுப்புக்களில் பலவற்றை நபிகளாரின் பாட்டனாரான அப்துல் முத்தலிப் ஏற்றுக்கொண்டார்.

மக்காவை நகரமயமாக்கும் குஸையின் நடவடிக்கைகள் மக்காவின் வரலாற்றில் குறிப்பிடத்தக்க மாற்றங்களை ஏற்படுத்தின. மக்காவை வர்த்தக மத்திய நிலையமாக உருவாக்குவதற்கும் குஸையின் முயற்சிகள் உதவின. தொன்மையான புனித யாத்திரைக்கு அவர் புத்துயிர் அளித்தார்.

கி.பி.6ஆம் நூற்றாண்டில் மக்கா ஒரு பாரிய வணிகக் குடியரசாக மாறுவதற்குரிய முன்னோடி நடவடிக்கைகள் பலவற்றைக் குஸை நிறைவேற்றியிருந்தார். குஸையின் பின்னர் குஸையின் பேரனும் நபிகளாரின் பாட்டனாருமான ஹாஷிம் இப்பொறுப்பை ஏற்றிருந்தார். கோடை காலத்திலும் குளிர்காலத்திலுமாக பெரும் வணிகத் தொடரணிகள் சென்றுவர ஹாஷிம் ஏற்பாடுகளைச் செய்தார். ரோம ராஜ்ய எல்லைக்குள் குறைஷியரின் வணிகத் தொடரணிகள் பாதுகாப்புடன் செல்வதற்கு ரோமப் பேரரசருடன் தொடர்புகொண்டு அதில் வெற்றியும் பெற்றார். பாரசீகம், யெமன், எத்தியோப்பியா வரை குறைஷியரின் வணிகத் தொடரணிகள் சென்றன.

குறைஷிப் பழங்குடி உமையா, நவ்பல், ஸுஹ்ரா, மக்ஸூம், ஹாஷிம், அஸத், தாய்ம் எனப் பல குலங்களைக்கொண்ட பெரிய அமைப்பாகும். இக்குலங்களுள் நபிகளார் பிறந்த ஹாஷிம் குலமும் உமையாக் குலமும் மகஸூம் குலமும் மூன்று முக்கிய குலங்களாக சிறப்புப் பெற்றிருந்தன. எனினும், கி.பி.7ஆம் நூற்றாண்டளவில் ஹாஷிம் குலம் செல்வ வளத்தில் நெருக்கடிக்குள்ளாகியிருந்தது. குறிப்பாக உமையாக் குலமும் மக்ஸூம் குலமும் செல்வவளத்திலும் செல்வாக்கிலும் முன்னணியில் நின்றன. 'ஹாஷிம் குலத்தினர் வர்த்தக வளத்தின் முழு நலன்களையும் பெற்று முன்னேறும் வாய்ப்பைப் பெற்றிருக்கவில்லை' *(1913: 1123).*

இதே கருத்து 'இஸ்லாமியக் கலைக்களஞ்சியச் சுருக்கத்தில்' பின்வருமாறு குறிப்பிடப்பட்டுள்ளது: 'ஹாஷிம் குடும்பம் மக்காவின் உயர்ந்த குடும்பங்களில் ஒன்றாகும். ஆனால் ஹாஷிம் குடும்பத்தை, உமையா போன்ற மிகவும் புகழ்பெற்ற குடும்பங்களுடன் ஒப்பிட முடியாது. மேலும் நபிகளார் காலத்தில் ஹாஷிம் குடும்பம் வறுமையால் அதிக அளவு தாக்கப்பட்டிருந்தது (Shorter Encyclopedia of Islam, 1953: 391).

எவ்வாறெனினும் உள்ளூர்ப் பொருளாதாரத்தை ஹாஷிம் குலத்தினரே கட்டுப்படுத்தினர். புனிதத்தல யாத்திரை முதலிய சமய நடவடிக்கைகளுக்கும் அவர்களே பொறுப்பாளர்களாக இருந்தனர். ஹாஷிம் குலத்தினர் தமது செல்வாக்கைக் கட்டிக்காக்க முடிந்த போதும் செல்வவளத்தைப் பெறுவதில் பிரச்சினைகளை எதிர் நோக்கினர்.

நபிகளார் செல்வ வளத்தில் வீழ்ச்சியடைந்துகொண்டிருந்த ஹாஷிம் குலத்தின் உறுப்பினர். முஹம்மத் அவர்களின் தந்தை அப்துல்லாஹ் ஒரு சிறு வியாபாரி. போதிய செல்வத்தைத் திரட்டும் முன்னரே அவர் இளவயதில் இறந்துவிட்டார். தாயார் ஆமினாவின் வயிற்றில் முஹம்மத் நபிகளார் இருக்கும்போது அல்லது பிறந்து சில மாதங்களுக்குள் தந்தை அப்துல்லாஹ்வை நபிகளார் இழந்தார்கள். மதீனாவில் தனது வியாபாரத்தை முடித்துவிட்டுத் திரும்புகையில் இவருடைய மரணம் நிகழ்ந்தது. அப்துல்லாஹ் தமது மனைவி ஆமினாவிற்கு விட்டுச் சென்ற சொத்துக்கள் மிகச் சொற்பமாகும். ஓர் அடிமை, ஐந்து ஒட்டகங்கள், சில ஆடுகள் என்பனவே அவற்றுள் அடங்கியிருந்தன. வயதான பாட்டனாரின் பொறுப்பில் நபிகளார் வளர்ந்தார்கள்; இப்போது நபிகளார் அநாதை. ஏழ்மையின் அறிகுறிகள் அவரைச் சூழ்ந்திருந்தன.

அன்றைய அரபுநாட்டு உயர் குலத்தினர் தமது குழந்தைகளைப் பாலைவன நாடோடி பதாவி செவிலித் தாய்களிடம் ஒப்படைக்கும் வழக்கமிருந்தது. உட்புறப் பாலைவனத்தின் காற்றையும் நாடோடிப் பதாவி வாழ்க்கையையும் தமது குழந்தைகள் அனுபவிப்பதை அவர்கள் விரும்பினர். குழந்தை முஹம்மதையும் உயர்குலத்து வழக்கப்படி பதாவிச் செவிலித்தாயிடம் ஒப்படைக்கும் வேளை வந்தது. அந்த ஆண்டு குழந்தைகளை எடுத்துச் செல்லவந்த செவிலித் தாய்கள் எடுக்கத் தயங்கிய குழந்தையாக முஹம்மத் இருந்தார்.

> உண்மையிலேயே அப்துல்லாஹ்வின் மகன் (முஹம்மத்) பெரிய குலத்தையும் குடும்பத்தையும் சேர்ந்தவரே. ஆனால் அந்த ஆண்டு செவிலித்தாய்களுக்குக் கொடுக்கப்பட்ட ஆக வறிய குழந்தையாக நபிகளார் இருந்தார் *(1989: 43)*.

இறுதியில் நபிகளை ஏற்க முன்வந்த செவிலித்தாயும் ஒரு பரம ஏழையாவார். ஹலீமா என்ற அந்த நாடோடிப் பதாவிப் பெண் பனூசஅத் குலத்தைச் சேர்ந்தவர். ஒரு செல்வந்தக் குழந்தையைப் பெற்றுக்கொள்வதையே நோக்கமாகக் கொண்டு மக்காவுக்கு வந்திருந்த

பாலைவனவாசி ஹலீமாவின் ஏழ்மை அவருடைய வாய்மொழியாக இவ்வாறு பதியப்பட்டுள்ளது:

> *அது ஒரு வறட்சிக்காலம். எங்கும் பஞ்சம் நிலவியது. உண்பதற்கு எம்மிடம் எதுவுமிருக்கவில்லை. நான் ஒரு பெண்கழுதையில் ஏறிவந்தேன். எம்மிடம் வயது போன ஓர் ஒட்டகம் இருந்தது. அதிலிருந்து ஒரு துளிப்பால்கூட கிடைப்பதில்லை. பசியினால் கதறியழும் எம் குழந்தையினால் நாம் தூங்குவதில்லை... பால் குடிக்கும் குழந்தையைத் தேடி நாம் மக்காவிற்கு வந்தோம். நபிகளை எடுத்துச் செல்வதற்கு எந்த ஒரு செவிலித்தாயும் முன்வரவில்லை. அது ஒரு அநாதைக் குழந்தை என்பதால் யாரும் அக்குழந்தையை ஏற்க மறுத்துவிட்டனர் (1985: 43).*

குழந்தைப் பருவத்தில் முஹம்மத் செவிலித்தாயான ஹலீமாவிடம் ஐந்து ஆண்டுகள் பாலைவனத்தில் வாழ்ந்தார். இந்தக் காலத்தில் பாலைவன வாழ்வையும் ஏழ்மையையும் நேரடியாகக் காணும் வாய்ப்பை அவர் பெற்றார். தமது செவிலித்தாய் மீது நபிகளார் நிறைந்த பாசம் வைத்திருந்தார். திருத் தூதுத்துவம் கிடைத்த பின்னர் செவிலித்தாய் நபிகளாரைச் சந்திக்க வந்தபோது 'எனது தாயே' என்று ஹலீமாவை ஆரத் தழுவிக்கொண்டார் (ஷிப்லி நூமானி, 1979: 153).

ஹாஷிம் குலம் தொடர்ந்தும் பொருளாதார முன்னேற்றத்தைப் பெறமுடியாத நிலையிலேயே இருந்தது. நபிகளார் வியாபார நடவடிக்கைகளில் தொடர்புகொண்டிருந்தபோதும் நிலையான பொருளாதார வாய்ப்பை அவரும் பெற்றிருக்கவில்லை. இந்தச் சந்தர்ப்பத்திலேயே செல்வத்திலும் செல்வாக்கிலும் மிக உயர்ந்த நிலையிலிருந்த மக்ஸூம் குலத்தைச் சேர்ந்த பெரும் வணிகையான கதீஜாவின் வணிகத் தொடரணிகளுக்குப் பொறுப்பாளராக நியமிக்கப்படுகிறார்.

நபிகளார் இளம்வயதில் வணிகக் காரவன்களுடன் வணிகப் பயணங்களில் சென்றுள்ளார். பின்னர் கதீஜா நாயகியின் வர்த்தக நடிவடிக்கைகளில் நேரடியாகப் பங்குகொண்டார். இதன்மூலம் நபிகளார் மக்காவின் வணிகவளத்தையும் அதனால் ஏற்பட்டுவரும் விரிவான மாற்றங்களையும், மறுபுறத்தில் வணிகம் ஏற்படுத்தியுள்ள புதிய சமூகப் பிரச்சினைகளையும் நேரடியாக அறியும் வாய்ப்புக் கிடைக்கின்றது. மக்காவில் சமூக நெருக்கடிகளையும் வளர்ந்து கொண்டிருந்த வறுமையையும் நபிகளால் அவதானிக்க முடிந்தது.

மனைவி கதீஜா

கதீஜாவுடனான திருமணம் நபிகளாரின் ஆரம்ப கால வாழ்வில் முக்கியத் திருப்புமுனையாக அமைந்தது. கதீஜா பெரிய வணிகர், கௌரவமான பெண்மணி. 'தூய்மையானவர்' (அல் தாஹிரா) என்றும் மக்களால் அழைக்கப்பட்டார். தமது தந்தையின் வணிகத்தை அவர் தலைமை தாங்கி நடத்தினார். நபிகளாரின் குறைஷிக் குலத்திலிருந்து பிரிந்த ஒரு கிளைக் குலத்தைச் சேர்ந்தவர் கதீஜா. அதனால் பரம்பரை உறவுத் தொடர்புகளின்படி கதீஜா நபிகளாரின் குலத்தைச் சேர்ந்தவர். இவர் இதற்கு முன்னர் இருமுறை திருமணம் செய்து பின்னர் விதவையானவர் (Shibly Numam, 1979; Montgomery Watt, 1979). இஸ்லாத்தை ஏற்றுக்கொண்ட முதல் நபர், முதல் பெண்மணி என்ற பெருமை கதீஜாவிற்கு உண்டு.

கதீஜாவின் தந்தை குவைலித் பின் அஸத் குறைஷி வம்சத்தைச் சேர்ந்தவர். அவர் ஒரு வணிகரும் தலைவருமாவார். தந்தை குவைலிதின் மறைவின் பின்னர் சுயமுயற்சியால் வணிகத்தில் கதீஜா வெற்றி பெற்றார்.

செல்வந்தக் குறைஷிகளின் வணிகக் காரவன்களுடன் போட்டியிடும் அளவு தமது பொருள்களுடன் ஒட்டகத் தொடரணிகளைத் தொலை தூர வணிகச் சந்தைகளுக்கு கதீஜா அனுப்பினார். காரவன்களுடன் கதீஜா செல்வதில்லை. தமது பணியாளனையே அனுப்பி வைப்பது வழக்கம். கதீஜாவை மக்கள் விரும்பினர். 'குறைஷியரின் இளவரசி' (அமீரத் குறைஷ்) என்றும் மக்கள் அவரைப் போற்றினர். கதீஜாவின் தாராள சேவைகளையும் மக்கள் நன்கு அறிந்திருந்தனர். ஏழைகளுக்கு உணவும் உடைகளும் வழங்கினார். திருமணமாகாத வறிய பெண்களுக்கு நன்கொடைகள் வழங்கி அவர்களின் திருமணத்திற்கு உதவிகள் செய்தார். இவ்வாறு ஏழைகளுக்கும் அநாதைகளுக்கும் உதவும் பல சேவைகளை அவர் செய்து வந்துள்ளார்.

கி.பி. 595இல் சிரியாவுக்கான தொடரணிப் பயணத்தில் பங்கேற்பதற்கு முகவர் ஒருவரை கதீஜா தேடிக்கொண்டிருந்தார். அப்போது முஹம்மத் அப்துல்லாஹ் (நபிகளார்) பற்றியும் அவரது நேர்மை, நாணயம் பற்றியும் அவருக்குத் தகவல்கள் கிடைத்தன. தமது வணிகக் காரவன்களை வழிநடத்தும் முகவராக முஹம்மத் அப்துல்லாஹ்வைத் தெரிவு செய்வதற்கு அவர் விரும்பினார். இந்தச் செய்தி நபிகளாரின் பெரிய தந்தையான அபூதாலிபிடம் தெரிவிக்கப்படுகிறது. அபூதாலிபின் அனுமதியுடன் கதீஜாவின் வணிகத் தொடரணிகளின்

முகவராக நபிகளார் (முஹம்மத் அப்துல்லாஹ்) நியமிக்கப்பட்டார். கதீஜாவின் சேவகரான மைசராவுடன் காரவன் பயணங்களில் நபிகளார் பங்கேற்றார். இந்த முகவர் பொறுப்பை நபிகளார் ஏற்றுக்கொண்ட போது அவர் இருபத்தைந்து வயது இளைஞர்.

வணிகத்தில் சொந்த அனுபவங்கள் என்று கூறுமளவு முஹம்மதுக்கு வணிகத்தில் பெரிய தொடர்புகள் ஒன்றும் இருக்கவில்லை. ஆனால், அபூத்தாலிபுடன் இரு தடவைகள் வணிகப் பயணங்களில் நபிகளார் கலந்து கொண்டுள்ளார். கொடுக்கல் வாங்கல் போன்ற சில வணிக நடவடிக்கைகளை அப்போது அவர் தெரிந்துகொண்டார். அதே வேளை நபிகளாரின் குறைஷிக் குலம் வணிகத்தையே தமது முதன்மைத் தொழிலாகக் கொண்டிருந்தது. இவைதான் அவருக்கிருந்த வணிகத் தகைமைகள்.

முஹம்மத் அப்துல்லாஹ் முகவர் பொறுப்பை ஏற்ற பிறகு தொடரணி வணிகத்தில் கதீஜாவுக்கு முன்பைவிட இரு மடங்கு லாபம் கிடைத்தது. நபிகளார் சென்ற வணிகத் தொடரணிகள் டமஸ்கஸ், காஸா நகரங்களையும் கடந்து சென்றன. சில தொடரணிகள் மத்தியதரைக் கடல் ஓரங்கள் வரை சென்று பொருள்களை விற்பனை செய்தன. மிருகத்தோல்கள், உலர்ந்த திராட்சைகள், நறுமணப் பொருள்கள், காய்ந்த ஈத்தம்பழங்கள், பாரம் குறைந்த பின்னல் பொருள்கள், மூலிகைகள் போன்றவற்றை முஹம்மதின்/கதீஜாவின் ஒட்டகத் தொடரணிகள் விற்பனைக்காகக் கொண்டு சென்றன. மக்கா வாசிகளுக்கும் மக்காவின் செல்வந்தர்களுக்கும் தேவையான பொருள்கள், முக்கியமாக உடைகள், ஆடம்பரப் பொருள்கள், வீட்டுப் பாவனைப் பொருள்கள் போன்றவை அங்கிருந்து கொண்டு வரப்பட்டன. வணிகத்துக்குப் புதியவராக இருந்தும் முஹம்மத் அப்துல்லாஹ் வணிகம் செய்யும் திறமைகளைக் கண்டு சேவகர் மைசரா வியப்பு அடைந்தார்.

இந்த வணிகப் பயணங்கள் மூலம் நபிகளுக்கு அதிக அனுபவங்கள் கிடைத்தன. பஸ்ராவில் நபிகளார் தங்கி நின்ற மூன்று மாத காலங்களில் பல கிறிஸ்தவ யூத மதகுருக்களை அவர் சந்தித்தார். கிறிஸ்தவர்களும் யூதர்களும் சமயக் கருத்து வேறுபாடுகளைக் கொண்ட இரு பிரிவுகளாக முரண்பட்டிருப்பதையும் அவர் அவதானித்தார். நபிகளாரின் தோற்றத்தினாலும் நடவடிக்கைகளாலும் பலர் கவரப்பட்டனர்.

முஹம்மத் அப்துல்லாஹ் வணிகத் தொடரணிப் பொறுப்பை ஏற்றுக்கொண்ட பிறகு கதீஜாவின் வணிகத்தில் மிகப் பெரிய வளர்ச்சி ஏற்பட்டது. பணியாளர் மைசராவின் மூலம் நபிகளார் பற்றி பல நல்ல தகவல்களைக் கதீஜா தெரிந்துகொண்டார். நபிகளாரின் நேர்மை, நம்பிக்கை என்பவற்றால் கதீஜாவின் கவனம் நபிகளை நோக்கித் திரும்பியது. தமக்குப் பொருத்தமான ஒருவரைத் தாம் கண்டுபிடித்து விட்ட மகிழ்ச்சி அவர் உள்ளத்தில் மலர்ந்தது. கதீஜாவின் இந்த விருப்பம் நபிகளாரின் குடும்பத்தின் மூத்த தலைவர்களுக்கு அறிவிக்கப்பட்டது (Syedaa Razwi, *1990*).

திருமணத்தின் போது கதீஜாவுக்கு 40 என்று கூறப்படுகிறது. ஆயினும் சில ஆய்வாளர்கள் காலக் கணக்கீடுகளின் அடிப்படையில் அப்போது அவருக்கு 28 வயது என்று கூறுகின்றனர். இதுவன்றி மொண்ட் கொமறிவொட் போன்ற நபிகளாரின் வாழ்வை ஆராய்ந்தவர்களும் திருமணத்தின் போது கதீஜாவின் வயது நாற்பதிற்கு குறைவானதாகவே இருந்திருக்க வேண்டும் என்று கருதுகின்றனர்.

நபிகளாரின் பெரிய தந்தையான அபூதாலிபின் அனுமதி பெற்று திருமண ஏற்பாடுகள் நடைபெற்றன. கதீஜாவின் தந்தை இறந்து விட்டதால் திருமண ஏற்பாடுகளில் கதீஜா அம்மையாரே நேரடியாக ஈடுபட்டார். அந்தக் காலத்தில் அரபுப்பெண்கள் தமது திருமணப் பேச்சுக்களை நேரடியாகவே நடத்துவதற்கு முழு அளவில் சுதந்திரம் பெற்றிருந்தனர். கதீஜா தாமாகவே திருமண ஏற்பாடுகளைச் செய்தார். திருமண நாளும் நிச்சயிக்கப்பட்டது. அபூதாலிபும் நபிகளார் குலத்தைச் சேர்ந்த பெரியவர்கள் சிலரும் கதீஜாவின் மாளிகையில் ஒன்றுகூடினர். ஆடம்பரமின்றி ஆனால் ஒரு திருமண நிகழ்வுக்கான சூழலோடும் மகிழ்வுக்குரிய விதத்திலும் கதீஜாவின் வீட்டில் திருமண ஏற்பாடுகள் நடந்தன.

நபிகளாரும் அவருடைய குலத்தைச் சேர்ந்த பலரும் மூத்த தலைவர்களும் அங்கு கூடியிருந்தனர். அபூதாலிப் திருமண (நிக்காஹ்) உரையை நிகழ்த்தினார். நானூறு அல்லது ஐந்நூறு தங்கத் துண்டுகள் மணமகன் தரப்பிலிருந்து மணப்பெண்பணமாக, மஹர் தொகையாக கதீஜாவுக்கு வழங்கப்பட்டது. [11]

அபூதாலிபின் உரைக்குப் பிறகு கதீஜா சார்பாக அவருடைய உறவினர்களான வரக்கா பின் நவ்பலும் அம்ர் பின் அஸாதும் மணமக்களை வாழ்த்தி உரையாற்றினர் (அதே நூல்).

முஹமத்-கதீஜா திருமணம் பல சிறப்புக்களைப் பெற்றிருந்தது. மிகச் சிறந்த தம்பதிகளாக அவர்கள் வாழ்ந்தனர். திருமணம் நடந்த பின்னரும் சில காலம் நபிகளார் வணிக நடவடிக்கைகளில் ஈடுப்பட்டார். ஆனால் மனைவி கதீஜா வணிகத்தைவிட நபிகளாரின் எதிர்காலத்திலும் அவருடைய சமய சமூக முயற்சிகளிலும் தமது முழுக் கவனத்தையும் செலுத்தினார்.

திருமண வாழ்க்கை, குழந்தைகள், குடும்ப பாரம், வணிகச் செயற்பாடுகள், பொது சேவைகள் என்று நபிகளார் முன் பல பணிகள் நிறைந்திருந்தன. ஆன்மிகத் துறையில் மாற்றம் தேவை என்றும் ஏழ்மை, துயரம், சண்டை மற்றும் போர்களில் இருந்து மக்களைப் பாதுகாக்க வேண்டும் என்றும் ஒரு கவலை நபிகளாரின் உள்ளத்தில் அலை மோதத் தொடங்கியது.

'நபி' என்ற தகுதியைப் பெறுவதற்கு முன்னர் நபிகளாரின் மனநிலையில் ஏற்பட்ட மாற்றங்கள் இவையாகும். அப்போதுதான் தமது முன்னோர்கள் சிலரைப் போல தனித்திருந்து தியானங்களில் ஈடுபடத் தொடங்கினார். மக்காவிற்கு அருகில் இருந்த ஜபலுல் நூர் மலையில், ஹிரா என்ற குகையில் அவர் தனித்து தியானங்களில் ஈடுபட்டார். நபிகளாரின் தியான முயற்சிகளுக்குக் கதீஜா தமது முழு ஆதரவையும் வழங்கினார். பல சந்தர்ப்பங்களில் கணவருக்குத் தேவையான உணவையும் நீரையும் எடுத்துக்கொண்டு மலை உச்சி வரை சென்று உதவினார். நபிகளாரின் சிந்தனையில் ஏற்பட்டு வந்த மாற்றங்களோடு இணைந்து செல்லும் வாழ்க்கை முறையை கதீஜா தெரிவு செய்தார். அதைத்தான் கதீஜாவின் வரலாறு கூறுகிறது.

உணவு தீர்ந்ததும் நபிகளார் வீட்டுக்கு வந்து திரும்பவும் செல்வார். ஸஹீஹ் புஹாரி என்ற ஹதீஸ் தொகுப்பு நபிகளாரின் தியானம் பற்றிப் பின்வருமாறு கூறுகிறது: எவ்வாறான தியானம் என்று கேட்கப்பட்ட போது, தியானம் செய்தல் மற்றும் உலகத்திற்குப் போதிப்பதற்கான பாடங்களைச் சிந்தனை செய்தல் என்று பதில் தரப்பட்டது. இந்தத் தியான முறையைத்தான் நபியாக ஏற்கப்படும் வரை முஹம்மத் நபிகளாரின் தந்தைகளின் தந்தையான இப்ராஹீம் நபிகளார் செயற்படுத்தி வந்துள்ளார். சுமார் ஏழு ஆண்டுகள் இந்தத் தியான முறையில் முஹம்மத் அப்துல்லாஹ் தம் நேரத்தைச் செலவிட்டார் (ஷிப்லி நூமானி, 1979: 177). இந்தத் தியான காலத்தின் போதுதான் ஹிரா குகையில், நபிகளார் தம் முதலாவது வஹியைப் பெறுகிறார்.

மக்காவின் தொன்மை உருவ வழிபாடும் ஒழுக்கச் சீரழிவும் மட்டுமல்ல மக்காவில் வேகமாக வளர்ந்துகொண்டிருந்த பொருளாதார ஏற்றத்தாழ்வின் தீமைகளும் நபிகளாரின் சிந்தனைகளில் பெரும் புயலைத் தோற்றுவித்தது. ஹிரா மலைக்குகையில் பல தினங்கள் நபிகளார் தனித்திருந்து மேற்கொண்ட தியானங்களில் ஓரிறை பற்றிய எண்ணம் மட்டுமல்ல சமகாலப் பொருளாதாரப் பிரச்சினைகளால் மக்கா எதிர்நோக்கியிருந்த பாதகமான எதிர்காலம் பற்றிய மன வேதனையும் அடங்கியிருந்தது.

ஹிரா குகையில் நபிகளார் பெற்ற இறையனுபவங்கள் சமூக சீர்திருத்த உணர்வுகளையும் தூண்டியிருந்தன. அதைத் தொடர்ந்து அவர் பெற்றுக்கொண்ட இறைவாக்குகளில் ஆன்மிகப் போதனைகளோடு மக்காவில் உக்கிரம் பெற்றிருந்த சமூக வேதனையை நீக்குவதற்கான வழிமுறைகளும் சம அளவில் இடம்பெற்றிருந்தன. மக்காவில் இறங்கிய ஆரம்பகால குர்ஆன் வசனங்களில் வணிகரின் மோசடிகள் கண்டிக்கப்படுவதையும் மக்காவின் ஆழமான சமூகப் பிரச்சினைக்கு செல்வப் பகிர்வின் சமமற்ற நிலையே காரணம் எனக் காட்டப்படுவதையும் தெளிவாக அவதானிக்கலாம்.

செல்வப் பகிர்வு சமத்துவமானதாக இருக்க வேண்டும் என்பதைக் குர்ஆன் பல இடங்களில் சுட்டிக்காட்டி உள்ளது.

> செல்வம் உங்களிலுள்ள பணக்காரர்களுக்கிடையில் மட்டுமே சுற்றிக்கொண்டிருக்காமல் மற்றவர்களுக்கும் கிடைக்கும் பொருட்டு பங்கிட்டு வழங்குங்கள் (59: 7)

என்று குர்ஆன் கூறுகிறது. மற்றோர் அத்தியாயத்தில் குர்ஆன் பின்வருமாறு கூறுகிறது:

> பொருளை அது எவ்வளவு விருப்பத்துக்குரியதாயினும், அவனுடைய (அல்லாஹ்வின்) விருப்பத்தைப் பெறுவதற்காக பந்துக்களுக்கும், அநாதைகளுக்கும், ஏழைகளுக்கும், வழிபோக்கர்களுக்கும், விடுதலை விரும்பிய(அடிமைகள், கடன்காரர்கள் முதலிய) வர்களுக்கும் கொடுத்து உதவுங்கள் (2: 177).

நபிகளார் ஒரே நேரத்தில் சமய மாற்றத்திற்காகவும் பொருளாதாரச் சீர்திருத்தத்திற்காகவும் போராடினார். அரபியரின் பலதெய்வ வணக்கத்தையும் உருவ வழிபாட்டு வாதத்தையும் அவர் தகர்க்க முயன்றார். இது அரபியரிடம் குறிப்பாக வணிகக் குழாத்தினரிடம் பெரும் எதிர்ப்பை உருவாக்கியது. தமது மூதாதையரின் சமயத்தை

நபிகளார் நிராகரித்தார் என்பதற்காக மட்டுமல்ல, பழைய சமய முறைகளின் மீது கட்டியெழுப்பப்பட்டிருக்கும் தமது சமூக பொருளாதார நலன்களைத் தாம் இழக்க நேரும் என்பதாலும் உயர் வணிகக் குழாத்தினர் ஆத்திரமடைந்தனர். தொன்மைத் தெய்வங்கள் நிர்மூலமாக்கப்படுவதால் தமது தலைமைத்துவம் வீழ்ச்சியடையும் என்று தலைவர்கள் பயந்தனர். நகரவாசிகளில் பெரும்பான்மையானோரை இஸ்லாத்தை ஏற்கச் செய்வதில் நபிகளார் வெற்றி பெற்றால் தற்போதைய தலைமைத்துவத்தை இழக்க நேரும் என்று மக்காவின் உயர் வணிகர் பதற்றமடைந்தனர்.

வணிகரின் மோசடி, பதுக்கல், போலி உடன்படிக்கை முதலிய வற்றை நபிகளார் கடுமையாக விமர்சித்தார். இவை அநீதி என்றும் பாவம் என்றும் கூறினார். குர்ஆன் இத்தகைய செயல்களுக்கு நரகத்தை வாக்குறுதியளித்தது. தொன்மை உருவ வழிபாட்டு வாதம், செல்வம், மோசடி, அதிகாரம் என்பவற்றின் மூலம் தாம் அமைத்துள்ள வணிகராட்சி சரிந்து விழக்கூடும் என உயர் குழாத்தினர் நியாயமாகவே பயந்தனர். அதிகார மாற்றம் நிகழக்கூடும் என்ற அச்சமே இதிலிருந்த முக்கிய அம்சமாகும். 'தமது வசமிருந்த 'சில்லோராட்சி' சமூக அமைப்பில் நபிகளார் தொடங்கியுள்ள போராட்டம் புதிய அரசியல் அதிகாரத்தை உருவாக்கும் என அவர்கள் அச்சம்கொண்டனர்' (1953: 26).

சமூகத்தில் ஆதரவற்றவர்களையும் அநாதைகளையும் பராமரிக்கும் தேவை இருந்தது. இவர்கள் புறக்கணிக்கப்பட்டு வந்ததால் மக்காவில் ஒரு பதற்றநிலை தோன்றியிருந்தது. மக்காவின் பணக்காரர்கள் தங்கள் செல்வங்களின் ஒரு பகுதியை இவர்களின் நல்வாழ்வுக்குப் பயன்படுத்த முன்வர வேண்டுமென்று குர்ஆன் அழைப்பு விடுத்தது. பல சந்தர்ப்பங்களில் நபிகளும் இதை வலியுறுத்தினார்.

சமூக ஏற்றத்தாழ்வு ஆழமாகிக்கொண்டிருந்த ஒரு சமூகச் சூழலையே மக்கா நகரம் பிரதிபலித்தது. ஆதிக்க நிலையிலிருந்த குழுக்கள் மீதான ஒரு கவலையும் எதிர்ப்புணர்வும் அங்கு வளர்ந்து கொண்டிருந்தன. இதுபற்றி எச்.ஏ.ஆர். கிப் பின்வருமாறு கூறுகிறார்: மக்காவின் செவ்வச் செழிப்பில் ஓர் இருண்ட பக்கம் இருந்தது. செல்வம் மிகுந்த வர்த்தக சமூகத்தில் வழக்கமாகக் காணப்படும் தீமைகளான மிக உயர்ந்த செல்வம், மிகவும் தாழ்ந்த வறுமை, அடிமைகளையும் கையாட்களையும் கொண்ட தாழ்ந்த

உலகம் சமூக வாழ்க்கையில் வர்க்கரீதியிலான தடைகள் போன்ற தீமைகள் அங்கு தலைதூக்கி இருந்தன.

வணிகர் எதிர்ப்பு

நபிகளாரின் புதிய சமய இயக்கத்தை உயர் வணிகக் குழாத்தினர் கடுமையாக எதிர்த்தனர். நபிகளாரின் ஹாஷிம் குலத்தின் போட்டிக் குலங்களும் இந்த எதிர்ப்பில் இணைந்துகொண்டன. நபிகளாரின் சமய முயற்சிகளை எதிர்ப்பதில் மிகத் தீவிரவாதியாக விளங்கிய நபிகளாரின் சம வயதினரன அபூஜஹல் ஹாஷிம் குலத்தின் போட்டிக் குலமான மக்ஸூம் குலத்தைச் சேர்ந்தவர் என்பது குறிப்பிடத்தக்கது.

புதிய இயக்கத்தை நசுக்குவதற்கு அபூஜஹலும் ஏனையோரும் கடுமையான வழிமுறைகளைக் கையாண்டனர். நபிகளாரின் மிகவும் பழைய வாழ்க்கைச் சரிதையிலிருந்து (இப்னு ஹிஷாம்) பெறப்பட்ட பின்வரும் பகுதியில் எதிர்ப்பாளரின் துன்புறுத்தும் மனோபாவத்தை நன்கு காணலாம்:

> தீய எண்ணமுடைய அபூஜஹல் குறைஷியரை முஸ்லிம்களுக்கு எதிராகத் தூண்டினான். இஸ்லாத்தைத் தழுவியவர்கள் உயர்குடியைச் சேர்ந்தவராயின் அவன் அவர்களைக் கடுமையாக விமர்சித்தான். அவர்களை மோசமாக அவமானப்படுத்தியதோடு அவர்களை நோக்கிப் பின்வருமாறு உரைப்பான்: 'நீ உனது தந்தையின் சமயத்தைக் கைவிட்டாய்; உனது தந்தை உன்னிலும் எவ்வளவோ உயர்ந்தவர். உனது அறிவையும் நீ எடுத்த முடிவு களையும் நாம் தகுதியற்றதாக்குகிறோம். உனது கௌரவத்தை இல்லாதொழிப்போம்' என்பான். இஸ்லாத்தைத் தழுவியவர் ஒரு வியாபாரியாயின் அவர் அச்சுறுத்தப்பட்டதோடு 'உனது பொருள்கள் விற்கப்படுவதைத் தடுப்போம் என்றும் வியாபாரத்தில் நீ நஷ்டமடையும்வரை இத்தடையைத் தொடருவோம்' என்றும் அவன் எச்சரிப்பான். இஸ்லாத்தை ஏற்றவர் சாதாரணமான வராயின் அவரை அடித்துத் துன்புறுத்தியதோடு அவருக்கு எதிராக மற்றவர்களையும் அபூஜஹல் தூண்டினான்.

ஹாஷிம் குலம் நபிகளுக்குப் பாதுகாப்பு வழங்கியமையால் நபிகளார் தைரியத்தோடு தமது போதனைகளில் ஈடுபட்டார். இறுதியில் மக்கா வணிகர்கள் நபிகளாரின் ஹாஷிம் குலத்தைச் சமூக ரீதியாகப் பகிஷ்கரிப்பதற்கு முடிவு செய்தனர். திருமண உறவு, வர்த்தகத் தொடர்புகள் உட்பட எல்லா உறவுகளையும் ஹாஷிம் குலத்துடன்

துண்டித்துக்கொண்டனர். நபிகளை ஹாஷிம் குலத்திலிருந்து தனிமைப் படுத்துவதே இந்தத் திட்டத்தின் நோக்கமாகும். தொடர்ந்து இரண்டு ஆண்டுகள் இந்தப் பகிஷ்கரிப்பு கடுமையாகக் கடைப் பிடிக்கப்பட்ட போதும் நபிகளை ஹாஷிம் குலத்திலிருந்து தனிமைப் படுத்துவதில் செல்வந்த வணிகக் குழாத்தினர் தோல்வி கண்டனர்.

நபிகளாரின் பாதுகாவலரும் பெரிய தந்தையுமான அபூதாலிப் பலமுறை எதிரிகளால் எச்சரிக்கப்பட்ட போதும் முழு ஹாஷிம் குலமும் அச்சுறுத்தலுக்காளான போதும் குல ஒருமைப்பாட்டை விட்டுக் கொடுக்க அபூதாலிபோ ஹாஷிம் குலமோ தயாராக இருக்கவில்லை.

எதிர்ப்புகளின் மத்தியில் இஸ்லாம் மெல்ல வளர்ந்தது. ஒடுக்கப்பட்டவர்களும் ஏழைகளும் இளைஞர்களும் புதிய இயக்கத்தில் சேர்ந்தனர். சமூகப் பிரச்சினைகளை நபிகளார் அணுகிய முறை பலவீனமான மக்களின் ஆதரவை எளிதில் பெற்றுத் தந்தது. பெரும் வணிகருக்கும் சமூகத் தீமைகளுக்கும் எதிரான நபிகளாரின் போக்கு ஏழைகளையும் பாதிக்கப்பட்டவர்களையும் விரைவில் கவர்ந்தது.

குபேர வணிகர்களின் வணிக ஏகபோகத்தினால் பாதிக்கப்பட்ட வர்த்தகர்களும் சிறு வியாபாரிகளும் படிப்படியாக நபிகளாரின் புதிய இயக்கத்தில் சேர்ந்தனர். குலத்தின் பாதுகாப்பை இழந்தவர்களும் அநாதைகளும் அடிமைகளும் நபிகளாரின் அணியில் இணைவது அதிகரித்தது.

இப்போது இஸ்லாத்தை ஏற்றுக்கொண்டோரும் அதற்கு எதிரானவர்களும் என இரு எதிரணிகள் உருவாகின. இந்த எதிர் நிலை புதுமையை ஏற்போருக்கும் பழைமைவாதிகளுக்கும் இடையிலான வேறுபாடாக மட்டும் இருக்கவில்லை. இறுக்கமான பொருளில் நோக்கினால் உயர்குடியினரும் குபேர வணிகர்களும் பழைமைவாதிகள் அல்ல. புதுமையையும் முன்னேற்றத்தையும் ஆதரிக்கும் தேவை இவர்களுக்கு இருந்தது. முன்னேற்றத்துக்குரிய வழிமுறைகள் நபிகளாரின் இயக்கத்திலிருப்பதை அவர்கள் அறியாமலு மில்லை. ஆனால் இங்கு அடிப்படையாக இருந்த பிரச்சினை, எல்லாவற்றையும் விட பொருளாதாரம் சார்ந்ததாகும் (1961: 47).

புதிய சமய இயக்கம் அறிமுகப்படுத்திய பொருளாதாரச் சீர்திருத்தமே முரண்பாட்டுக்கான முக்கிய காரணி எனக் கருதப்

போதிய காரணங்கள் இருந்தன. செல்வம் குபேர வணிகரிடையே மாத்திரம் சென்று குவிய அனுமதிப்பதா அல்லது செல்வம் முழுச் சமுதாயத்துக்குமாகப் பகிரப்படும் புதிய பொருளாதார மாற்றத்தை ஆதரிப்பதா என்பதே மையப் பிரச்சினையாகும். பேராசிரியர் வொட் முன்வைக்கும் பின்வரும் கருத்து இந்தப் பிரச்சினை பற்றிய கூர்மையான மதிப்பீடெனக் கருதலாம்:

சமூக பொருளாதாரக் கருத்தியல் முறைமையை (Ideological System) ஒரு சிறு பகுதியினருக்காகப் பயன்படுத்த விளைவோருக்கும் முழுச் சமூகத்தின் நலனுக்காகப் பயன்படுத்த விளைவோருக்கு மான வேறுபாடே இதுவாகும் (1961: 48).

மூதாதையர் நோக்கு

மறுபுறத்தில் நபிகளார் பழைய பழக்க வழக்கங்களிலும், வழிபாட்டு முறைகளிலும் புதிய மாற்றங்களை வற்புறுத்தினார். இறைவனுக்கு இணைவைத்தலையும் தொன்மை உருவ வழிபாட்டு வாதத்தையும் நிராகரித்தார். மூடப்பழக்க வழக்கங்களைக் கண்டித்தார். இத்தகைய நடவடிக்கைகள் மக்காவாசிகளின் மனத்தில் பெரும் குழப்பத்தை ஏற்படுத்தின. இதனால் மக்காவாசிகள் கலவர மடைந்தனர். குறிப்பாக நாடோடிப் பதாவிகள் நபிகளாரின் இந்தக் கருத்துகளை ஏற்க மறுத்தனர். தமது மூதாதையரின் தமது தந்தையரின் வழிபாடுகளையும் வழக்கங்களையும் கைவிடக் கோரும் நபிகளாரின் புதிய சமய அழைப்பு அவர்களுக்குப் புதிராகவும் ஆத்திரமூட்டுவதாகவும் அமைந்தது.

பாலைவன அரபிகள் முஹம்மத் நபிகளாரைச் சக்தியற்றவராகவே கருதினர். இறைவனின் நபி என்றால் அவர்களின் கருத்தில் (ஒருமுறை அவர்களே வினவியதைப் போல) 'இந்தப் பெண் ஒட்டகத்தின் வயிற்றிலிருப்பதை என்னவென்று அவரால் சொல்ல முடியுமா?' போன்ற மறைவானதும் மர்மமானதுமான விடயங்களைக் கூற அல்லது அற்புதங்களை நிகழ்த்த அவருக்கு ஆற்றலிருக்க வேண்டும் என்று அவர்கள் எதிர்பார்த்தனர். உண்மையில் நபிகளார் இத்தகையோரைப் பார்த்து, 'நானும் உங்களைப் போல் சாதாரண மனிதனாகவே இருக்கிறேன்' என்று கூறியபோது இந்த வார்த்தைகளில் அரபுமக்கள் எவ்விதக் கவர்ச்சியையும் காணவில்லை. முன்னர் அவர்களின் வாழ்க்கையில் எவ்வகையிலும் நன்கு அறியப்படாத ஏக இறைவனைப் பற்றிய சிந்தனைகளோ மனிதன் இறைவனின்

பிரதிநிதியாவான் என்பதோ மனிதர்கள் இறந்த பின்னர் மீண்டும் எழுப்பப்பட்டு விசாரிக்கப்படுவார்கள் என்பதோ அவர்களைக் கவரவில்லை. அவற்றை நம்பவும் மறுத்தனர். அரபுகளின் இந்தப் போக்கை குர்ஆன் அஸ்ஸாஃபாத் அத்தியாயத்தில் பின்வருமாறு கூறுகிறது:

(நபியே) நீர் (அல்லாஹ்வின் வல்லமையைக் கண்டு) ஆச்சரியப் படுகின்றீர். அவர்களோ (அதனைப்) பரிகசிக்கின்றனர். அன்றி அவர்களுக்கு நல்லுபதேசம் கூறப்பட்டபோதிலும் அதனை அவர்கள் கவனிப்பதே இல்லை. எந்த அத்தாட்சியைக் கண்ட போதும் அவர்கள் பரிகாசம் செய்கின்றனர் (37: 12-15).

இன்பவாதம்

நகர்ப்புற அரபிகளைவிட நாட்டுப்புற அரபிகளே ஆன்மிக நம்பிக்கையின்மையிலும் உலகியல் அவாவிலும் அதிகம் ஊறி யிருந்தனர். அவர்களின் கருத்தில் புதிய சமயப் போதனைகள் பரிகாசத்துக்குரியனவாக இருந்தன. இஸ்லாம் தோன்றுவதற்கு முந்திய இவர்களின் சமய அல்லது வாழ்க்கை இலட்சியத்தை இன்பவாதம் (Hedonism) எனக் கூறலாம். மதுவும் மங்கையும் அவனது வாழ்வில் முதன்மை இடத்தைப் பெற்றிருந்தன. சுதந்திரப் பாலியலில் அவனுக்கு அதிக விருப்பமிருந்தது. இந்த இரு விடயங்களையும் நபிகளார் விமர்சித்தபோது அரபுகளிடமிருந்து கடுமையான எதிர்ப்புக்கள் எழுந்தன. தமது சொந்த வாழ்வில் நேரடியான திருப்தியையும் உலகியல் விடயங்களில் மகிழ்வையும் தரக்கூடிய வழிமுறைகளையே அரபுகள் விரும்பினர்.

இந்த உலக வாழ்க்கை தமக்குக் கிடைத்த ஒரேயொரு வாய்ப்பு மட்டுமே என்பது அவர்களின் திடமான நம்பிக்கை. இந்திய உலகாதயவாதிகளின் அல்லது கிரேக்க பொருள்முதல்வாதிகளின் (Materialist) கருத்தை ஒட்டியதாக இவர்களின் சிந்தனைகள் காணப் பட்டன. இறப்பால் வாழ்க்கை இழக்கப்படுவதோடு, எல்லாமே முடிந்துவிடுகிறது என்பதே அவர்கள் அறிந்திருந்த கருத்தியல். அவர்களின் இந்த நோக்கை குர்ஆன் பின்வருமாறு கூறுகின்றது:

இந்த உலகத்தில் நாம் வாழும் வாழ்க்கையைத் தவிர வேறு (வாழ்க்கை) இல்லை, (இதில்தான்) நாம் வாழுகிறோம்— காலத்தைத் தவிர (வேறு யாதொன்றும்) நம்மை அழிப்பதில்லை (குர்ஆன் 45: 24).

இத்தகைய கருத்துகளில் அவர்கள் மூழ்கியிருந்ததால் மரணத்தின்

பின்னர் மீண்டும் எழுப்பப்படுவீர்கள் என்ற கூற்று அவர்களுக்குப் பரிகாசமாகத் தோன்றியது. குர்ஆன் இந்தப் பரிகாசத்தைப் பின்வருமாறு சுட்டிக்காட்டுகிறது:

> 'நாம் இறந்து (உக்கி மண்ணாகவும் எலும்பாகவும் போன பின்னர் மெய்யாகவே எழுப்பப்படுவோமா (என்றும்)
>
> 'அவ்வாறே நம்முடைய மூதாதைகளுமா எழுப்பப்படுவார்கள்? என்றும் பரிகாசமாகக் கூறுகின்றனர் (37: 16-18).

மது, மங்கை, கவிதை, அதிக அளவு குழந்தைகள், அதிக மனைவிகள் என்றே தனது வாழ்க்கையை அவன் மகிழ்ச்சியாகக் கழிக்க விரும்பினான். வறண்ட பாலைவனத்தின் கடுமையான வாழ்க்கைக்கு இவை அவனுக்குத் தேவையாக இருந்தன. அவற்றுக்கு எதிராக உருவாகிக் கொண்டிருந்த புதிய கருத்துகளையும் நாகரிக விழுமியங்களையும் அவன் பொருட்படுத்தவில்லை. தனது மூதாதையர் தனக்கு விட்டுச் சென்ற பழக்கவழக்கங்களில் ஏற்படக் கூடிய எந்த மாற்றத்தையும் அவன் நிராகரித்தான். எனவே முக்கியமாக நாடோடிகளின் விடயத்தில் நபிகளாரின் சமய அழைப்பு எளிதானதாக இருக்கவில்லை. திருக்குர்ஆனின் பின்வரும் வாக்கியத்தை இங்கு நோக்குவது பொருத்தம்:

> அல்லாஹ் இறக்கியருளிய (வேதத்)தைப் பின்பற்றுங்கள் என்று அவர்களிடம் கூறப்பட்டால் இல்லை எங்கள் தந்தையர் பாட்டனார் எந்த வழியைப் பின்பற்றியதாகக் கண்டோமோ அதனையே நாங்கள் பின்பற்றுவோம் என்று மறுமொழி கூறுகிறார்கள்... அவர்கள் செவிடர்களாய், ஊமையராய், குருடர்களாய் இருக்கின்றனர். எனவே எதனையும் அவர்கள் அறியமாட்டார்கள் (2: 170-171).

மூதாதையர் நோக்கு அல்லது 'தமது தந்தையர்வழி' என்பது பாலைவன அரபிகளின் வாழ்வில் ஆழமாக வேரூன்றியிருந்த நெறிமுறை. இதன் மீதுதான் பதாவி தனது வாழ்க்கைக் கோலங்களை அமைத்திருந்தான். எனவே மூதாதையர் வழிமுறைகளுக்கு எதிரான நபிகளாரின் போக்கினால் அவர்கள் பெரிதும் கலக்க முற்றனர். நபிகளாரின் பாதுகாவலரான அபூதாலிபிடம் நபிகளாரின் எதிரிகள் முன்வைத்த குற்றச்சாட்டுகளில் இந்த விடயங்களே அடங்கியிருந்தன. 'ஓ! அபூதாலிப், உமது சகோதரனின் மகன் (முஹம்மத்) எமது கடவுளர்களை அவமானப்படுத்துகிறார். எமது நடத்தைகளை விமர்சிக்கிறார். எமது பழக்க வழக்கங்கள் அநாகரிக மானவை எனக் கூறுகின்றார். எமது தந்தையரை அவமதிக்கிறார்' (1967: 20).

மூதாதையர் வழிமுறைகளில் அவர்கள் கொண்டிருந்த பற்று மிகத் தீவிரமானதாகும். எந்தச் செயலில் மாற்றத்தை ஏற்படுத்துமாறு அவர்களிடம் கூறப்பட்டாலும் 'மூதாதையர் வழிமுறை' என்ற சூத்திரத்தைக் கொண்டு அது எவ்வளவு மோசமான செயலாக இருந்தாலும் அதனை நியாயப்படுத்தினர். அவர்களின் இந்தப் போக்கைப் பற்றிக் குர்ஆன் இவ்வாறு கூறுகிறது: 'அவர்களின் செயல் ஒன்று மானக்கேடானது என்று கூறப்பட்டால் இப்படித்தான் எங்கள் மூதாதையர் வாழக்கண்டோம் என்று கூறினர்' (குர்ஆன் 7: 28). 'மேலும் அல்லாஹ் இறக்கிவைத்த சட்டத்தின் பக்கமும் இறைத் தூதரின் பக்கமும் வாருங்கள் என்று அவர்களிடம் கூறப்படுமாயின் எங்கள் மூதாதையர் எந்த வழியில் வாழக் கண்டோமோ அதுவே எங்களுக்கும் போதும் என்றனர்' (குர்ஆன் 5: 104). 'அல்லாஹ் இறக்கியருளிய வேதத்தைப் பின்பற்றுங்கள் என்று அவர்களிடம் கூறப்பட்டால் எங்கள் தந்தையர் பாட்டனார் எந்த வழியைப் பின்பற்றினார்களோ அதையே நாங்கள் பின்பற்றுவோம் என்று கூறினர்' (குர்ஆன் 12: 70).

இறைவாக்கு அல்லாஹ்விடமிருந்தே வருகின்றதென்ற கருத்தையும் பாலைவன அரபிகள் ஏற்க மறுத்தனர். பழைய தெய்வங்களைத் தாம் கைவிடப் போவதில்லை என்பதையும் அவர்கள் உறுதியாக நபிகளுக்கு அறிவித்தனர்.

> அல்லாஹ்வைத் தவிர (உங்களுக்கு) வேறொரு இறைவன் இல்லை (அவனையே நீங்கள் வணங்குங்கள்)' என்று அவர்களுக்குக் கூறப்பட்டால் நிச்சயமாக அவர்கள் கர்வங்கொண்டு என்னே நாங்கள் பைத்தியங் கொண்ட ஒரு கவிவாணருக்காக எங்களுடைய தெய்வங்களை விட்டுவிடுவோமா? என்று அவர்கள் கூறுகின்றனர் (குர்ஆன் 37: 35-36).

மக்காவில் நபிகளார் கடும் எதிர்ப்பை எதிர்நோக்கினர் என்பதற்கு இவை தகுந்த சான்றுகளாகும். ஹாஷிம் குலத்தைத் தவிர நபிகளை எதிர்ப்பதில் ஏறக்குறைய எல்லாக் குலங்களுமே ஒன்றிணைந்தன. அபூதாலிபின் மரணத்துடன் ஹாஷிம் குலமும் நபிகளைக் கைவிடும் சூழ்நிலை உருவாகியது. கி.பி. 619ஆம் ஆண்டு நபிகளாரின் மனைவி கதீஜா இவ்வுலகைவிட்டுப் பிரிகின்றார். ஹாஷிம் குலத் தலைவர் அபூதாலியும் இதே ஆண்டில் இறக்கின்றார். அபூதாலிபின் பின்னர் ஹாஷிம் குலத்தின் தலைமைத்துவத்தை ஏற்ற அவருடைய சகோதரர் அபூலஹப் இதுவரை நபிகளுக்கு ஹாஷிம் குலம் வழங்கிவந்த

பாதுகாப்பை நிறுத்தினார். எதிரிக் குலங்களோடு தொடர்புகளை ஏற்படுத்திக்கொண்டு நபிகளை எதிர்ப்பவர்களின் குழாத்திற்கு அவர் தலைமை தாங்கினார். நபிகளாருக்குப் பாதுகாப்பற்ற நிலை மக்காவில் உருவாகிக்கொண்டிருந்தது.

இது ஒரு மோசமான நிலைமை. தொடர்ந்தும் மக்காவில் சமயச் செயற்பாடுகளை மேற்கொள்ள முடியாத சூழல் தோன்றியது. புதிய இயக்கத்தையும் இயக்கத்தைச் சேர்ந்தவர்களையும் பாதுகாப்பதற்காக மக்காவை விட்டும் வெளியேற நபிகளார் நிர்ப்பந்திக்கப்பட்டார்.

வெளியேற்றம்

அடுத்து நாம் பேச இருப்பது மதீனாவை (யத்ரிப்) நோக்கிய நபிகளாரின் பயணமும் மக்காவாசிகளின் மதீனாவுக்கான புலம் பெயர்தலுமாகும். இஸ்லாம் மக்காவுக்கு அப்பால் பரவிச் சென்றதன் முதன்மை அடையாளம் இந்த வெளியேற்றத்தின் மூலம் உறுதிப் படுத்தப்படுகிறது.

ஓர் இளவேனிற் காலத்தின் போது கி.பி. 621இல் யத்ரிபில் இருந்து சில குழுவினர் மக்காவுக்கு வந்தனர். அவர்கள் இஸ்லாத்தைத் தழுவியதோடு நபிகளாரையும் சந்தித்தனர். கி.பி. 622இலும் யத்ரிபிலிருந்து வந்த ஒரு சிறு குழுவினர் மக்காவில் நபிகளாரிடம் சத்திய உறுதிமொழி எடுத்துக்கொள்கின்றனர்.

இந்தச் சந்திப்புக்களையும் மதமாற்றங்களையும் தொடர்ந்து தமது ஆதரவாளர்களான மக்காவாசிகளைச் சிறு குழுக்களாகச் சென்று யத்ரிபில் (மதீனாவில்) குடியேறுமாறு நபிகளார் வேண்டுகோள் விடுத்தார். மக்கா நகரின் ஆதிக்கத்தைத் தமது கைகளில் வைத்திருந்த மக்கா நகரத் தலைவர்கள் இதை அறிந்து ஆத்திரம் அடைந்தனர்.

முஹம்மது நபிகளுக்கு எதிரான தீவிர நடவடிக்கை எடுக்க வேண்டுமென எதிராளிகள் உறுதிபூண்டனர்; நபிகளாரைக் கொலை செய்வதற்கும் திட்டமிட்டனர். தாருல் நத்வாவில் நடந்த பொதுக் கூட்டத்தில் குறைஷிக் குலத்தவர்கள் நபிகளாருக்கு எதிரான கடுமையான தீர்மானங்களை நிறைவேற்றினர். நபிகளார் தங்கியிருந்த வீடு இரவில் சுற்றிவளைக்கப்பட்டது. அவர் வெளியே வரும்வரை ஒரு கூட்டம் காத்திருந்தது.

இது ஓர் ஆபத்தான நிலை. இதை அறிந்த நபிகளார் நண்பர்களின் உதவியோடு அங்கிருந்து தப்பிச் செல்கிறார்.

அப்துல்லாஹ்பின் உறைக்கித் என்ற முஸ்லிம் அல்லாத நம்பிக்கைக்குரிய வழிகாட்டியுடனும் நண்பர் அபூபக்கருடனும் நபிகளார் மதீனாவிற்குள் சென்றார். எதிரிகள் பயமிருந்ததால் பல்வேறு மாற்றுப் பாதைகளைப் பயன்படுத்தி பயணத்தை மேற்கொண்டார் (முஹம்மத் சுர்காணி, ஸஹாரா அல்-மவாஹித், தொகுதி 1, ப. 409 இட.பெ.2007: 104).

யத்ரிப்பிற்கான இந்தப் பயணம் முடிவடைய ஏழு நாள்கள் சென்றது.

நபிகளாரைப் பின்பற்றி ஏறத்தாழ எல்லோருமே மக்காவை விட்டும் வெளியேறினர். ஹிஜ்ரத் என்று அழைக்கப்படும் இந்தப் பாரிய புலப்பெயர்வு இஸ்லாமிய வரலாற்றில் நிகழ்ந்த திருப்பு முனை மிக்க வரலாற்று நிகழ்வாகும்.

9

அரசியல் சிந்தனை
ஒப்பந்தங்களும் அரசின் தோற்றமும்

யூதப் பழங்குடிகள்

யத்ரிப் மதீனா அல் முனவ்வராவின் பழைமையான பெயர். மக்காவிற்கு வடக்கே 270 மைல்கள் தொலைவில் டமஸ்கஸில் இருந்து 650 மைல்கள் தொலைவில் யத்ரிப் இருந்தது. நீர்வளமிக்க இந்த நகரம் பாலைவனப் பசுந்தரைப் பகுதியைப் பெருமளவிற்குக் கொண்டிருந்தது. நபிகளின் வரலாற்று முக்கியத்துவமிக்க ஹிஜ்ரத் நிகழுமுன்னரே நபிகளுக்கும் மதீனாவுக்குமிடையில் தொடர்புகள் இருந்துள்ளன.

யத்ரிபின் முதல் குடியேற்றம் பற்றிக் கருத்துவேறுபாடுகள் உள்ளன. யூதர்கள் குடியேறிய காலத்திலோ அதற்கு முன்னரோ அரபுக் குடியேற்றங்கள் அங்கு நிகழ்ந்தாகக் கருதலாம். அவ்ஸ், கஸ்ரஜ் என்பன தொன்மையான அரபுப் பழங்குடியினர். நகரின் சுற்றுப் புறங்களில் யூதக் குடியேற்றங்கள் காணப்பட்டன. முதலாவது யூதக் குடியேற்றம் எப்போது அங்கு நிகழ்ந்தது என்பது பற்றித் தெளிவான வரலாற்றுத் தகவல்கள் இல்லை.

கிறிஸ்தவ ஆண்டிற்கு முன்னதாகவே யூதக் குடியேற்றங்கள் இங்கு தோற்றம் பெற்றிருக்கலாம். எனினும் ரோமப் பேரரசர் ஹார்டியனால் வெளியேற்றப்பட்ட யூதர்கள் பெரிய அளவில் கி.பி. 135 அளவில் இங்கு குடியேறியுள்ளனர். அந்த நேரத்தில் அவ்ஸ், கஸ்ரஜ் பழங்குடிகள் அங்கு வாழ்ந்துவந்தனர் (Majid Ali Khan, 2007: 105-106).

இஸ்லாத்தின் தோற்றத்திற்குப் பல நூற்றாண்டுகளுக்கு முன்னரே அரபியாவில் யூதக் குடியேற்றம் நிகழ்ந்துள்ள பகுதிகளில் யத்ரிப் குறிப்பிடத்தக்க நகராகக் கருதப்படுகிறது. யூதர்கள் யத்ரிபிலும்

ஹிஜாஸின் ஏனைய பகுதிகளிலும் எப்போது, எங்கிருந்து வந்து குடியேறினார்கள் என்பது பற்றித் தெளிவான தகவல்கள் இல்லை. பெரும்பாலும் சிரியா (ஷாம்) விலிருந்து வந்திருக்கலாம் என்பதே பொதுவான கருத்தாகும். சிரியாவை ரோமர் தமது கட்டுப்பாட்டுக்குள் கொண்டு வந்த காலப்பகுதியில் யூதர்கள் சிரியாவிலிருந்து வெளியேறியிருக்கலாம். இவ்வாறு வெளியேறியோர் அரபுத் தீபகற்பத்தை வந்துசேர்ந்தனர். இங்குவந்த யூத குலங்களில் பல மதீனாவிலும் குடியேறின (Akram Diya al Umari, 1991: 43).

யத்ரிபின் வளமான நிலமும் சிரியாவை நோக்கிச் சென்ற வணிகப் பாதையும் யூதர் இங்கு குடியேறக் காரணமாயிருந்தன. அதிக வளமான யத்ரிபின் கிழக்குப் பகுதியில் அவர்களின் குடியேற்றம் நிகழ்ந்தது. இந்தக் குடியேற்றத்தில் யூத சமயத்தைத் தழுவிய அரபியரும் அடங்கியிருந்தனர். ஆரம்பத்தில் இருபது சிறிய யூதக் குலங்கள் குடியேறி உள்ளன.

அரபியரைவிட யத்ரிபின் சமய பொருளாதார அரசியல் ஆதிக்கம் முழுமையாக யூதர்களின் வசமே இருந்துள்ளது. மேலும் மதீனாவின் பொருளாதாரத்தை ஆதியிலிருந்தே வடிவமைப்பதில் யூதரின் பங்கும் முக்கியமாகக் குறிப்பிடப்படுகிறது. விவசாயப் பொருளாதாரத்தை மதீனாவில் உருவாக்கியதில் யூதர்கள் முன்னோடிகளாய் இருந்துள்ளனர். மாதுளங்கனி, பேரீச்சை, திராட்சை போன்ற கனிவர்க்கங்களையும் பலவகைத் தானியங்களையும் மதீனாவில் அவர்கள் விருத்தி செய்தனர். கால்நடை வளர்ப்பிலும் அவர்கள் ஈடுபட்டனர். அவர்கள் செய்த கைவினைப் பொருள்கள் சிறந்தனவாகக் கருதப்படுகின்றன. வணிகத்திலும் ஈடுபட்டனர். இவ்வாறு வெவ்வேறு உற்பத்தித் துறைகளை அவர்கள் வளர்த்து வந்த போதும் வட்டித் தொழிலே யூதர்களின் முக்கிய பொருளாதார நடவடிக்கையாக இருந்தது.

யூதர்கள் பழங்குடி மனப்பான்மையினால் பெரிதும் கட்டுண்டிருந்தனர். குல ஒருமைப்பாட்டின் 'அசபிய்யா' என்ற அடையாளம் அவர்களின் வாழ்வில் சிறப்பாகப் பிரதிபலித்தது. இப்பழங்குடி ஆதிக்கம் யூதர்களைச் சமய அடிப்படையில் ஒன்றிணைவதற்குத் தடையாக இருந்தது. இதனால் அவர்கள் தனித்தனிக் குல அலகு களாகவே வாழ்ந்தனர் (1991: 44). மதீன யூதர்கள் (குறைந்தது பெரும்பான்மையோராயினும்) யூத மதத்தைத் தழுவிய அரபியர்களே என்ற கருத்தும் உண்டு. (1969: 99) இவர்கள் ஹீப்ரு கலந்த அரபு மொழியைப் பேசினர். இவர்களுள் பல அரபுக்கவிஞர்களும்

இருந்தனர். இவர்களின் பழங்குடி அமைப்பு அரபுப் பழங்குடியையே பெரிதும் ஒத்திருந்தது. குவைனுக்கா, குறைஸா, நாதிர் என்பன யத்ரிபில் வாழ்ந்த முதன்மையான மூன்று யூத குலங்களாகும்.

யூத-அரபு மோதல்

அரபியரின் குடியேற்றத்தில் அவ்ஸ், கஸ்ரஜ் என்ற இரு பழங்குடிகள் முக்கிய இடத்தைப் பெறுகின்றன. தென் அரபியாவின் யெமனிய அஸது பழங்குடியைச் சேர்ந்த இவர்கள் கி.பி. 200ஆம் ஆண்டளவில் யெமனிலிருந்து யத்ரிபில் குடியேறினர். தென் அரபியாவில் ஏற்பட்ட மஆரிப் அணை உடைப்பு, செங்கடற் பிராந்தியத்தில் உருவாகிவந்த ரோம ஆதிக்கம், அதனால் ஏற்பட்ட அரசியல் நிலைமை, பொருளாதார வீழ்ச்சி போன்ற காரணங்களால் இவர்கள் தென் அரபியாவைவிட்டு வெளியேறினர். அதிக வளமான பகுதிகளை யூதர்கள் தமது ஆதிக்கத்தில் வைத்திருந்தனர். இதனால் வளமான நிலப்பகுதி பற்றிய பிரச்சினை யூதருக்கும் அரபியருக்குமிடையில் உருவாகியது.

அரபியர் வளம் குறைந்த பகுதிகளில் குடியேறியபோதும் அவ்ஸ் குலத்தினர் கஸ்ரஜ் குலத்தைவிட சற்று வளமிக்க பிரதேசங்களைப் பெற்றிருந்தனர். இவ்விரு குலங்களுக்குமிடையில் தொடர்ச்சியாக நடைபெற்றுவந்த பிணக்குகளுக்கும் போர்களுக்கும் நிலப் பிரச்சினை அடிப்படைக் காரணியாக இருந்துள்ளது (1991: 45). இந்தக் குலங்களுக்கிடையே ஏற்பட்டுவந்த மோதல்களை யூதர்கள் தமக்குச் சாதகமாகப் பயன்படுத்தி வந்தனர். யத்ரிபில் தமது ஆதிக்கத்தை நிலைநாட்டிக் கொள்வதற்காக யூதர் இவ்விரு குலங்களையும் மோதவிடும் உபாயத்தையும் கையாண்டனர் (1991: 45). இவ்விரு குலத்தவருக்கும் இடையில் பல போர்கள் நிகழ்ந்துள்ளன. அவற்றுள் 'புஆத்' போர் மிகவும் நீண்ட காலமாக நடந்த பெரிய போர்.

அரபுக் குலங்களுக்கிடையிலே இருந்த மோதலை யூதர்கள் பயன்படுத்தித் தமது ஆதிக்கத்தை வளர்த்து வருகிறார்கள் என்பதை அரபுக் குலங்கள் உணர்ந்தன. கஸ்ரஜ், அவ்ஸ் ஆகிய இரு குலத்தாருக்குமிடையில் மிக நீண்டகாலம் நடைபெற்ற புஆத் போரிலிருந்து பல பாடங்களை அவர்கள் கற்றுக்கொண்டனர். இதனால் அவர்கள் தமக்கிடையிலான பகைமையை முடிவுக்குக் கொண்டுவர சில சமாதான முயற்சிகளை அவர்கள் மேற்கொள்ளத் தொடங்கினர். இரு சாராரும் ஏற்றுக்கொள்ளக்கூடிய ஒருவரைத்

தலைவராக்குவதன் மூலமாக சமாதானத்தை உருவாக்குவதற்கு முதலில் திட்டமிடப்பட்டது. உண்மையில் 'புஆத்' போரும் அதைத் தொடர்ந்து ஏற்பட்ட அரபுக் குலங்களின் விழிப்புணர்ச்சியும் நபிகளாரின் தலைமைத்துவத்தை யத்ரிப் ஏற்கக்கூடிய ஒரு முன் சூழலை உருவாக்கியது (1991: 46). நபிகளாரின் மனைவியருள் ஒருவரான ஆயிஷாவின் பின்வரும் கருத்து இதைப் புலப்படுத்துகிறது.

புஆத் போர் நபிகளின் மதீனா வருகைக்கு முன்னர் இறைவன் ஏற்படுத்தியதாகும். மதீனாவிற்கு இறைவனின் திருத்தூதர் வந்த போது கஸ்ரஜ், அவ்ஸ் ஆகிய இரு இனங்களும் போரிடும் இரு இனங்களாகும். அவர்களிடையே வாழ்ந்த தகுதி மிக்கவர்கள் பலர் போரில் கொல்லப்பட்டுவிட்டனர். இறைவன் நபிகளார் வருகைக்குச் சற்று முன்னர் இதை ஏற்படுத்தினான் (Diya al-Umari 1991: 46).

மக்காவில் போலவே மதீனாவிலும் சமாதானத்தை நிலைநாட்டக் கூடிய அரச இயந்திரமோ நிலையான பாதுகாப்பு ஏற்பாடோ இருக்கவில்லை. அவ்ஸ், கஸ்ரஜ் ஆகிய குலங்களுக்கிடையில் நடைபெற்றுவந்த போர்களினாலும், யூதர்களின் ஆதிக்கத்தாலும் யத்ரிப் சமாதானத்தை இழந்தது. விவசாயிகளுக்கும் நாடோடிகளுக்கும் இடையில் பிணக்குகளும் சச்சரவுகளும் அதிகரித்திருந்தன. குலங்களுக் கிடையில் நடைபெற்றுவரும் மோசமான போர்களை நிறுத்துவதற்கு நன்நோக்குள்ள பலர் முயன்ற போதும் அதில் அவர்கள் வெற்றி பெற முடியவில்லை. இதனால் அங்கு ஏற்பட்டிருந்த போர்ச் சூழல் மிக ஆபத்தான கட்டத்தை எட்டியது. குல ஐக்கியம் போரை வளர்த்தது. இரு குலங்களைச் சேர்ந்த யாரேனும் இருவர் சண்டையிட்டாலே போதும் அது முழு அளவிலான பொது யுத்தத்திற்கான தீயை மூட்டியது. இதன் பொருள் மதீனாவின் எல்லா இனத்தவரும் அழியும் அபாயத்தில் இருந்தனர் என்பதே (1971: 141).

உண்மையில் சமாதானத்தை வெளியிலிருந்து நிலைநாட்டக்கூடிய, தேவைப்பட்டால் பலாத்காரமாகச் சுமத்தக்கூடிய ஓர் அதி உயர் அதிகாரம் அல்லது அரசு ஒன்று தேவையாக இருந்தது. எவ்விதத் தீர்வும் காணமுடியாத நெருக்கடியில் மதீனப் பழங்குடியினர் சிக்குண்டிருந்தனர்.

இரகசிய சந்திப்புகள்

மதீனாவின் முதன்மைத் தெய்வம் மனாத் எனும் பெண் தெய்வமாகும். அத்தோடு வேறு வழிபாடுகளும் அங்கிருந்தன. எனினும் அல்லாஹ்வை முதல் நிலையாகக் கருதிய சிலரும், ஓரிறைவாதிகளான ஹனீப்கள்

சிலரும் மதீனாவில் வாழ்ந்தனர். நபிகளின் புதிய இயக்கம் பற்றிய செய்தியும் ஓரளவு அங்கு பரவியிருந்தது. 'நபிகளுக்கு ஏற்கெனவே மதீனாவில் தொடர்புகள் இருந்தன. நபிகளின் பாட்டனார் அப்துல் முத்தலிபின் தந்தை ஹாஷிம் மதீனாவைச் சேர்ந்த கஸ்ரஜ் பழங்குடியின் கிளைக்குலமான அதிய் இப்னு அல் நஜ்ஜார் குலத்தில் ஒரு பெண்ணை மணந்திருந்தார். இதன் மூலம் நபிகளார் மதீனாவில் இரத்தத் தொடர்பைப் பெற்றிருந்தார்' *(1973: 24)*. வர்த்தகத்திற்காக மதீனா சென்று திரும்பிய நபிகளின் தந்தை அப்துல்லாஹ், மரணித்து அடக்கம் செய்யப்பட்டது தந்தையின் பனூ நஜ்ஜார் குலத்தின் தாய்வழி மக்களுடனாகும். நபிகளின் தாயார் ஆமினா தமது கணவரின் அடக்கத் தலத்தைக் காண்பதற்காகவும் குழந்தை முஹம்மதுடன் தமது உறவினர்களைச் சந்திப்பதற்காகவும் மதீனாவிற்குச் சென்று அங்கு பல நாள்கள் தங்கியுள்ளார்.

புனிதத் தல தரிசனங்களுக்காக அடிக்கடி மக்காவிற்கு வந்து சென்ற மதீனாவாசிகள் சிலர் நபிகளைக் கண்டு உரையாடினர். இந்தக் காலப் பகுதியில் மதீனா பல போர்களைச் சந்தித்துப் போரால் களைப்புற்ற நகரமாக விளங்கியது. போர்களின் மூலம் மதீனாவில் தமது ஆதிக்கத்தைப் பலப்படுத்துவதற்கு யூதர்கள் சந்தர்ப்பங்களை எதிர் நோக்கியிருந்தனர். அத்தோடு அரபியக் குலங்களோடு மோதலில் ஈடுபடும் நேரமெல்லாம் அரபுக் குலங்களை அதிர்ச்சிக்குள்ளாக்கும் பின்வரும் செய்தியை அவர்கள் பரப்பினர். இப்போது ஓர் இறைத் தூதர் நம்மிடையே அனுப்பப்படுவார். அவர் வரும் நேரம் அண்மித்துவிட்டது. நாம் அந்த இறைத்தூதரைப் பின்பற்றுவோம். அவருடைய உதவியுடன் உங்களை (அரபியரை) நாம் அழித் தொழிப்போம் (Ibn Hisham, Cited in *1971: 143*)

யூதர்களின் எதிர்பார்ப்பை வெளிப்படுத்திய அவர்களின் இந்த முன்னறிவிப்பினால் அரபுக் குலங்கள் கலவரமடைந்தன. யூதர்களின் இந்த எதிர்பார்ப்பு நிறைவேறுமுன்னதாகவே அரபுக் குலத்தாரிடையே இறைவனின் திருத்தூதராகப் புதிய சமயத்தைப் போதித்துவரும் முஹம்மத் நபிகளாரின் ஆதரவைப் பெற சில மதீனாவாசிகள் முயன்றனர். கஸ்ரஜ் அங்கத்தவர் சிலர் இதில் தீவிரமாக ஈடுபட்டனர். சிலர் இஸ்லாத்தையும் ஏற்றனர்.

நபிகளையும் இஸ்லாத்தையும் பற்றிய செய்திகள் மதீனாவில் வேகமாகப் பரவின. நபிகளுக்கும் மதீனாவாசிகளுக்குமிடையில் பேச்சுவார்த்தைகளும் ஆரம்பமாகின. கி.பி.621, 622களில் நபிகளுடன்

இடம்பெற்ற சந்திப்புக்களும் இருதரப்பினருக்குமிடையில் ஏற்பட்ட அக்கபா உடன்படிக்கையும் வரலாற்று முக்கியத்துவம் மிக்கவை.

யத்ரிபின் மோசமான நிலையை யத்ரிப் குழுவினர் நபிகளுக்கு விளக்கினர். 'பகைமையினாலும் தீமைகளாலும் பிரிந்துவாழும் மக்கள் அவர்களைப் போல யாருமில்லை' என அவர்கள் நபிகளுக்கு யத்ரிபின் போர்ச் சூழலை வர்ணித்தனர். நபிகளார் மதீனாவிற்கு வந்து தலைமைத்துவத்தை ஏற்றுக்கொள்ள வேண்டும் என்றும் அவர்கள் வற்புறுத்தினர். உள்நாட்டுப் போர்களால் சின்னாபின்னமடையும் நிலையிலிருந்த மதீனாவை மறுசீரமைக்க நபிகளின் மதீன வருகை உதவும் என அவர்கள் நம்பினர். மக்காவின் குறைஷியரின் ஆபத்தான நடவடிக்கைகளிலிருந்து தமக்கும் இஸ்லாத்தை ஏற்றவர்களுக்கும் யத்ரிபில் பாதுகாப்புக் கிடைக்கும் என நபிகளும் கருதினர். இதனால் நபிகளார் யத்ரிபிற்கு இடம்பெயர்ந்து செல்ல முடிவு செய்தார்கள்.

இது சாதாரண முடிவன்று. வணிக நடவடிக்கைகள் காரணமாக ஏற்கனவே யத்ரிபிற்கும் மக்காக் குறைஷியருக்குமிடையில் பிணக்கு களிருந்தன. கடும் அர்ப்பணத்திற்குத் தயாராகாதவரை நபிகளை யத்ரிபிற்கு அழைப்பது பயனற்றதும் ஆபத்தானதுமாகும். நபிகளுக்கும் கஸ்ரஜ் குலக் குழுவினருக்குமிடையில் அல் அகபாவில் நடைபெற்ற உடன்படிக்கை பற்றி குறைஷியர் கலவரமடைந்திருந்தனர். முஹம்மதும் புதிதாக இஸ்லாத்தைத் தழுவியவர்களும் போர் தொடுப்பதற்கு அகபாவில் சதித் திட்டம் தீட்டுவதாகக் கருதி குறைஷியர் ஆத்திரமடைந்தனர். எனவே இது ஓர் ஆபத்தான அழைப்பாகும் என கஸ்ரஜ் குலத்தினர் நன்கறிந்திருந்தனர். நபிகளை யத்ரிபிற்கு அழைப்பது பற்றி நபிகளுக்கும் நபிகளைச் சேர்ந்த மக்காவாசிகளுக்கும் கஸ்ரஜ் குல அங்கத்தினருக்கும் இடையே நடைபெற்ற உடன்பாட்டின் போது இதன் பாதகமான விளைவுகள் பற்றிக் கலந்துரையாடப்பட்டது. நபிகளார் சார்பாக அங்கு வந்திருந்த நபிகளின் சிறிய தந்தை அப்பாஸ் பின் உபாதா இந்தப் பிரச்சினையின் தாக்கத்தைப் பின்வருமாறு கஸ்ரஜ் பிரதிநிதி களிடம் எடுத்துக் கூறினார்.

> கஸ்ரஜ் குலத்தவர்களே, இந்த மனிதருடன் (முஹம்மத்) நீங்கள் செய்ய இருக்கும் ஒப்பந்தத்தின் முக்கியத்துவத்தை அறிவீர்களா? எல்லாவகைத் தாக்குதல்களையும் எதிர்ப்பதற்கு நீங்கள் வாக்களிக்கின்றீர்கள். எங்களிடையே அவர் பெற்றிருக்கும்

> கண்ணியம் உங்களுக்குத் தெரியும். இதுவரை நாங்கள் அவரை அவருடைய எதிரிகளிடமிருந்து பாதுகாத்துள்ளோம். இப்போது நீங்கள் உங்களுடன் உங்கள் நகரத்திற்கு அழைத்துச் செல்ல இருக்கின்றீர்கள். நீங்கள் அவரை அழைத்துச் செல்வதால் ஏற்படும் பெரும் பொறுப்புகளையும் எதிர்ப்புக்களையும் உங்களால் சுமக்க முடியுமா? அப்படி நீங்கள் நம்பினால் அழைத்துச் செல்லுங்கள். அவ்வாறு அவருக்குப் பாதுகாப்பளிக்க முடியாதென கருதினால் அவரை அழைத்துச் செல்வதைக் கைவிடுங்கள் (Ibn Hisham, இடம்பெற்றிருப்பது A.H. Siddiqui, 1985).

அங்கிருந்த யத்ரிப் பிரதிநிதிகளில் ஒருவர் பின்வருமாறு கூறினார்:

> அல்லாஹ்வின் தூதராக நாம் நபியை ஏற்றுக்கொண்டதன் மூலம் முழு அரபியாவின் விரோதத்திற்கும் அழைப்பு விடுக்கிறோம். நபிகளார் யத்ரிபிற்கு வந்தால் நாம் தாக்கப்படுவோம்.

இத்தகைய கருத்துவேறுபாடுகள் தோன்றியபோதும் எந்த நிபந்தனைகளுக்கும், எவ்வித இழப்பிற்கும் தங்கள் குலம் தயார் என்பதை கஸ்ரஜ் குலப் பிரதிநிதிகள் தமது உறுதியான வாக்குறுதிகள் மூலம் வெளிப்படுத்தினர். மதீனாவிற்கு நபிகளார் இடம்பெயர்வது இதன் மூலம் உறுதியானது.

செப்டம்பர் 24 (ரபிஉல் அவ்வல் 12), 622 அன்று யத்ரிப் செல்லும் வழியில் இருந்த கூபா பள்ளிவாசலில் நபிகளார் தொழுகைக்காகத் தமது பயணத்தை நிறுத்தினார். அன்று வெள்ளிக்கிழமை. தொழுகையையும் ஜும்ஆ உரையையும் நிறைவு செய்த பிறகு நபிகளார் தமது பயணத்தைத் தொடர்ந்தார்.

யத்ரிபைச் சென்றடைந்த போது நபிகளாரின் தாய்வழி உறவினர்களான புகழ்பெற்ற பனூ நஜ்ஜார் குலத்தினர் வாழ்த்துகள் கூறி நபிகளாரை வரவேற்றனர். மகிழ்ச்சியும் மக்கள் ஆரவாரமும் யத்ரிபை ஆட்கொண்டிருந்தன.

> வதா பள்ளத்தாக்கிலிருந்து—அதோ
> முழுநிலவின் ஒளிக்கீற்று எம்மீது
> கடமை தவறா உணர்வுடன்
> இறைவனுக்கு நன்றி கூறுகிறோம்
> உங்கள் வரவால் கண்ணியம் பெற்றது மதீனா

என்ற பனு நஜ்ஜார் பெண்களின் வரவேற்புப் பாடலோடு நபிகளார் மதீனாவுக்குள் நுழைந்தார்.

மதீனாவில் நபிகளார்

மதீனாவிற்கு நபிகளாரின் வருகை இஸ்லாத்தைப் பொறுத்தவரையும் மதீனாவின் எதிர்காலத்தைப் பொறுத்தவரையும் முக்கிய மாற்றங்களை ஏற்படுத்துவதாக அமைந்தது. போரால் களைத்துப்போயிருந்த மதீனாவிற்கு அப்போது தேவையாக இருந்தது சமாதானத்திற்கான வழிமுறைகள். இதனை நபிகளார் நன்குணர்ந்திருந்தார். கஸ்ரஜ், அவ்ஸ் குலங்களிடையில் ஐக்கியத்தை ஏற்படுத்தவும் முழு மதீனாவிலும் போர் பீதியை இல்லாதொழிப்பதற்கும் முக்கியமாக யூதர்களுக்கும் அரபு-முஸ்லிம்களுக்கும் இடையே பிணக்குகளைத் தீர்த்து வைப்பதற்கும் நபிகளார் முயன்றார். இதற்காக ஒரு சமாதான ஒப்பந்தத்தை உருவாக்கினார். முஸ்லிம்களின் பாதுகாப்பை உறுதி செய்வதும் அதேவேளை முஸ்லிம்களுக்கும் முஸ்லிம் அல்லாதவர்களுக்கும் இடையிலான உறவைக் கட்டியெழுப்புவதும் நபிகளின் முக்கிய நோக்கமாக இருந்தது.

நபிகளார் மதீனாவில் முதலில் உருவாக்கிய சமய சகோதரத்துவ முயற்சி மக்காவிலிருந்து மதீனாவில் குடியேறிவரும் முஹாஜிரீன்களுக்கும் மதீனா முஸ்லிம்களான அன்சாரிகளுக்குமிடையில் புரிந்துணர்வை ஏற்படுத்தின. மக்காவிலிருந்து அகதிகளாக வந்தவர்களின் நலன்களில் மதீனா முஸ்லிம்கள் பூரணமாகப் பங்கு கொள்வதையும் மக்கத்து அகதி முஸ்லிம்கள் மதீனா முஸ்லிம்களோடு நட்புறவுடன் நடந்துகொள்வதையும் நபிகளின் முயற்சி உறுதிப்படுத்தியது. முஹாஜிரீன்கள் பல்வேறு பொருளாதார சமூக சுகாதாரப் பிரச்சினைகளை எதிர்நோக்கினர். அவர்கள் தமது சொத்துக்களையும் குடும்பத்தையும் பிரிந்து வந்தவர்கள். அவர்கள் வர்த்தகத்தையே தொழிலாக அறிந்தவர்கள். மதீனாவின் விவசாயத் தொழில் அவர்கள் அறியாததாகும். வர்த்தகத்தை ஆரம்பிக்க அவர்களிடம் முதலும் இருக்கவில்லை.

மதீனா ஒப்பந்தங்கள்

ஆவணம்

நபிகளார் மதீனாவில் உருவாக்கிய ஒப்பந்தம், ஒப்பந்தம் என்பதற்கும் மேலானதாகும். மதீனாவின் பல்வேறு மக்கள் குழுவினரை நபிகளார் இதன் மூலம் ஒன்றுபடுத்தினார். இந்த ஒப்பந்தத்தின் பழைய மூலாதாரங்களின்படி இது 'அல்கிதாப்' (நூல்) என்றும் 'அல்சஹீஃபா' (கடதாசித்தாள்) என்றும் கூறப்படுகிறது. நவீன ஆய்வுகள்

'அல் தஸ்தூர்' (அரசியல் யாப்பு) அல்லது 'வத்தீக்கா' (ஆவணம்) என்றும் கூறுகின்றன (பார்க்க: Akram Diya al Umar, 1991: 99).

சமயம், இனம், வர்க்கம், நிலையாக வாழ்வோர், அகதிகள் என்று பல அடிப்படையான வேறுபாடுகளைக் கொண்ட மக்கள் குழுவினரை இந்த ஒப்பந்தத்தின் மூலம் நபிகளார் ஒன்றுபடுத்தினார். எனினும் இந்த ஒப்பந்தம் பற்றி முஸ்லிம் உலகிலோ மேற்கத்திய உலகிலோ போதிய அளவு கருத்துப் பரிமாறல்களோ ஆய்வுகளோ நடை பெறவில்லை. மதீனா ஒப்பந்தத்தின் வடிவத்தையும், கட்டமைப்பையும், சொற்பொருளியல் மரபுகளையும் விரிவாக ஆராய்ந்துள்ள ஆர்.பி. சார்ஜன்ட் இது பற்றிய கருத்தைப் பின்வருமாறு கூறுகிறார்:

> வரலாற்றாசிரியர்கள் அவர்கள் முஸ்லிம்களாயிருந்தாலும் மேற்கத்திய கீழைத்தேயவியலாளர்களாயிருந்தாலும் மதீனா அரசியல் யாப்புப் பற்றி (Constitution of Madina) மிகவும் குறைந்த அளவு கவனமே செலுத்தியுள்ளனர். இது உண்மை யிலேயே வியப்புக்குரியதாகும். இஸ்லாத்தின் ஆரம்பத் தோற்றத்தைப் பொறுத்தவரை, வரலாற்றுக் கண்ணோக்கில் இந்த உடன்படிக்கை அதிக ஆவலைத் தரத்தக்கதும் முக்கியத்துவம் மிக்கதும் ஆகும். மேலும் ஐயத்திற்கிடமற்ற வகையில் உண்மையான யாப்புமாகும் (R. B. Serjeant, 1981: V. 2).

பொதுவாக இந்த ஒப்பந்ததை ஒரு தனி ஆவணமாக வரலாற்றா சிரியர் பலர் காட்டியுள்ளனர். இப்னு இஷாக்கின் 'சீறா'வில் இது ஒரு தனி ஆவணமாகவே காட்டப்பட்டுள்ளது. எனினும் இது ஒன்றுக்கு மேற்பட்ட பாகங்களைக் கொண்டு உருவான ஆவணமாக ஆய்வாளர் கருதுகின்றனர். 'இவை ஒரு தனி ஆவணமாகக் காட்டப் பட்டிருந்தாலும் அவை வெவ்வேறு ஆவணங்கள் என்பது எனது கருத்து' என்று ஆர்.பி. சார்ஜன்ட் கூறுகிறார்.

இந்த ஒப்பந்தத்தை விரிவாக நோக்கியுள்ள அக்ரம்தியா அல்-உமரி இந்த ஒப்பந்த ஆவணத்தில் இரு பாகங்கள் சேர்ந்துள்ளதாகக் கூறுகிறார். பெரும்பாலும் மூலத்தில் இந்த ஆவணம் இரு பாகங்களாகவே இருந்திருக்க வேண்டும். வரலாற்றாசிரியர் இதனை ஒன்றாக இணைத்துள்ளனர். அதில் ஒருபாகம் இறைத்தூதர் யூதர்களுடன் செய்துகொண்ட ஒப்பந்தம் அடுத்தது முஹாஜிரூன் (மக்காவாசிகள்) அன்ஸார்களாகிய மதீனா முஸ்லிம்களின் உரிமைகள் கடமைகளை விளக்கும் பாகம் என்பது அல்உமரியின் கருத்து (Akram Diya Al Umary, 1991: 102, Vol.I).

இவை எழுதப்பட்ட காலம்பற்றி சிறு கருத்துவேறுபாடு காணப் படுகிறது. எனினும் இவற்றின் காலத்தை ஆய்வு செய்துள்ள அல்உமரி 'யூதர்களுடனான உடன்படிக்கை பெரும்பாலும் பத்ருப் போருக்குப் பிறகு எழுதப்பட்டது' எனக் குறிப்பிடுகிறார் *(1991: 102* Vol. I*)*.

ஐக்கியச் சமூகம் (உம்மா)

அவ்ஸ், கஸ்ரஜ் கோத்திரத்தாரையும் யூதப் பழங்குடிகளையும் முஹாஜிரின் அன்ஸார்கள் என்ற பல்வேறு தரப்பினரையும் இணைத்து நபிகளார் ஒரு 'நேசக் கூட்டமைப்பை' (Confederation) உருவாக்கினார். நூற்றாண்டுகளாக சந்தேகத்தோடு வேறுபட்டு வாழ்ந்தவர்களையும் தொடர்ச்சியான போரில் ஈடுபட்டவர்களையும் சொந்த இடங்களிலிருந்து வெளியேறிய அகதிகளையும் இந்தக் கூட்டமைப்பு ஒன்றுபடுத்தியது. 'இதனால் நபிகளார் 'ஐக்கியப் படுத்துபவர்' (Mujammi) ஆனார்கள். மூதாதையரான குஸை என்பவரும் சிதறிக் கிடந்த குறைஷிகளையும் இவ்வாறுதான் ஐக்கியப்படுத்தினார்' (R.B. Serjeant, 1981: VI -4).

மதீனாவில் உருவான உடன்படிக்கை ஐக்கியப்படுத்தல், ஒன்றிணைத்தல் என்ற நோக்கத்தை அடிப்படையாகக் கொண்டு இருந்தது. உண்மையில் நபிகளார் உருவாக்கிய புதிய நேசக் கூட்டமைப்பு ஐக்கிய சமுதாய வடிவத்தை உள்ளடக்கியிருந்தமை மற்றொரு முக்கிய அம்சம்.

'அடிப்படையில் உம்மா என்பது அரசியல் நேசக்கூட்டமைப்பாகும்' *(1981:* Vi 4*)*. இஸ்லாமிய சமுதாயத்தில் உம்மாவின் அல்லது இறையாட்சி நேசக்கூட்டமைப்பின் தொடக்கத்தை இது தெளிவாகப் பிரதிபலித்தது. உம்மா என்ற கருத்தைக் குறிப்பிடுகின்ற மதீனா உடன்படிக்கையின் 'அ' பகுதி குர்ஆனால் பெரும்பாலும், சுட்டப் படுவதை 21: 92 வசனத்திலிருந்து அடையாளப்படுத்தலாம் என சார்ஜன்ட் கருதுகிறார். அது பின்வருமாறு:

> (விசுவாசிகளே) நீங்கள் யாவரும் (ஒரே மார்க்கத்தைப் பின்பற்றக்கூடிய ஒரே (உம்மத்-சகோதரத்துவ) சமுதாயத்தைச் சேர்ந்தவர்கள்தாம். (இதில் எத்தகைய வேற்றுமையும் கிடையாது) உங்கள் யாவருக்கும் இறைவன் நான் ஒருவனே' (21: 92).

இது ஆ. கா. அப்துல் ஹமீத் பாகவியின் மொழிபெயர்ப்பு. இதே வசனத்தை 'தமக்கிடையில் உள்ள வேறுபாடுகளை அகற்றி ஒரு ஐக்கியச் சமூகமாக' என அபுல் அஃலா மௌதூதியும் 'சகோதரத்துவத்தை

உடையவர்களாக' என யூசுப் அலீயும், 'உம்மா' என ஆர்.பி. சார்ஜன்ட்டும் பெயர்த்துள்ளனர். ஓர் இறைவனின் கீழ் ஒன்றுபடும் ஐக்கிய சகோதரத்துவக் கூட்டமைப்பே 'உம்மா' என அமைதி காணலாம்.

அடிப்படையில் சமயரீதியற்ற நடைமுறைக்குரிய உடன்பாட்டின் மூலமே நபிகளார் இந்த உம்மாவை உருவாக்கினார்கள் என்ற கருத்துக்கு இந்த உடன்படிக்கையில் அழுத்தம் தரப்பட்டுள்ளது. ஆனால் அதனை ஓர் இறையாட்சியாகவும் கொள்ளலாம். ஏனெனில் அல்லாஹ்வும் அவனுடைய இறைத்தூதர் முஹம்மதும் தான் மத்தியஸ்தத்தின் மூலாதாரம் என்று உடன்படிக்கையில் ஏற்கப் பட்டுள்ளதை அதற்கான அடையாளமாகச் சுட்டிக் காட்டப்படுகிறது.

உடன்படிக்கையின் முதன்மையான தொனிப்பொருள் முஸ்லிம்கள் மற்றும் பல்வேறு யத்ரிப் வாசிகள் அனைவரையும் கொண்ட ஒரு ஐக்கிய சமுதாயத்தை-உம்மாவை உருவாக்குவது பற்றிய சிந்தனையாகும்.

உம்மா என்ற சொல் அல்லது எண்ணக்கரு புதியதல்ல (சார்ஜன்ட்). 'தென் அரபியாவில் இப்போதும் வழங்கும் லும்மியா என்ற சொல் பழங்குடியின் நேசக்கூட்டுறவைக் ((Tribal Confederation) குறிக்கிறது. சொற்பொருள் ரீதியில் இந்தச் சொல் 'உம்மா' என்ற சொல்லுடன் தொடர்புடையதாகும்' (1981: 111.48). மேலும் தொன்மை அரபிய சமுதாய மரபில் உம்மா (சமுதாயம்) என்ற சொல் பயன்படுத்தப் பட்டதையும் சார்ஜன்ட் உதாரணமாகத் தருகிறார். ஏற்கனவே நபிகளின் உம்மாவுக்கு முன்னர் நபிமார்கள் தோன்றிய பல உம்மாக்கள் இருந்தன என்று குர்ஆனும் (27: 85) கூறுகிறது. சில வேறுபாடுகளைக் காட்ட முடிந்தாலும் தீன், சமய விதிகள் என்ற நிலையிலும், சமயத்தை மையக்கருவாகக் கொண்ட நேசக் கூட்டுறவு என்ற கருத்திலும் நோக்குவதாயின் உம்மா என்ற வடிவம் முன்னரே நடைமுறையி லிருந்ததாகும் (பார்க்க. 1981: 111.49).

இந்த உடன்படிக்கையின் ஷரத்துக்களில் இருந்த மற்றொரு முக்கிய அம்சம் ஒரு ஹரத்தையும் (புனிதத் தலம்) அது பிரகடனப் படுத்தியதாகும். 'யத்ரிபின் மத்திய பாகம் (அல்லது ஜவ்ஃப்) இந்த உடன்படிக்கையில் தொடர்புடைய அனைவருக்கும் புனிதத்தலம் (ஹரம்) ஆகும்' என்பதை உடன்படிக்கை வெளியிட்டதோடு, மதீனாவில் ஹரத்துக்குரிய எல்லைகளும் தீர்மானிக்கப்பட்டன (1981: 111.50). உடன்படிக்கையின் பங்குதாரர்களுக்கிடையில் ஏதேனும் பிணக்குகள் ஏற்பட்டால் அவர்கள் அல்லாஹ்விடமும்

அவனின் தூதர் முஹம்மதிடமுமே முறையிட வேண்டும் என்ற ஷரத்து உடன்படிக்கையின் மற்றொரு முக்கிய அம்சமாகும்.

இந்த ஒப்பந்தத்தின் ஊடாக நபிகளார் யூதர்கள்பால் தமது சமாதான விருப்பங்களை மிகுந்த அர்ப்பணிப்புடன் முன்வைத்தார். சக்திமிக்க இஸ்லாமிய சமூக அமைப்பு மதீனாவில் வளர்வதைத் தம்மால் நன்கு உணரக்கூடியதாக இருந்தபோதும் முஸ்லிம் அல்லாதவர்களின் உரிமைகளில் நபிகளார் மிகுந்த தாராளத் தன்மையுடன் நடந்து கொண்டார்கள். 'யூதர்கள் தமது சமயத்தைக் கடைப்பிடித்தொழுகவும் சொத்துக்களைப் பெற்றிருக்கவும் அனுமதிக்கப்பட்டனர்.' இதற்கும் மேலாக 'யூதர்களின் உரிமைகளைப் பாதுகாப்பது முஸ்லிம்களின் கடமை' என்பதையும் ஒப்பந்தம் வலியுறுத்தியது.

நபிகளார் உருவாக்கிய புகழ்பெற்ற ஒப்பந்தத்திலிருந்து அல்லது ஆவணத்திலிருந்து தொகுக்கப்பட்ட சில பகுதிகள் வருமாறு:

1. எல்லா மக்களும் ஒரே சமூகத்தவராவர் (உம்மா).
2. நம்பிக்கையற்றோருக்காக வேண்டி ஒரு நம்பிக்கையாளர் மற்றொரு நம்பிக்கையாளரைக் கொலை செய்யக் கூடாது. ஒரு நம்பிக்கையாளருக்கு எதிராக ஒரு நம்பிக்கையற்றவருக்கு உதவுவது கூடாது.
3. எம்மைச் சார்ந்துள்ள யூதர்கள் உதவிக்கும் சமத்துவத்துக்கும் உரியவர்கள். அவர்களுக்கு அநீதியிழைக்கக்கூடாது. அவர்களின் எதிரிகளுக்கு உதவி செய்வது கூடாது.
4. நம்பிக்கை கொண்டோரின் சமாதானம் பிரிக்க முடியாத சமாதானம். நிபந்தனைகள் நீதியானதாகவும் எல்லோருக்கும் பொதுவானதாகவும் இருக்க வேண்டும்.
5. யூதருக்கு அநீதியிழைக்கக்கூடாது. அவ்வாறு இழைக்கப் பட்டால் அதைத் தடுக்க முஸ்லிம்களும், முஸ்லிம்களுக்கு அநீதி இழைக்கப்பட்டால் நீதி பெற்றுத்தர யூதர்களும் முன்வர வேண்டும்.
6. இந்த ஒப்பந்தத்திற்கு உட்பட்ட மக்களுக்கு யத்ரிப் ஒரு புனிதத் தலமாகும் (ஹரம்).
7. யத்ரிபை எதிரிகள் தாக்கினால் ஒப்பந்தக்காரர்கள் யாவரும் எதிரிகளின் தாக்குதலை முறியடிக்க உதவுவது கடமையாகும்.

8. பனூ அல்நஜ்ஜார், பனூ அல்ஹாரித், பனூ அல்ஸாயிதா, பனூ ஜஸ்ஹாம், பனூ அவ்ஸ் போன்ற எந்தக் குலத்தைச் சேர்ந்த யூதராயினும் அவர்கள் நம்பிக்கையாளருடனான ஒரு சமூகத்தைச் சேர்ந்தவராவர் (யூதருக்கு யூத சமயம்; முஸ்லிம் களுக்கு இஸ்லாம் சமயம்).

9. பலதெய்வவாதிகளோடு யுத்தமேற்பட்டால் அனைவரும் சேர்ந்து போரிட வேண்டும்.

10. குறைஷியருக்கும் அவர்களின் உதவியாளருக்கும் பாதுகாப்பு அளிக்கக்கூடாது.

11. நேர்மை ஒன்றே பாவத்திற்கு எதிரான பாதுகாப்பாகும். ஒவ்வொரு தனிமனிதரும் அவரவர் செயல்களுக்கு அவரவரே பொறுப்பாளிகளாவர்.

12. அநீதி செய்வோரையும் பாவம் புரிவோரையும் இந்த ஒப்பந்தம் பாதுகாக்காது.

13. நேர்மையின் பாதுகாவலன் இறைவனாவான். முஹம்மத் அவனது திருத்தூதராவார்.

14. கருத்துவறுபாடுகள், முரண்பாடுகள் எழுமாயின் அந்தப் பிரச்சினைகள் இறைத்தூதர் முஹம்மதிடமும் இறைவனிடமும் தொடர்புபடுத்தப்பட வேண்டும்.

ஒப்பந்தத்தின் செயற்பாடுகள்

குலங்களுக்கிடையிலும் சமயப் பிரிவுகளுக்கிடையிலும் நல்லிணக்கத்தை ஏற்படுத்த வேண்டும் என்ற குறிக்கோள் மிகவும் உயர்ந்த நிலையில் இந்த ஒப்பந்ததில் பேணப்பட்டிருந்தது. அதிகாரத்தை வென்றெடுக்கும் தகுதியிலிருந்து நபிகளார் ஒப்பந்தப் பங்காளிகளான யூதரையும் ஏனைய யத்ரிப் குழுவினரையும் கௌரவமாக மதித்தார்.

இஸ்லாமியச் சட்டங்களை யூதர்கள் ஏற்க வேண்டும் என்று ஒப்பந்தம் அவர்கள் மீது எந்த நிபந்தனைகளையும் விதிக்கவில்லை. ஒப்பந்தப் பத்திரத்தில் நபிகள் இறைவனின் திருத்தூதர் என்று குறிப்பிடப்பட்டிருந்தபோதும் யூதர்கள் இதனை ஏற்றுக்கொள்ள வேண்டும் என்ற கட்டாயம் இருக்கவில்லை.

ஒப்பந்தம் முஸ்லிம்களையும் முஸ்லிம் அல்லாதவர்களையும் சமமாகக் கருதியது. யூதர்களுக்கும் ஏனைய பலதெய்வ வழி

பாட்டாளர்களுக்கும் வழிபாட்டுச் சுதந்திரம் வழங்கப்பட்டது. சட்டத்தையும் ஒழுங்கையும் நிலைநாட்டும் விடயங்களில் பழங் குடிகளின் பழைய மரபுகளுக்கும் இடமளிக்கப்பட்டது. உண்மையில் மதீனாவில் வாழ்ந்த பழங்குடிகளையும் பழங்குடி அல்லாத எல்லா சமூக அலகுகளையும் ஒன்றுபடுத்தும் ஒரு நேசக் கூட்டமைப்பை (Confederation) இதன் மூலம் நபிகளார் உருவாக்கினார் (1980: 27). 'முஸ்லிம்களுக்கும் முஸ்லிம் அல்லாதாருக்கும் இடையில் நடைபெற்ற இந்த முதல் உடன்படிக்கையை இஸ்லாமிய அரசில் முஸ்லிம் அல்லாதவரின் உரிமைகளைப் பற்றிய கருத்துகளைத் தெளிவாகக் கூறும் ஆவணமாகக் கொள்ள வேண்டுமெனப் பேராசிரியர் அப்துல் ஹமீது சித்தீக்கி எழுதுகிறார்' (1985: 147).

மதீனா சமூகத்தின் ஐக்கியமே இந்த ஒப்பந்தங்களின் முதன்மைக் குறிக்கோளாகும். சமாதானம் இந்த ஒப்பந்தங்களின் மையக் கருவாக இருந்ததென்பது ஐயத்திற்கிடமற்றது. ஆயினும் இந்த ஒப்பந்தத்தின் எல்லைகள் சமாதான இலக்குகளையும் கடந்து நின்றன. ஏனெனில் நபிகளின் தூதுத்துவத்தின் இலட்சியங்களை இந்த ஒப்பந்தங்கள் பிரதிபலித்தன. இதற்கும் மேலாக ஓர் அரசின் தோற்றத்தை இந்த ஆவணம் வெளிப்படுத்தியது. பேராசிரியர் நிக்கல்சன் இது அரசியல் மேதைமையோடு எழுதப்பட்ட ஒப்பந்தம் என்றும், ஒரு புரட்சி என்றும் வர்ணித்துள்ளார்:

இந்த உடன்படிக்கையை நோக்குவோர் இதை எழுதியவரின் அரசியல் மேதைத் தன்மையை அவதானத்தில் கொள்ளாதிருக்க முடியாது. அது மிக்க எச்சரிக்கையும் செயல்நுணுக்கமும் கொண்ட சீர்திருத்தம் என்பது வெளிப்படை (1969: 173).

பழங்குடிகளின் அமைப்பிலும் அவற்றின் சுதந்திரத்திலும் ஒப்பந்தம் தலையிடவில்லை. ஒப்பந்தம் பழங்குடியினரின் பழைய மரபுகளை அங்கீகரித்தது உண்மையே. ஆயினும் யதார்த்தத்தில் அது பழங்குடி அமைப்பைத் தகர்த்துவிட்டது. பழங்குடியின் அதிகாரத்தைப் புதிய ஐக்கியச் சமூகத்திற்கு (உம்மாவிற்கு) மாற்றும் செயல்முறையை இந்த ஒப்பந்தம் மிகவும் நுணுக்கமாக நிறைவேற்றியது. இந்த உடன்படிக்கை பல்வேறு பகுதியாரை ஐக்கியப்படுத்திய அதேவேளை ஒரு மத்திய அமைப்பிற்குக் கட்டுப்படவேண்டிய தேவையை மறைமுகமாகவோ நேராகவோ உருவாக்கி இருந்தது.

பழங்குடி அமைப்பை முஹம்மத் நபிகளார் வெளிப்படையாகத் தாக்கவில்லை. ஆனால் அதனைத் தகர்த்தார். மத்திய அதிகாரத்தை

அவர் பழங்குடியிலிருந்து சமூகத்திற்கு மாற்றினார் (1969: 173). பண்டைப் பழங்குடிக்குள்ளிருந்து ஒரு புதிய (அரசியல்) சமூகம் வெளிப்பட்டதை ஒப்பந்த நிபந்தனைகள் மறைமுகமாக உணர்த்தின என்பதே இந்தக் கருத்துகளின் மொத்தப் பொருள்.

யத்ரிப் நகரை மையமாகக்கொண்ட ஓரே சமூகத்தவர் என்ற உணர்வை இந்த ஒப்பந்தமே உருவாக்கியது. ஒவ்வொரு பிரிவினரின் முரண்பாட்டுக்கான பிரச்சினைகளை நுணுக்கமாகவும் சமாதான நாட்டத்துடனும் இந்த ஒப்பந்தம் அணுகியதால் பங்கு கொண்ட ஒவ்வொரு தரப்பினரும் தமக்கு இதில் பயன் இருப்பதாக உணர்ந்தனர்.

யூதர்கள் இந்த ஒப்பந்தத்தை அரசியல் காரணத்திற்காக ஏற்றனர். மேலும் உள்நாட்டுப் போருக்கு இது ஒரு தீர்வை ஏற்படுத்தும் என்றும் அவர்கள் நம்பினர். அவ்ஸ், கஸ்ரஜ் என்ற இரு போரிடும் அரபுக் குலங்களும் பிணக்குகளை மறந்து ஒன்றிணைய உடன்படிக்கை ஒரு பாலமாகியது. அடிப்படையில் அரபு மக்களுக்கு தனித்தியங்கும் தகுதியையும் சுய நம்பிக்கையையும் ஒற்றுமை உணர்வையும் ஒப்பந்தம் ஏற்படுத்தியது. யூதரோடு கூட்டுச் சேர்ந்து தமது சகோதர அரபுக் குலத்தைப் போரில் சந்திக்கும் தேவையை ஒப்பந்தம் ஒரு முடிவுக்குக் கொண்டுவந்ததையிட்டு அரபுக் குலங்கள் திருப்தி அடைந்தன.

ஒப்பந்தமும் அரசும்

மதீனா மக்களிடையே தாம் ஒரு நாட்டினம் (Nation) என்ற உணர்வை ஏற்படுத்த ஒப்பந்தம் முக்கிய பங்கை வகித்தது. அதேவேளை நபிகளின் எதிர்கால சமூக அரசியல் திட்டங்களுக்கு அது ஓர் அடிப்படையாகவும் அமைந்தது.

நபிகளின் அதிகாரம் வளர்ந்து செல்வதற்குரிய அத்தனை அறிகுறிகளும் உடன்படிக்கையிலிருந்தன என்பது கருத்தில்கொள்ளக் கூடியதாகும். சமூக, சமய, அரசியல் அடிப்படையிலான தகுதியை இந்த உடன்படிக்கை நபிகளுக்கும் வழங்கியது என்பது பேராசிரியர் வொட் அவர்களின் அவதானிப்பாகும். கருத்துமுரண்பாடுகள் ஏற்படும்போது நபிகளின் தீர்மானமே இறுதியானது என்று உடன்படிக்கையிலிருந்த நிபந்தனை கேள்விக்கிடமற்ற முறையில் நபிகளின் அந்தஸ்தை உயர்த்தியிருந்ததாகக் கருதலாம்.

மேலும் இந்த உடன்படிக்கை அரசின் தோற்றத்தைக் குறிப்பதாகவும் அமைந்தது. எனினும் மதீனாவில் வேரூன்றியிருந்த பழங்குடி அமைப்பின் ஆதிக்கம் முற்றாக அதன் செயல்பாட்டை இழந்துவிடவில்லை. அவற்றின் சுதந்திர இயக்கத்திற்கு உடன்படிக்கையில் அனுமதி அளிக்கப்பட்டிருந்தது. எவ்வாறெனினும் அரசின் தோற்றத்துக்குத் தேவையான முன்நிபந்தனைகளைப் பூர்த்தி செய்வதில் ஒப்பந்தம் நுட்பமான செயல்பாட்டைக் கொண்டிருந்தது.

மக்காவின் பொருளாதாரமும் மதீனாவின் பொருளாதாரமும் வேறுபட்டவை. வர்த்தகத்தையும் வர்த்தக மேலாண்மைச் சமூக அமைப்பையும் கொண்டது மக்கா. அங்குத் தனியுடைமை வளர்ச்சி பெற்றிருந்தது. மதீனா இன்னும் பழங்குடிப் பொருளாதார உற்பத்தியிலேயே தங்கியிருந்தது. பேரீச்சை இங்கு காணப்பட்ட முதன்மையான விவசாய உற்பத்தியாகும். நிலம் கூட்டுமுறையில் பழங் குடிக்கே சொந்தமானதாக இருந்தது. மக்காவில் போல மதீனாவில் செல்வந்த வணிக வகுப்போ, செல்வந்த வகுப்போ இன்னும் வளர்ச்சி அடைந்திருக்கவில்லை. தனியுடைமை அமைப்பை இன்னும் பெறாத நிலையிலேயே மதீனா சமூகம் இருந்தது. 'எனவே சொத்துடைமையாளர் என்ற கேள்வி இன்னும் அங்கு எழாத ஒன்றாகும்' (1980: 26).

மதீனாவில் காணப்பட்ட இந்தச் சமூக அமைப்பு அரசு தோன்றுவதற்குச் சாதகமான சூழ்நிலை அல்லவாயினும் தொடர்ச்சியாய் நடைபெற்றுவந்த போரும் போரைத் தூண்டிய நிலப்பயன்பாடு முதலிய காரணிகளும் நபிகளின் தலைமைத்துவத்தின் கீழ் முன்னர் இருந்திராத ஓர் அமைப்பிற்கு மதீனாவை இட்டுச் சென்றிருந்தது. இதனாலேயே சமாதானத்துக்கான உடன்படிக்கையை அரசின் தோற்றத்திற்கு அடித்தளமிட்ட உடன்படிக்கை என வர்ணிக்க நேர்கிறது. அதாவது சமாதானத்தைப் பலவந்தமாகவேனும் சுமத்தும் ஓர் அதிஉயர் அதிகாரத்தையோ அரசையோ உருவாக்காதவரை இந்தச் சமூகத்திற்கு வேறு பொருத்தமான தீர்வில்லை என்னும் கருத்து யாதார்த்தமாகி வந்ததையே ஒப்பந்தங்களும் உணர்த்துகின்றன.

மதீனா உடன்படிக்கை அரசு என்ற பொருளில் நோக்கக்கூடிய ஆவணமும் செயல்திட்டமுமாகும். ஒரே சமூகத்தவர் (உம்மா) என்ற கட்டுக்கோப்பை உருவாக்கியதில் மதீனா ஒப்பந்தத்தின் பங்கு முக்கியமானதாகும். அரசின் தலைவர் நபிகளே என்பதை உடன்படிக்கை உடனடியாகக் கோரவில்லையாயினும் மதீனா

மக்கள் தமது சமாதான நடுவராக நபிகளை ஏற்றுக்கொள்ள ஒப்பந்தம் வழிசெய்தது.மேலும் உடன்படிக்கை இஸ்லாத்தையும் அங்கீகரித்தது.

கருத்தியலும் அரசியலும்

சமூக ஒப்பந்தம்

நபிகளுக்கு முந்திய அரபிய சமூக அமைப்பிலிருந்து மதீனா ஒப்பந்தங்கள் வரையிலான வரலாறு தோமஸ் ஹொப்ஸின் சமூக ஒப்பந்தக் கோட்பாட்டைப் பெருமளவில் நினைவுபடுத்துவன. ஹொப்ஸ் குறிப்பிடும் இயற்கை நிலைக்குச் சமமான நிகழ்வுகள் பலவற்றை அரபிய வரலாற்றுப் பதிவுகள் கொண்டுள்ளன.

மனிதன் ஒருகாலத்தில் சமூகம் அல்லது அரசாங்கம் இல்லாது இயற்கை நிலையில் (Natural State) வாழ்ந்தான். இந்த இயற்கை நிலையைத் தொடரமுடியாது என்று அவன் கருதியபோது ஒரு குறிப்பிட்ட காலகட்டத்தில் இயற்கை நிலையில் வாழ்ந்த மக்கள் ஒன்றிணைந்து சமூக அரசியல் நிறுவனங்களைக் கட்டி எழுப்ப முன் வந்தனர். இது சமூக ஒப்பந்தக் கோட்பாடு (Social Contract or Social Covenent) எனக் கூறப்படுகிறது. மனிதனுக்கு அரசு ஏன் தேவையாக இருந்தது என்ற கேள்விக்கு இதன்மூலம் ஹொப்ஸ் விடைகாண முற்பட்டார். குடும்ப உறவிலிருந்து படிமுறையாக அரசு தோன்றி வளர்ந்தது என்ற கருத்திலிருந்து ஹொப்ஸின் சிந்தனை மாறுபட்டது.

வரலாற்றில் ஏதாவதொரு காலப்பகுதியில் ஹொப்ஸின் சித்திரிப்பது போன்ற இயற்கை நிலையில் மனிதர் வாழ்ந்தனரா என்பது கேள்விக்குறியாகக் கொள்ளப்படலாம். ஏன் மனித இயல்பு பற்றிய தத்துவார்த்தமான ஓர் எடுகோளாகவும் அது இருக்கலாம். வில்லியம் எபன்ஸ்டைன் (William Ebenstein) இவ்வாறுதான் இதனைக் கூறுகிறார்: ‘ஹொப்ஸின் இயற்கைநிலை பற்றிய வாதம் என்னவெனில் அது தத்துவார்த்தமானது வரலாற்று ரீதியானதன்று’ (W. Ebenstein, 195561: 337).

ஹொப்ஸின் இயற்கைநிலைக் கோட்பாட்டுடன் பொருந்தக்கூடிய வரலாற்று நிகழ்வைத் தொன்மை அரபியச் சமூகத்தில் இனங்காண்பது எளிதானது. ‘ஹொப்ஸ் இயற்கை நிலை என்று குறிப்பிட்டதையே ஜாஹிலியா யுகம் (அறியாமைக் காலம்) என அரபு வரலாற்றாசிரியர்

அழைத்தனர்' (Ilyas Ahmad, 1981: 21) எனக் கருதலாம். ஜாஹிலியா சமூகம் சிவில் சமூக அமைப்பிற்கு முந்திய சமூகமாகும். தொன்மை அரபியாவில் சமூக ஒழுங்கமைப்பிற்குரிய சில நிறுவனங்களிருந்த போதும் அவை சிவில் நிறுவனங்களுக்குச் சமமானவை அல்ல. அங்கு தலைவர்கள் இருந்தனர். ஆனால் அவர்களிடம் மீயுயர் அதிகாரம் (Supreme Power) இருக்கவில்லை. வன்முறை, கொலை, கொள்ளை, வழிப்பறி போன்றவற்றுடன் நிரந்தரப் போர்ச் சூழலில் அந்தச் சமூகம் இருந்தது.

மனிதன் சமூகம் என்ற வடிவத்தினுள் நுழையும் முன்னர் அவன் வாழ்ந்த இயற்கை நிலையை ஹொப்ஸ் இவ்வாறுதான் வர்ணிக்கிறார். சுயநல வேட்கையும், போட்டியும் பொறாமையும் போர்ச்சூழலும் என்று அவருடைய வர்ணனை விரிந்து செல்கிறது. இயற்கை நிலையில், 'வெறும் போர்தான் இருந்தது. ஒவ்வொரு மனிதனும் ஒவ்வொரு மனிதனுக்கும் எதிரான போரில் இருந்தான்' என்று அவர் குறிப்பிட்டார். மனித இயல்பு பற்றிய அல்லது வரலாற்று நிகழ்வு பற்றிய மிகைப்படுத்தப்பட்ட சித்திரமாக இது இருக்கலாம். ஆனால் அது மனித இயல்பின் முக்கிய பண்புகளை விவரிக்கிறது.

மனிதனின் சுயநல வேட்கையே போருக்குக் காரணம் எனக்கூறும் ஹொப்ஸ் போரை மனித சமூகத்தின் சாபக்கேடு என்றும் வெறுத்தொதுக்க வேண்டிய தீமை என்றும் கூறுகிறார்.

தொடர்ச்சியான பீதியையும் வன்முறைச் சாவின் அபாயத்தையும் போர் கொண்டு வருகிறது. மனித வாழ்க்கையை இருண்டதாக, தரித்திரமுடையதாக, அருவருப்பானதாகக், காட்டுமிராண்டித் தனமானதாகப் போர் மாற்றுகிறது. *(1961: 337)* என்பது போர் பற்றிய அவருடைய கருத்துகளாகும்.

தொன்மை அரபுச் சமூகத்தில் போர்ச் சூழல் தேசிய ஐக்கியத்தைக் குலைத்தது. நிவாரணமளிக்க முடியாத தன்னல வேட்கையை இந்தப் போர்கள் வளர்த்தன. ஒவ்வொரு குடும்பமும் தனது தன்னலத்தையே பாதுகாத்ததுடன் கொலைக்கும் கொள்ளைக்கும் வழிப்பறிக்கும் மற்றக் குடும்பங்களைப் பலியாக்குவது தமது உரிமை என்றும் அரபியர் கருதினர். அரசியலுக்கு முந்திய (Pre-Politics), சிவில் சமூகத்துக்கு முந்திய (Pre-Civil Society), அராஜக நிலையை நபிகளுக்கு முந்திய ஜாஹிலிய சமூகம் சித்திரிப்பதாகக் கொள்ளலாம். அரசியல் தலைமைத்துவத்துக்கு முற்பட்ட சமூக அமைப்பு இது.

அரபியாவில் அரசியல் தலைமைத்துவ வெறுமை பற்றி வெல்ஹெவ்ஸன் பின்வருமாறு கூறுகிறார்: 'மீயுயர் அதிகாரமும் நிறைவேற்று அதிகாரமும் தொன்மை அரபுச் சமூகத்தில் சூன்ய நிலையிலிருந்தன' (1981: 24). அற்பக் காரணங்களுக்காக அவர்கள் போர்களில் ஈடுபட்டனர். இவை பெரும்பாலும் முடிவில்லாது நீடித்த போர்கள். படுகொலையும், சூறையாடுதலும், படுநாசத்தை ஏற்படுத்துவதும் அவர்களின் வாழ்வில் சாதாரண விடயங்கள். அரபியர் ஆதிக்கமுள்ள அதிகாரத்தைப் பெறாதிருந்ததே இதற்குக் காரணம் என்பது இப்னு கல்தூனின் கருத்து (1981: 24).

ஹொப்ஸ் இத்தகைய சூழல் பற்றியே தமது இயற்கை நிலைக் கோட்பாட்டில் விவரித்தார். மனிதரைக் கட்டுப்படுத்தும் அல்லது ஒரு சீரான அமைப்பிற்கு நிர்ப்பந்திக்கும் பொது அதிகாரம் (Common Power) இருக்கவில்லை என்றும் போர்க்குணம் கொண்ட மனித இயல்பைக் கட்டுப்படுத்தும் மேலாண்மை மிக்க அதிகாரம் அவசியம் என்றும் ஹொப்ஸ் கூறுகிறார். அதாவது மனிதர் உருவாக்கிக் கொண்டுள்ள சமூக ஒப்பந்தம் வெற்றியளிக்க வேண்டுமாயின் மேலாதிக்கமோ, அரசோ தேவை என்று அவர் வாதித்தார்.

தனிமனிதர்களுக்கிடையிலான ஒப்பந்த உணர்வு பற்றியே ஹொப்ஸ் பேசினார். ஆனால் போர் அற்ற சமாதான சூழலை உருவாக்கவென தனிமனிதர்களும் குழுக்களும் இடையறாது ஒப்பந்தங்களில் பங்குகொண்டதை அரபிய வரலாறு காட்டுகிறது. ஹில்ஃபுல் புலூல் என்னும் உடன்படிக்கையிலிருந்து மதீனா ஒப்பந்தங்கள்வரையும் இதனை அணுகலாம். நபிகளின் தூதுத்துவத்திற்கு முன்னரே இந்த ஒப்பந்தச் செயற்பாடு இடம்பெறத் தொடங்கிவிட்டது. அரச மேலாண்மை போன்ற அதிகார நிறுவனங்கள் தோன்றியிராத நிலையில் அநீதியான சூழலுக்கு எதிராக ஒன்றுபடுவதாக ஒவ்வொருவரும் தமக்குள் வாக்குறுதியளித்தனர்.

நபிகளின் தூதுத்துவத்திற்குப் பின்னர் நடைபெற்ற அக்கபா உடன்படிக்கையின்போது சூறையாடுதல், விபச்சாரம், குழந்தைக் கொலை போன்ற சமூகத் தீமைகளிலிருந்து மீள்வதற்காக மக்கள் உறுதி எடுத்தனர். போர்களை முடிவுக்குக் கொண்டுவருவதும், பொது நன்மைக்கு மதிப்பளிப்பதும் சமாதான சூழலை ஏற்படுத்துவதும் தீமைகளை நிராகரிப்பதும் இந்த ஒப்பந்தங்கள் அனைத்திலும் பொதுவான நோக்கங்களாக இருந்தன. சமூக நிலைப்பட்ட, அரசியல் சார்ந்த கருத்துகளுக்கு இந்த ஒப்பந்தங்களில் முன்னுரிமை தரப்

பட்டிருக்கிறது. சமூக நெருக்கடிகளையும், சமூகத்திற்கான தேவை களையும் சமூகச் செயற்பாடுகளாலேயே மாற்றலாம் என்ற நம்பிக்கையை நபிகளார் அறிந்துகொண்ட சூழ்நிலைகள் இவை.

மதீன நகர-அரசின் தோற்றம் அரபியா இயற்கை நிலையிலிருந்து சமூக ஒப்பந்தத்திற்கு மாறிச் சென்ற படிமுறையை விளக்குவதாகக் கருதலாம். 'சமாதானம்' 'ஒழுங்கு' 'பொதுநன்மை' போன்ற இலட்சியங்கள் முன்னெப்போதையும்விட வலிமைமிக்கவையாக ஆயின. மதீனா, நாகரிக மேம்பாட்டிற்குரிய அரசமைப்பை அல்லது சிவில் சமூக வடிவத்தை அனுபவிக்கத் தொடங்கியிருந்த போதும் மதீனாவிற்கு அப்பாலுமிருந்த அரபியாவின் பெரும்பாலான பகுதிகள் ஹொப்ஸ் விவரித்த 'இயற்கை நிலை'யிலேயே இன்னும் இருந்தன.

இறையரசு

நபிகளின் மதீன அரசு பொதுவாக இறையரசு (Theocratic State) என்றே இனங்காணப்படுகிறது. எனினும் நபிகளார் மதீனாவில் அரசை நிறுவியபோது அல்லது புதிய ஐக்கிய சமூகத்தை உருவாக்கிய போது குர்ஆன் முழுமையாக இறங்கியிருக்கவில்லை. ஆரம்பகால இஸ்லாமிய அரச நிர்மாணப் பணிகளில் நபிகளார் தமது சொந்தத் தீர்மானங்களையும் முடிவுகளையும் எடுக்க வேண்டியிருந்தது. இதனால் ஆரம்பகால மதீன அரசை இறையாட்சியாகக் கொள்ள முடியாதென்பது சிலரது வாதம். அஸ்கர் அலீ இன்ஜினியர் எழுதிய *The Islamic State* என்னும் நூல் இதை விரிவாக விவாதித்துள்ளது.

மதீன அரசு இறையரசு அல்ல என்பதற்கு அஸ்கர் அலீ , இரு நியாயங்களை முன்வைக்கிறார். அப்போது குர்ஆன் முழுமை பெற்றிருக்கவில்லை. அதாவது முன்னரே வரையறுக்கப்பட்ட முழுமையான இறையாட்சிக் கோட்பாடு வஹி வடிவில்—இறைவாக்காக—நபிகளாரிடம் இருக்கவில்லை. இரண்டாவது நபிகளார் தமது மதீன நீதித்தீர்ப்புக்களிலும் ராஜ்ய பரிபாலனத்திலும் தமது சொந்த மதிநுட்பத்தையும் தீர்மானத்தையும் தொன்மை அரபிய வழக்காறுகளையும் பயன்படுத்தியுள்ளார். இதே விதத்தில், சார்ஜண்ட்டும் நபிகளார் உருவாக்கிய ஆரம்ப உம்மா சமயத்தன்மை யற்ற உலகியல் ரீதியான நடைமுறைகள் கொண்டதாக இருந்தது என்று குறிப்பிட்டுள்ளார்.[12]

எனினும் இறையாட்சிக்குரிய அடித்தளங்கள் நபிகளின் ஐக்கிய சமூகத்தில் இருந்தன என்பதை சார்ஜன்ட் மறுக்கவில்லை. இந்தப்

பிரச்சினையின் மையப்பொருள் இதுவேயாகும். எல்லா விதமான கருத்துபேதங்களுக்கும் நபிகளையும், அல்லாஹ்வையுமே நாட வேண்டும் என்ற உடன்படிக்கையின் நிபந்தனை மதீன அரசை இறையரசாக்கிவிட்டது. 'இப்போது மதீனா ஓர் அரசாகும். அது ஓர் இறையரசு. ஏனெனில் உச்ச அதிகாரம் அல்லாஹ்வின் தீர்ப்புகளைச் சார்ந்ததாயிருக்கும்' என்பது மெக்சிம் ரோடின்சனின் கருத்து (1971: 220).

முரண்பட்ட எண்ணங்களைக் கொண்ட மக்கள் குழுக்களை ஒன்றிணைக்கும் பணியில் மதீனாவில் நபிகளார் குறிப்பிடத்தக்க வெற்றியைப் பெற்றார். ஒப்பந்தங்களில் வரையறுக்கப்பட்ட 'சமாதானம்' என்ற இலட்சியத்தை நிலைநாட்டுவதற்கு நபிகளார் பெரிதும் முயன்றார். இஸ்லாத்தை ஏற்காத யூதர்களுக்கும் அனைத்துப் பழங்குடியினருக்கும் மதீனா சமூக அமைப்பினுள் இடமளிக்கப் பட்டது. இஸ்லாமியச் சட்டங்கள் இஸ்லாத்தை ஏற்காதவர் மீது திணிக்கப்படவில்லை. யூதர்கள் அவர்களுக்குரிய வேதக் கட்டளை களின்படி வாழவும் ஏனைய பழங்குடிகள் அவர்களின் பழங்குடி மரபுகளைப் பின்பற்றவும் வாய்ப்பளிக்கப்பட்டது.

ஹிஜ்ரத் நடைபெற்று சில ஆண்டுகளுக்குள் பாரம்பரிய அரபியப் பழங்குடி அமைப்புக்களிலிருந்து வேறுபட்ட சமூக அமைப்பை உருவாக்குவதில் நபிகளார் வெற்றி பெற்றார். இச்சமூக அமைப்பின் சமயத் தலைவராகவும் நபிகளார் விளங்கினார். மதீனாவில் நபிகளின் அதிகாரம் 'கேள்விக்கிடமற்ற' வகையில் வளர்ந்திருந்தது. இதனால் யூதர்களைப் போல ஏனைய நாடோடிப் பதாவிகளும் புதிய சமூக அமைப்பில் ஒன்றிணைந்துகொள்ள முன்வந்தனர்.

மதீனாவாசிகள் வியாபாரத்தில் ஈடுபடத் தொடங்கியமையும், அவர்களின் படைபல அதிகரிப்பும் மக்காவின் குறைஷியரைக் கலக்கத்தில் ஆழ்த்தின. கி.பி. 630இல் 10,000 பேர் கொண்ட நபிகளின் படைபலத்தின் முன் மக்கா குறைஷியர் தோல்வி கண்டனர். பல நாடோடிக் குலத்தவர்கள் மேலும் நபிகளின் இயக்கத்தில் இணைந்தனர். மதீனாவில் தோன்றிய நபிகளின் உம்மா இப்போது மக்காவரையும் விரிவடைந்தது.

அரபியாவில் அரசு

கி.பி. 622ஆம் ஆண்டு இஸ்லாமிய வரலாற்றில் முக்கிய ஆரம்பத்தைக் குறிக்கிறது. துன்பங்களுக்கும் அடக்குமுறைகளுக்கும் முஸ்லிம்கள் விடுதலை கண்ட நாளாக அது கணிக்கப்படுகிறது. தம்மைவிடச்

சக்திவாய்ந்த குறைஷியரின் எதிர்ப்பை எதிர்நோக்கியிருந்த மதீனாவாசிகள் தெளிவான முறையில் உயிர்பாதுகாப்புக்கும் முஸ்லிம்களின் சமூக வாழ்க்கைக்கும் கைம்மாறு கருதாது உத்தரவாதம் அளித்தனர். 2ஆம் அக்கபா சந்திப்பின்போது (கி.பி. 620) நபிகளைப் பின்பற்றுவதாக மாத்திரமல்ல அவர்களுக்காகப் போரிடுவதற்கும் எல்லா எதிரிப்படைகளிலிருந்தும் அவர்களைப் பாதுகாப்பதற்கும் சத்தியம் செய்து தந்தனர் (Siddiqui, 1988: 1).

மக்காவாசிகள் மீதான மதீனாவாசிகளின் சகோதரத்துவ உணர்வு இஸ்லாமிய உம்மாவின் தோற்றத்தையும் அதற்கான கருத்தியலையும் உம்மாவுக்குரிய தனித்துவமான அரசியல் மெய்யியலையும் வெளிப்படுத்தும் தகுதியைப் பெற்றிருந்தது (1988: 4). இந்தப் புதிய சமூக அமைப்பின் தோற்றம் அரபியத் தொன்மைச் சமூக அமைப்பின் அடித்தளத்தை உடைத்தெறிந்தது. இரத்த உறவுக்கு அப்பால் சகோதரத்துவ இலட்சியத்திற்கு சமூக அரசியல் நோக்கில் அரபியர் காலடி எடுத்து வைத்ததன் ஆரம்பமாகவும் அமைந்தது. சொத்துரிமை உள்பட ஏனைய பல பழமை மரபுகள் இரத்த உறவுகளைக் கடந்து விரிவுபெற்றன. குடும்ப அமைப்பிலும் யுத்த நடைமுறைகளிலும் மாற்றங்கள் ஏற்பட்டன.

மக்கள் பரிபாலனத்துக்கான பொது நிதியம் (பைத்துல்மால்) உருவாக்கப்பட்டது சக்தியுள்ள ஒரு பொது நிர்வாக அமைப்பின் தொடக்கமாக அமைந்தது. செல்வந்தர் மீது ஸக்காத் என்ற ஏழைவரி கடமையாக்கப்பட்ட பிறகு, பணம் மட்டுமன்றி கால்நடைகளும் தானியங்களும் கனிவகைகளும் பைத்துல்மாலை வந்துசேர்ந்தன. வரவு செலவுகளைக் கண்காணிப்பதற்கு அதிகாரிகள் நியமிக்கப்பட்டனர். உண்மையில் ஒரு மைய நிதியத்துக்குரிய ஆரம்ப நடவடிக்கைகள் இதன்மூலம் பெரும்பாலும் முற்றுப் பெற்றிருந்தன (பார்க்க: Hamidullah, 1979: 115).[13]

தபூக் போர் நடைபெறுவதற்கு முன்னதாகவே போர் ஆயத்தங்களுக்காக செல்வந்தர்களிடமிருந்து நிதி பெறப்பட்டது (1979: 115). போர் நிலைமைகள் தீவிரமடைந்த காலப் பகுதிகளில் போர் கட்டாய சேவையாக்கப்பட்டது. எவ்வாறாயினும் நபிகளார் காலத்திலேயே இஸ்லாமிய இயக்கத்துக்கான நிரந்தர இராணுவத்தை உருவாக்குவதற்கான விதைகள் தூவப்பட்டிருந்தன (1979: 116).

இந்தக் காலப் பகுதியில் நபிகளின் ஆட்சி சர்வாதிபத்திய பண்புகளைக் கொண்டிருந்தது. சுதந்திர இராணுவமும் மைய நிதியமும்

அதனிடமிருந்தன (Maxime Rodinson, 1977: 215). ஹிஜ்ரத் நிகழ்ந்து சுமார் ஐந்து ஆண்டுகளுக்குள்ளாக பக்கத்து நாட்டவர்கள் மதிக்கக் கூடிய, அல்லாஹ்வை உயர் ஆட்சியாளராகக் கொண்ட அரசு அங்கு வளர்ச்சியடைந்திருந்தது *(1971: 215)*.

சொத்துரிமையில் பெருமளவு இறுக்கமான விதிமுறைகள் புகுத்தப்பட்டன. 'மஹர்' முறை அனுமதிக்கப்பட்டமை பெண்ணின் பொருளாதார நிலையிலும் சமூக அந்தஸ்திலும் மாற்றத்தை ஏற்படுத்தியது. மேலும் பெண்களுக்கு சொத்துரிமைகளில் பங்குண்டு என்பது உறுதிப்படுத்தப்பட்டது. அடிமைகளை விடுதலை செய்வதற்கான வழிமுறைகளும் அடிமைப் பெண்களுக்கான சட்டபூர்வமான திருமண அனுமதிகளும் நடைமுறைக்கு வந்தன. பைத்துல்மாலும் ஸக்காத் ஏழைவரி விநியோகமும் புதிய பொருளாதாரச் செயல்முறைகளும் அரபு சமூகத்தில் காணப்பட்ட சொத்துடைமையின் ஏற்றத்தாழ்வை மாற்ற உதவின.

நாடு என்பதற்கான பூரண பண்புகளைப் பெறாவிட்டாலும் எதிர்கால அரசாங்கம் பரிணமிப்பதற்கான அரசியல் கருத்தியல் உருவாகிவிட்டதை இவை உணர்த்தின *(1975: 234)*. மற்றொருபுறம் தொன்மை அரபியாவின் திருத்தமற்ற 'மனித நலவாதத்தை' ஆன்மிக நெறிகளினூடாக செம்மையான மனித நலவாதமாக வழங்குவதிலும் நபிகளார் வெற்றிகண்டார்.

இராணுவ பலம்

மக்கா வெற்றியும் ஹுனைன் வெற்றியும் நபிகளின் அரசியல் நிலையில் மேலும் உறுதித்தன்மையை ஏற்படுத்தின. *(1961: 22)*. இதனால் முக்கியமான கோத்திரங்கள் நபிகளுடன் தொடர்புகளை ஏற்படுத்த முன்வந்தன. மக்காவுக்கும் மதீனாவுக்குமிடையில் வாழ்ந்து வந்த பெரும்பாலும் எல்லாப் பழங்குடிகளும் தூதுக்குழுக்களை அனுப்பி ஒப்பந்தங்கள் செய்துகொள்ள முன்வந்ததை இக்காலத்தில் அவதானிக்க முடிகிறது.

ஆரம்பத்தில் இது நட்புரீதியான ஒப்பந்தங்களாக உருவாகினாலும் பின்னர் நபிகளின் தரப்பில் நிபந்தனைகள் விதிக்கப்பட்டன. அத்தோடு வரிவசூலிக்கும் நடவடிக்கைகளும் ஆரம்பிக்கப்பட்டன. வரிகளால் பெற்ற வருமானமும் போர்களில் கிடைத்தவையும் மைய நிதியமான திறைசேரியின் செல்வத்தைப் பெருக்கின. போர்களின் வெற்றியும் திறைசேரியின் வளர்ச்சியும் நபிகளாரின் அரசியல் பலத்தை

அதிகரித்ததோடு சமய வளர்ச்சியிலும் பெரிய தாக்கத்தைச் செலுத்தின.

கி.பி. 624இல் நடைபெற்ற பத்ருப் போரின் வெற்றி புதிய உம்மாவின் பரவுகைக்குப் பெரிய வாய்ப்பாக அமைந்தது. எதிரிகளைவிட மிகப் பலவீனமானதாக இருந்த முஸ்லிம் படைகள் பத்ருப் போரில் பெற்ற தீர்க்கமான வெற்றி மக்காவையும் முழு அரபிய நிலப்பரப்பையும் அதிர்ச்சிக்குள்ளாக்கியது. குறைஷியரின் படைபலம் மதிப்பிழந்ததற்கு இது ஓர் எடுத்துக்காட்டு. மக்கா நகரின் புகழ்பெற்ற தலைமைத்துவமும் இதன் மூலம் கேள்விக்குறி ஆக்கப்பட்டது. மக்கா இராணுவத்தின் சரிவோடு பல்வேறு பழங்குடிகள் நபிகளின் புதிய இயக்கத்தோடு தொடர்பு கொள்ள முன்வந்தன. நபிகளின் செல்வாக்கு வேகமாகப் பரவிவருவதையும் மக்காவின் பழைய ஆட்சி நபிகளின் தலைமைத்து வத்தின் முன்னால் நிலைகுலைந்து சென்றுகொண்டிருப்பதையும் பழங்குடிகள் கண்டனர்.

தமது இறுதிக்காலத்துக்குள்ளாகவே முழு அரபியாவையும் தமது கட்டுப்பாட்டுக்குள் கொண்டு வருவதில் நபிகளார் வெற்றி பெற்றார்கள் என்பது இஸ்லாமிய மரபுவாதிகளின் நம்பிக்கை. இதனை பேராசிரியர் வொட் போன்ற சில மேற்கத்திய ஆய்வாளர் ஏற்றுக் கொள்ளவில்லை. எனினும் அரபியா முழுவதையும் கவரக்கூடிய செல்வாக்குள்ள சிந்தனை மரபையும் கருத்தியலையும் படை பலத்தையும் நபிகளார் உருவாக்கி முடித்திருந்தார்கள் என்பதை பேராசிரியர் வொட் ஏற்றுக்கொள்கிறார். 'என்றுமில்லாத வகையில் தமது சமயம் மற்றும் அரசியல் சிந்தனைகள் மூலம் இனவியல் (Ethnology) ரீதியாகவும் கலாசார ரீதியாகவும் முழு அரபியாவையும் ஓர் அலகாக்குவதில் நபிகளார் வெற்றி பெற்றிருந்தார்கள்' (Montgomery Watt, *1961: 224*).

கி.பி. 630இல் அரபியா பெருமளவில் நபிகளின் கட்டுப்பாட்டுக்குள் வந்துவிட்டது. ஹுனைன் வெற்றியும் மக்காவின் வீழ்ச்சியும் இஸ்லாமிய அரசின் வெற்றிக்கும் உறுதிப்பாட்டிற்கும் துணை நின்றன. கி.பி. 622க்குப் பிந்திய பல நிகழ்வுகள் சமயப் பண்புகளைப் பெற்றிருந்தாலும் குணாம்சத்தில் அவை அரசியல். பழங்குடி வாதத்தோடு தொடர்புடைய அரசியல் எழுச்சியை கவனத்தில் கொண்டால் தவிர்க்க முடியாத அரசியல்—நிர்வாகச் செயல்பாடு அதில் மிளிர்வதைக் காணலாம்.

மக்கா வெற்றியின் பின்னர் போர் முனைக்குரிய நடவடிக்கை களிலும் மற்றும் மக்களைச் சந்தித்தல், அண்டைப் பிரதேசங் களுக்குத் தூதுவர்களை அனுப்புதல், அரசியல் நிர்வாகத் திருமுகங் களுக்கு வாசகம் உரைத்தல், நீதி பரிபாலனத்தை நடத்துதல், சட்டங்களுக்கு விளக்கம் வழங்குதல் போன்ற இத்தகைய அரசியல் பணிகளில் நபிகளார் ஓய்வின்றி ஈடுபட்டு வந்தார் (1905: 448).

ஹுதைபியா உடன்படிக்கையின் பின்னர் 17 சிறிய படையெடுப்புக்கள் நடைபெற்றன. இந்தப் படையெடுப்புகளில் இராணுவ பலம் மதீனா அரசுக்கே சாதகமாயிருந்தது. பாதுகாப்பு, பொருளாதார நலன் என்று எந்த நோக்கில் பார்த்தாலும் நபிகளின் புதிய இயக்கத்தின் தொடர்பின்றி இருப்பதால் பயனில்லை என்றோ அல்லது ஆபத்தானது என்றோ பழங்குடிகள் கருதத் தொடங்கினர்.

இதனால் பல பழங்குடிகள் நட்புரீதியிலோ வேறு வகையிலோ நபிகளுடன் தொடர்புகொள்ளத் தூண்டப்பெற்றன. இங்கு நடந்து கொண்டிருந்தவற்றை ஐரோப்பியப் பகுப்பாய்வு வார்த்தையில் கூறுவதாயின் அது அரசியலே (1961: 275).

கி.பி.630 காலவாக்கில் பெரும்பாலும் எல்லாப் பழங்குடிகளும் குலங்களும் நபிகளாரைச் சந்தித்துத் தமது ஒத்துழைப்பையும் விசுவாசத்தையும் தெரிவித்துக்காண்டன. கி.பி. 631 (ஹிஜ்ரி 9) தூதுக் குழுக்களின் ஆண்டு என வரலாற்றாசிரியர்கள் வர்ணிக்கின்றனர்.

பெருந்தொகையான தூதுக்குழுக்கள் நபிகளுடன் சந்திப்புக்கள் நடத்திய ஆண்டாக இது கணிக்கப்படுகிறது. 'இஸ்லாத்தை ஏற்று உம்மாவில் சேர்ந்துகொள்வதா அல்லது வரி செலுத்துவதன் மூலம் இஸ்லாமிய அரசுடன் இணைந்துகொள்வதா என்பதையே இப்போது பழங்குடிகள் தீர்மானிக்க வேண்டியிருந்தது' (1988: 49). இந்தக் காலப் பிரிவில் (கி.பி. 630-கி.பி.631) மதீன அரசின் எல்லைகள், அதன் தூது என்பன முழு அரபு தேசத்தையும் பெரும்பாலும் எட்டக் கூடியதாயிருந்தது.

ஹிஜ்ரி பத்தாம் ஆண்டு (கி.பி. 632) நபிகளார் இறுதி ஹஜ்ஜினை நிகழ்த்தியபோது சிரிய எல்லையிலிருந்து யெமன் வரையும் செங்கடல் தீரத்தையும் பாரசீகக் குடாவையும் கொண்ட அரபியத் தீபகற்பமானது பெரும்பாலும் இஸ்லாமிய உம்மாவின் கட்டுப்பாட்டிற்குள் வந்திருந்தது (1988: 47).

அரசின் இயல்பு

முஹம்மத் பிறந்தபோது அல்லது அதற்கு முன்னர் மக்காவில் அரசு இருக்கவில்லை. மக்காவை ஆட்சி செய்ய கிரேக்கத்தில் போல தெரிவு செய்யப்பட்ட தலைவரோ அதிகாரப்பூர்வமான செனட் சபையோ இருக்கவில்லை. படைகளும் வரிவசூலிக்கும் நிர்வாக இயந்திரங்களும் கிடையாது.

எனினும் மக்காவின் அரபு சமூக அமைப்பில் என்றுமில்லாத மாற்றங்களுக்கான அறிகுறிகள் தென்பட்டன. பொருளாதாரக் கட்டமைப்பு அதன் பழைய முறையிலிருந்து மாறிக்கொண்டிருந்தது. சமூக, சமய சிந்தனைகளில் புதிய போக்குகள் வளர்ந்துவந்தன. சொத்துடைமைபற்றிய கருத்து புதிய வடிவத்தைப் பெற்றிருந்தது. ஆற்றல் பெற்ற பெருவணிகர் தோன்றினர். செல்வ வளர்ச்சியுடன் தனியுடைமையும் தனிமனிதர் வாதமும் வளர்ந்தன. செல்வந்த வணிகர் குழாத்தினர் தமக்குள் ஐக்கியக் குழுக்களை உருவாக்கினர்.

நாடோடிப் பொருளாதாரம் வர்த்தகப் பொருளாதாரமாக மாறியதும், பழங்குடி பெற்றிருந்த கூட்டுடைமைப் பொருளாதாரம் தனியுடைமைக்கு மாறிச் சென்றதும் புதிய சமய, சமூகப் பிரச்சினை களுக்கு வழிகோலின. இவை அரபு சமூகத்தின் உள்ளமைப்பில் அரசு தோன்றுவதற்கான முன்னிபந்தனைகளாகவும் அமைந்தன.

ஏற்கனவே 'மாலா' அரச அலகாக இயங்க ஆரம்பித்திருந்தது. எனினும் அது பழங்குடிச் சமூகத்துக்குரிய நிறுவன அலகேயன்றி அரசு அல்ல. ஜனநாயகப் பண்புகள் இதில் காணப்பட்டாலும் அதன் அதிகாரங்கள் மட்டுப்படுத்தப்பட்டவை. மாலாவுக்குத் தீர்மானம் எடுக்க சக்தியிருந்தது. ஆனால் அது அரசின் தீர்மானங்களைப் போல் பொதுமையானதாக இருக்கவில்லை. குபேர வர்த்தகரின் ஆதிக்கத்தாலும் பொருளாதாரப் பகிர்வின் அசமத்துவத்தாலும் உருவாகிய பிரச்சினை களுக்குத் தீர்ப்பளிக்கும் ஆற்றல் அதற்கிருக்கவில்லை. உண்மையில் புதிய சமூக-பொருளாதார சூழ்நிலையில் முன்னர் ஆற்றிவந்த சமூகப் பணிகளைத் தொடர முடியாத நிலையில் அது இருந்தது.

முன்னர் காணப்பட்ட 'பழங்குடி ஒருமைப்பாட்டின்' இடத்தை 'வர்க்க ஒருமைப்பாடு' நிரப்பியது. குலக்கட்டுப்பாடுகள் தளர்ந்து குலங்களுக்கிடையிலான கூட்டு இணைப்புகள் உருவாகின. அதிகாரத்தைத் திணிக்கக்கூடிய முகவரோ அரசு வகைப்பட்ட இயந்திரமோ அன்று தேவையாக இருந்தது.

பொருளாதாரப் பின்னணியை இறுக்கமாகக் கருதும் ஆய்வாளர்கள் இஸ்லாத்தின் எழுச்சியை நகர வாழ்க்கைக்கும் வர்த்தகக் குபேரர் களுக்கும் எதிராக எழுந்த, நாடோடிப் பதாவிகளின் இயக்கம் என்று கூறுகின்றனர். அடிப்படையில் அது நிலத்துக்கான இயக்கம் என்றும் சிலர் கருதுகின்றனர். வணிக நகரான மக்காவைவிட, ஏழ்மையில் இருந்த விவசாய வளமிக்க மதீனாவே நபிகளின் பரப்புரைக்கும் இயக்கச் செயற்பாட்டிற்கும் தளமாக அமைந்தது என இவர்கள் உதாரணமாகக் காட்டுகின்றனர். நபிகளின் பணி மதீனாவில் ஆரம்பமான போது நாடோடிப் பதாவிகள் நபிகளின் இயக்கத்தில் அதிக அளவில் இணைந்துகொள்கின்றனர். நாடோடிப் பதாவிகளின் உள் வருகையானது நபிகளின் இயக்கத்தை இராணுவ பலமுள்ள இயக்கமாக்கியது. மக்காவில் இயக்கப் பணிகளில் ஈடுபட்டதைப் போலன்றி நபிகளார் இப்போது எதிரிகளைப் போர்முனைகளிலும் சந்திக்கத் தயாராக இருந்தார்கள்.

மக்காவில் வாழ்ந்த சக்திமிக்க குபேர வர்த்தகர்களுக்கு எதிராக ஏற்பட்ட நடுத்தர, சிறிய வர்த்தகர்களின் எழுச்சியே இஸ்லாம் என சோவியத் ஆய்வாளர்கள் சுட்டிக்காட்டுகின்றனர். பேராசிரியர் வொட் அவர்களும் ஏறக்குறைய இதற்குச் சமமான கருத்தை முன்வைத்துள்ளார்.

நகர வணிகர்கள், பாதிக்கப்பட்ட வர்த்தகர்கள், நாடோடிகள், விவசாயிகள் உட்படப் பல்வேறு குழுக்களின் இணைவினை ஆரம்ப இஸ்லாத்தில் காணக்கூடியதாக இருப்பது முக்கிய அம்சமாகும். சிறிய வர்த்தகர்களின் எழுச்சியாக மட்டுமல்ல வறியவர்களினதும் ஒடுக்கப்பட்டவர்களினதும் எழுச்சியாக இஸ்லாத்தை வர்ணிப்ப தற்கும் சான்றுகள் உள்ளன. அத்தியாயம் ஐந்தில் இந்த விடயம் கூடிய அழுத்தத்துடன் விவரிக்கப்பட்டுள்ளது.

தீவிரமடைந்து வந்த பல்வேறு தரப்பினர்களிடையிலான முரண்பாடுகளையும் பூசல்களையும் தீர்ப்பதில் இஸ்லாம் வழங்கிய முன்னேற்றமான நடைமுறைகள் இந்த நிலையை உருவாக்கியது எனலாம். சோவியத் ஆய்வாளர் செர்கி டொக்கரேவின் கருத்து பெரிதும் இதனைப் பிரதிபலிக்கிறது. 'பல்வேறு வகை சமூகக் குழுக்கள் இஸ்லாத்தில் ஒன்றிணைந்தன என்பதே உண்மைக்கு மிக அருகிலுள்ள கருத்தாகும்.' வர்த்தகத்தில் ஈடுபட்டிருந்த நகரவாசிகளை ஒருபுறமும் நாடோடிப் பதாவிகளை மறுபுறமும் உள்ளடக்கிய சமயம் இஸ்லாம் என்ற எங்கெல்சின் கூற்றையும்

தமது கருத்துக்கு ஆதாரமாக அவர் முன்வைக்கிறார் (பார்க்க, *1989: 370*).

ஓரிடத்தில் தரித்து வாழ்ந்த நகர்ப்புறத்தவர்களுக்கும் மேய்ச்சல் நில நாடோடிகளுக்குமிடையில் நடந்த முரண்பாடுகள் இஸ்லாத்தின் தோற்றத்திற்கு முதன்மைக் காரணியாக இருந்துள்ளது என்ற கருத்தை பொட்டமோர் வலியுறுத்துகிறார். இத்தகைய கொள்கையின் மூலக்கருத்துகள் இப்னுகல்தூனின் சிந்தனைகளில் இருந்தன. மக்காவை மையமாகக் கொண்டு அரபுத் தீபகற்பம் முழுக்கப் பரவியிருந்த வர்த்தக நலன்களும் வணிகக் கலாசாரமும் நகர்ப்புற உயர் குழாத்தினரின் செல்வாக்கும் இஸ்லாத்தின் எழுச்சிக்கு உந்துதல் அளித்துள்ளன. எவ்வாறாயினும் தொன்மை மரபுகளைக் கடந்து, மாறாக புதிய சக்தியுள்ள இயங்கும் அரசியல் கோட்பாட்டை இஸ்லாம் முன்வைத்தது என்பதே பெரிதும் கவனத்தை ஈர்க்கும் கருத்தாகும். பின்வரும் பொட்டமோரின் கருத்தும் இதனை மேலும் வலியுறுத்துவதாகக் கொள்ளலாம்.

> நகர்ப்புற சமய பக்தியையும் பழங்குடி ஒழுக்கத்தையும் கலந்து உருவான இஸ்லாம் இரத்தத்திற்கு மாறாக இறைபக்தியின் அடிப்படையில் அமைந்த அரசியல் ஒருமைப்பாடு பற்றிய புதிய கோட்பாட்டை வழங்கியது. போரிடும் குலங்களையும் கோத்திரங் களையும் ஓர் ஒற்றைச் சமய சமூகமாக (a single religious community) நகர்ப்புற வணிகத் தலைமைத்துவத்தின் கீழ் அது கொண்டுவந்தது. வர்த்தகத்தைப் பாதுகாத்ததுடன் அசைவியக்கம் உள்ள அசாதாரண அரசியல் சக்தி (dynamic political force) என்பதையும் இஸ்லாம் நிரூபித்தது (Bottomore, 1981: 239).

குறிப்புகள்

1. அரபியர் உட்பட பபிலோனியர் (Akkadians) அஸ்ஸிரியர், அமோரிடஸ்னானியத், பீனிசியர், ஆர்மேனியர், பலஸ்தீனிய ஹீப்ருக்கள் என்ற இனப்பிரிவினர் நெருங்கிய தொடர்பு டையவர்கள் அல்லது செமித்திய இனக் குழுவைச் சேர்ந்தவர்கள் என்ற கருத்து 18ஆம் நூற்றாண்டின் பின்னரே வலுவடைந்தது. அதுவரை ஐரோப்பியர்கள் இந்த இனத்தவர் வெவ்வேறு இனமூலங்களைச் சேர்ந்தவர்கள் என்றே கருதினர்.

   அஸ்ஸீரோ-பபிலோனிய, ஹீப்ரு, ஆர்மெய்க், அரபிய, எத்தியோப்பிய மொழிகளில் ஆய்வுகள் மேற்கொண்டபோது இம்மொழிகளிடையே குறிப்பிடத்தக்க ஒற்றுமைகள் இருப்பது கண்டறியப்பட்டது. முக்கியமாக மொழி அடிப்படையில் இந்த இனத்தவர்கள் செமித்திய இனக் குழுவைச் சேர்ந்தவர்களே என்ற முடிவு ஏற்பட்டது.

   அரபியா, சிரியா, பாலஸ்தீன், மெஸெபொட்டோமியா ஆகிய நிலப்பரப்புக்கள் இம்மொழிகளைப் பேசியவர்களின் வாழிடங் களாக விளங்கின. மொழி அடிப்படையிலேயே பிரதான ஒற்றுமை எடுத்துக் காட்டப்பட்டபோதும் சமூக நிறுவனங்கள், சமய நம்பிக்கைகள், உடல் அமைப்பு போன்றவற்றிலும் ஒற்றுமைகள் இருப்பதாக ஆய்வாளர்கள் எடுத்துக்காட்டினர். யூதர்களை விடவும் உடல்வாகு, உளத்தன்மை, மொழியியல் ஆகியவற்றில் செமித்திய இனச் செல்வாக்கு அரபியரிடமே அதிகம் இருப்பதாகக் கூறுவர்.

   தென் யூப்ரடீஸ் நதிதீரமே செமித்திய இனத்தாரின் மிகப்பழைய வாழிடமாகக் கொள்ளப்படுகிறது. பல நூற்றாண்டுகளின் பின்னர் மேற்கு நோக்கியும் தெற்கு நோக்கியும் புலம் பெயர்ந்ததனால் குடியேற்றங்கள் உருவாகின. நீர்வளமுள்ள தென்பகுதியில் வந்து குடியேறிய செமித்திய இனத்தவர்களே

சபாயின்களாவர். பழைய ஏற்பாட்டிலும் ரோம கிரேக்க நூல்களிலும் இந்தப் பெயர் இடம்பெற்றுள்ளது.

செமித்தியரின் முதற் தொடர்ச்சி அரபு இனத்தவர் என்றே கொள்ளப்படுகிறது. இவர்கள் தமது முதல் வாழிடங்களிலிருந்து பபிலோனியா, சிரியா, எகிப்து ஆகிய தேசங்களுக்குப் பிரிந்து சென்று குடியேறினர்.

மேலதிக விவரங்களுக்குப் பார்க்க: பிலிப் கே. ஹிட்டியின் *History of the Arabs,* 1964.

2. தென் அரபிய நாகரிகங்களுக்கு ஊற்றாகவிருந்த இனத்தவர்களும் அவர்களைத் தொடர்ந்து ஆட்சியுரிமையை அனுபவித்தவர்களும் முற்றாக அழிந்தமை பற்றிக் குர்ஆன் குறிப்பிடும்போது பாவம் அல்லது சமூக அநீதி பற்றிய கருத்தை முன் வைக்கிறது. உலகியல் ஆசைகளை நிறைவேற்றுவதிலேயே அவர்கள் குறியாய் இருந்தனரென்றும் அதிகாரம், சுயநலம், செல்வம் போன்றவற்றில் அளவுக்கதிகமான வேட்கை கொண்டிருந்தனர் என்றும் குர்ஆன் கூறுகிறது. இவற்றின் காரணமாகவும் வேறு காரணங்களாலும் பூமியில் அதிகம் விஷமம் புரிந்தவர்கள் என்றும் இவர்களைக் குர்ஆன் குற்றம் சாட்டுகிறது (குர்ஆன் 82: 92).

   ஏழைகள் புறக்கணிக்கப்பட்டமை, தமது சொந்த மக்களையே ஒடுக்குதலுக்குள்ளாக்கியமை, வறிய மக்களுக்கு ஆகாரமளிக்கவோ அவ்வாறு தூண்டுவதற்கோ துணியாதிருந்தமை போன்ற சமூக அநீதிகளை அவர்களின் விஷமங்கள் என குர்ஆன் சுட்டிக்காட்டுகிறது. இவற்றின் காரணமாக அவர்களும் அவர்களின் நாகரிகங்களும் அழித்தொழிக்கப்பட்டதாகவும் குர்ஆன் குறிப்பிடுகிறது.

3. ஆத், தமூத், ஜுர்ஹெமிடெஸ் (Jurhemites) என்பன அரபியாவின் தொன்மையான இனங்களாகும். இவற்றுள் ஆத் கூட்டத்தார் பெரியதும் சக்திமிக்கதுமான இனமாக விளங்கினர். அரபியா, பபிலோனியா, எகிப்து ஆகிய தேசங்களில் அவர்களின் ஆதிக்கம் நிலவியதாக வரலாறு கூறுகிறது. இவர்களின் காலம் 2000 கி.மு. இருந்து 1500 கி.மு. வரையுமென சில வரலாற்றாசிரியர்கள் காலநிர்ணயம் செய்துள்ளனர். ஆத் இனத்தவர் அரபியாவின் மிகவும் சிறந்த பகுதிகளில் வாழ்ந்தனர். யெமன், ஹழரமவுத்

என்பன அவர்களின் முதன்மையான வசிப்பிடங்களாகும். இராக் வரை அவர்களின் அதிகாரம் பரவியிருந்தது.

ஆத் சமூகத்தாரைத் தொடர்ந்து தென் அரபியாவில் தமூத் இனத்தவரின் நாகரிகம் பரவியது. நபேத்தியரின் மூல இனமாக தமூத் இனத்தவர்கள் கொள்ளப்படுகின்றனர். குர்ஆனின் 7: 74 வசனம் ஆத் எனும் மக்களுக்குப் பின்னர் அவர்களுடைய பூமியில் உங்களைக் குடியேற்றியதாக அதற்கு அதிபதி களாக்கியதாக தமூத் பற்றிக் கூறுகிறது. விரிவான விளக்கத் திற்குப் பார்க்க: *A Geographical History of Quran (1936)*, திருக்குர் ஆன் விளக்கம் அபுல் அஃலா மௌதூதி *(1992)*.

4. தொன்மை உருவ வழிபாட்டு வாதம் என்ற சொல் இந்த நூலில் 'Paganism' (heathen) என்ற சொல்லுக்குச் சமமான அர்த்தத்தில் பயன்படுத்தப்பட்டுள்ளது. தொன்மை கிரேக்க ரோம கடவுள் வணக்கத்தையும் அது சார்ந்த நம்பிக்கைகளையும் இந்தச் சொல் (Paganism) சிறப்பாகக் குறிப்பிடுகிறது. கிறிஸ்தவர்கள் கிறிஸ்தவரல்லாதவர்களின் சமயங்களை இந்தச் சொல்லால் அழைத்து வந்ததிலிருந்து இது அறிமுகமான தாகக் கொள்வர். ஆரம்பத்தில் இஸ்லாம் சமயமும் அவர்களால் 'Paganism என்றே குறிப்பிடப்பட்டது. தற்போது யூத, கிறிஸ்தவ, இஸ்லாமிய சமயங்கள் அல்லாத தொன்மை உருவவழிபாடு பலதெய்வ வழிபாடு சடங்கு, நம்பிக்கை முதலியவற்றைக் குறிப்பிட இச்சொல் பயன்படுத்தப்படுகிறது. 'ஆங்கில-தமிழ்' அகராதிகள் பொதுவாக 'புறச்சமயம்' என்று இதனை மொழிபெயர்த்துள்ளன.

5. இஸ்லாத்துக்கு முன்னர்த் தாய் மாமனுக்கு ஒரு முக்கியப் பங்கிருந்தது. மதீனாவில் நபிகளார் குடியேறிய போது மதீனா மக்கள் அவருக்கு வழங்கிய உதவி இதற்கான மிகச் சிறந்த எடுத்துக்காட்டாகும். நபியுடனான இந்த உறவில் மதீனா மக்கள் உறுதியுடன் நின்றார்கள். நபிக்கு உதவுவது அவர்களின் முதன்மை நோக்கங்களில் ஒன்றாகவும் இருந்தது. நபியின் தாயார் கத்தாணியத்தைச் சேர்ந்த கஸ்ரஜ் கிளையான பனூ நஜ்ஜார் குலத்தைச் சேர்ந்தவர். நபியின் தந்தை குறைஷி குலத்தைச் சேர்ந்தவர். தந்தையின் மரணத்தின் பின்னர்த் தாயார் ஆமினா பனூ நஜ்ஜார்களான தாய் மாமன்களிடம் நபியை அழைத்துச் சென்றார். நபியின் தாயார் அங்கு ஆறுதலாகவும்

நலமாகவும் இருந்தார். பின்னர் மக்காவிலிருந்த தந்தை வழி மாமன்களிடம் அவரை அழைத்துச் செல்ல விரும்பினார். ஆயினும் அந்தப் பயணத்தின் போது அவர் மரணம் அடைகின்றார். நபி தமது தூதினை வெளிப்படுத்திய போது மக்காவிலிருந்த மாமன்களின் துன்புறுத்தலுக்கு உள்ளாகி தமது மதீனாத் தாய்மாமன்களிடம் வந்து சேர்கிறார். அங்குத் தாய்மாமன்கள் அவரை ஒப்புக் கொள்கின்றனர். அவர் மதீனாவை வந்தடைந்த போது நபிகளாரின் உறவினர்கள் அவரை வரவேற்கின்றனர். தாய் மாமன்களும் அவருடைய இரத்த உறவினர்களும்தான் அவரை முதலில் ஆதரித்தனர். இவர்கள் மிகுந்த ஊக்கத்துடன் அவருக்காகப் போராடுபவர் களாகவும் பாதுகாப்பவர்களாகவும் இருந்தனர் (ஜுர்ஜி ஸெய்தான், *இஸ்லாமிய நாகரிக வரலாறு*, 1987:07).

6. மேற்குறித்த நால்வரைத் தவிர உருவவழிபாட்டுக் காலத்தில் இன்னும் பலர் ஓர் இறைக்கோட்பாட்டை எடுத்துக் கூறி வந்துள்ளனர் அவர்களின் பெயர்களாவன:

   Urbab b. al-Bara, of abd-al Kais.
   Ummayyah b. Abi-s-Salt.
   Kuss b. Saidah of Iyad.
   Abu kais sirmah b. Abi Anas of the Banu-n-najjar of yathrib.
   Khalid b. Sinan b. Ghaith of Abs.
   Abu Kais Saifi Abn al Aslat of the Aus - allah of yathrib.

7. இவர்கள் ஹிஜாஸ் மாநிலத்தையும் மேற்கு அரபியத் தீபகற்பத்தையும் சேர்ந்தவர்கள். இவர்களின் கொள்கை கிறிஸ்தவத்திலிருந்து வேறுபட்டிருந்தது. ஹனீப்வாதத்திற்கு சில குறிப்பிட்ட பண்புகளிருந்தன. சிலைவணக்க எதிர்ப்பு, சிலவகை உணவுகளைத் தவிர்த்துக்கொள்ளல், ஏப்ரஹாமின் கடவுளை வணங்குதல். துறவு நடவடிக்கைகளிலும் இவர்கள் ஈடுபட்டனர். இவர்கள் அனைவரும் புகழ்பெற்றவர்கள். உமையாபின் அபிஸல்ட் நபிகளை எதிர்ப்பவராகவும் அவர் களின் பகைவராகவும் இருந்தார். மேலதிக விவரங்களுக்குப் பார்க்க: Sir. Charles J. Lyall, *The Words Hanifi and Muslim,* 1903.

8. ஏப்ரஹாமுக்கு (இப்ராஹீம்) இஸ்மாயில் (Ishmael) இஸ்ஹாக் (Issac) என்று இரு ஆண்குழந்தைகள் இருந்தனர் என்பதைக்

குர்ஆனும் பைபிளும் ஏற்றுக்கொள்கின்றன. சாராள் ஈசாக்கைப் (இஸ்ஹாக்) பெற்றதாகவும் ஆகார் (ஹாஜிரா) இஸ்மாயிலைப் பெற்றதாகவும் ஆதியாகமம் கூறுகிறது. குர்ஆனின் கருத்தும் இதுவேயாகும். ஆனால் தியாகத்திற்குட்படுத்தப்பட்டவர் இஸ்மாயில், அவர்தான் இப்ராஹீமின் மூத்த புதல்வர். மூத்த புதல்வர்களைப் பலியிடுவதே அக்கால மரபுமாகும் என்று இஸ்லாமிய ஆய்வாளர் வாதிடுகின்றனர். யூதர்கள், தியாகத்திற்கு உட்படுத்தப்பட்டவர் ஈசாக் (இஸ்ஹாக்) என்று கூறுகின்றனர். இந்தத் தியாகம் நடைபெற்ற இடம் மக்காவெனக் குர்ஆன் கூறுகிறது. இந்தப் பலி நடைபெற்ற இடம் சிரியா என்று யூதர்கள் கூறுகின்றனர். இஸ்மாயில் நபிகளாருக்கும் முஹம்மது நபிகளாருக்கும் இடையிலான வம்சத் தொடர்ச்சிகளையும் யூதர்கள் நிராகரிக்கின்றனர். குர்ஆன் யூதர்களின் இத்தகைய கருத்துகளை மறுக்கின்றது. வரலாற்றாய்வாளர்கள் யூதர்களின் கருத்துகள் சமய ரீதியில் பக்கசார்பானவை என்றும் தௌராத் (Torah) போன்ற தொன்மைச் சமயங்களின் கூற்றுக்களும் தொன்மைக்கால மரபுகளும் யூதர்களின் கருத்துகளுக்கு மாறாக உள்ளன என்றும் வாதிடுகின்றனர். மேலதிக விவரங்களுக்குப் பார்க்க: ஷிப்லி நூமானியின் *Sirat-un-Nabi,* Vol. I, *1981.*

9. தந்தைத் தலைமை யுகம் ஆறாயிரம் ஆண்டுகளுக்கு முன்னர் தோன்றியிருக்கலாம். பழைய ஏற்பாட்டின்படி ஏப்ரஹாம் முதலாவது தந்தை தலைமைக்குரியவர். ஏகத்துவத்தின் (Monotheism) 'தந்தை' என்றும் அவர் அழைக்கப்படுகிறார். ஒரு கடவுள் சமயம் ஒரு தந்தைக் குடும்பத்துடன் நெருக்கமாகத் தொடர்பு கொண்டிருந்தது. ஏப்ரஹாமின் கதை, மகன் இரத்தப் பலியின் முடிவையும் அதற்கான மிருகப் பதிலீட்டையும் குறிப்பிடுகிறது. ஈவலின் ரீடின் (ப. 406) இக்கருத்தை 6ஆம் இயலில் குறிப்பிடப்படும் ஆண்குழந்தைக் கொலையுடனும் தொடர்புபடுத்தி நோக்கலாம்.

ஹனீப் என்ற சொல் ஹுனபா என்ற வினைச்சொல்லின் வழியாக வந்ததாகும். ஹுனபா என்பதற்கான நேரடியான பொருள் 'அவன் நேரான வழியை நோக்கி உள்ளான்' என்பதாகும். ஏற்கனவே இஸ்லாத்திற்கு முந்திய காலப் பகுதியில் இந்தச் சொல்லுக்கு ஓரிறை வாதம் என்ற பொருளே தரப்பட்டிருந்தது. பாவச் செயல், உலக ஆசை, நம்பத்தகாதவற்றை நம்புவது

குறிப்பாக விக்ரக வழிபாட்டை கைவிடுவது போன்றவற்றைச் செயல்படுத்துபவர் இந்தச் சொல்லால் அழைக்கப்பட்டார்.

10. '...இரும்பு மோதிரத்தையேனும் தேடுவீராக' என்று நபிகளார் கூறினார். அவர் தேடிப் பார்த்தும் கிடைக்கவில்லை. அப்போது நபிகளார் குர்ஆனில் ஏதும் உமக்குத் தெரியுமா என்று கேட்டார். ஆம் இன்னின்ன அத்தியாயம் தெரியும் என்றார்... அதற்கு நபிகளார் உனக்கு குர்ஆன் தெரிந்திருப்பதால் இவளை உனக்கு மணமுடித்துத் தந்தேன் என்றார் (ஸுனன் திர்மிதி, 1993 பாகம் 9 ஹதீஸ் எண் 1120).

11. சில ஆதாரங்களின் படி நபிகளார் கதீஜாவுக்கு இருபது பெண் ஒட்டகங்களை மணக்கொடையாக (மஹ்ர்) அளித்து மணம் முடித்தார். நபிகளார் மணம் முடித்தவர்களில் கதீஜாவே முதல் மனைவியாவார். கதீஜா இறக்கும்வரை வேறு யாரையும் நபிகளார் மணம் புரியவில்லை. அந்நேரம் கதீஜா (ரலி) அவர்களின் வயது முப்பத்தைந்தாக இருந்தது. இருபத்தைந்தாக (சமமாக) இருந்தது என்றும் சொல்லப்படுகிறது (இப்னு கஸீர், பாகம். 5 2014).

அல்லாஹ்வின் தூதர் (ஸல்) அவர்களுக்குரிய குழந்தைகளில் 'இப்ராஹீம்' என்ற குழந்தையைத் தவிர மற்றக் குழந்தைகள் அனைவரையும் கதீஜா (ரலி) அவர்களே பெற்றெடுத்தார்கள். அந்தக் குழந்தைகள்: (1) காசிம், (2) தையிப், (3) தாஹிர், (4) ஸைனப், (5) ருக்கையா, (6) உம்முகுல்சூம், (7) பாத்திமா ஆகியோர் (இப்னு கஸீர், பாகம் 5, 2014).

12. இதன் குறை-நிறை எவ்வாறாயினும் மதீன அரசின் தோற்றத்தின் போது குர்ஆன் (வஹி) முழுமைபெறாத நிலையில் நபிகளின் மதிநுட்பத்தையும் சமூக மரபுகளையும் கொண்ட நிலையில் ஓர் ஆட்சி நடைபெற்றுள்ளதா என்ற வினா கவனத்திற்குரியது.

13. பைத்துல்மால் (பொதுநிதியம்) ஸக்காத் (தர்மவரி, ஏழைவரி) ஆகியன பற்றிய நூலாசிரியரின் நோக்கை 'எச்.எஸ். இஸ்மாயில்: ஒரு சமூக அரசியல் ஆய்வு' நூலில் ' இலங்கை பைத்துல்மால்' என்ற அத்தியாயத்தில் பார்க்க.

உசாத்துணை

அப்துல் காதிர் உமரி, எம்.எம். திருக்குர்ஆன்: பொருள் அட்டவணை 2002. தொகுப்பு. நெல்லை: ஏர்வாடி.

அப்துல் ஹமீத் பாகவி, ஆ.கா. 1982. தர்ஜுமத்துல் குர் ஆன். சென்னை.

அப்துல் வஹ்ஹாப், எம். நிஜாமுத்தீன்,கே. ஏ., ஆர். கே. அப்துல் காதிர். 1992. குர்ஆன் தர்ஜமா: சென்னை: திரியெம் பிரிண்டர்ஸ்.

அனஸ், எம்.எஸ்.எம். 2014. அரபு இசை: கஸீதா முதல் கஸல் வரை, புத்தாநத்தம்: அடையாளம்.

இப்னு கஸீர். 2013. முற்கால மக்கள் வரலாறு, பாகம்-4, சென்னை: ஆயிஷா பதிப்பகம்.

இப்னு கஸீர். 2014. நபிகள் வரலாறு, பாகம்-5, சென்னை: ஆயிஷா பதிப்பகம்.

எங்கெல்ஸ், ஃபிரடெரிக். 1987. குடும்பம் தனிச் சொத்து அரசு ஆகியவற்றின் தோற்றம். மாஸ்கோ: முன்னேற்றம் பதிப்பகம்.

கோசாம்பி. 1989. பண்டைய இந்தியா, புதுதில்லி: இந்தியன் கவுன்சில் ஆஃப் ஹிஸ்டோரிகல் ரிசர்ச்.

சையத் அபுல் அஃலா மௌதூதி, திருகுர்ஆன். 1989. சென்னை: இஸ்லாமிய நிறுவனம் ட்ரஸ்ட்.

தியாகு, (பதி). 1992. விவிலியக் களஞ்சியம், பாகங்கள் I, II, III, சென்னை.

பக்தவத்சல பாரதி, 1990. பண்பாட்டு மானிடவியல், சென்னை: மணிவாசகர் பதிப்பகம்.

பரிசுத்த வேதாகமம். 1970. திருச்சிராப்பள்ளி: தமிழ் இலக்கியக் கழகம்.

மார்க்ஸ் & எங்கெல்ஸ். 1975. கம்யூனிஸ்ட் கட்சி அறிக்கை, மாஸ்கோ: முன்னேற்றப் பதிப்பகம்.

மார்க்ஸ். 1975. மெய்யறிவின் வறுமை, மாஸ்கோ: முன்னேற்றப் பதிப்பகம்.

மார்டின் லிங்ஸ். 1989. முஹம்மத் (புதிய பதிப்பு 2019) புத்தாநத்தம்: மாற்றுப் பிரதிகள்.

ஸுனன் திர்மிதி. 1994. முஹம்மது (எ) ஆபூ ஈஸா, தமிழாக்கம்: ஜைனுல் ஆபிதீன். மதுரை: நபிலா பதிப்பகம், தொகுதிகள் 8, 9, 14.

Abd al Ati, H. 1995. *The Family Structure in Islam*, USA: A.J. Publication.

Abdullah Yusuf Ali. 1975. *Translations and Commentaries on the]Holy Quran*.

Adonis. 1990. *An Introduction to Arab Poetics,* Catherine Cobban: Sagi Books.

Ahamd, I. (1981) *The Social Contract and the Islamic State*, New Delhi: Kitabbhavan.

Ali, Moulana, Mohamed. 1950. *The Religion of Islam*, Lahore: Ahmadiya Anjuman.

——.1951. *Mohamad the Prophet*, Lahore: Ahmadiya Anjuman, (First Published 1927).

Andrew Colker. 2007. *Marx*, Oxford.

Ashraf, M. 1995. *Sahih Muslim*. Trans: Abdul Hamid SiddiqiVol, I & II, New Delhi: Kitabbavan.

Ayoub, M. M. 1984 *The Quran and it's interpreters*, Albany: State University Press, Albany.

Beg Jabbar, M. A. 1981. *Social Mobility in Islamic Civilization*, Malasia: University Press.

Belyaev E. A. 1969. *Arabs, Islam and the Arab Caliphate in the Early middle Ages*. Russ. Trans. Adolphe Gourevitch. New York: Praeger.

Bertram, Thomas. 1937A. *The Arabs,* London: Thornton Butterworth.

Bottomore, T. (ed) 1985. *A Dictionary of Marxist Thought*, England: Blackwell.

Carlo Maia Martini,1992 *Abraham*, India.

Charles, L. J. 1903. The words 'Hanif' and Muslims*, the Journal of the Royal Asiatic Society*, (pp. 771-784). London.

Cook, A. Stanley. 1908. *The Religion of Ancient Palestine in the Second Millennium B.C*, London: Archibald Constable & Co. Ltd.

Della Vide, G.L. 1946. Pre-Islamic Arabia. In*: The Arab Heritage*, ed. NabihAminfaris. New Jersey: Princeton University Press.

Ebenstein, W. 1961. *Great Political Thinkers*, New York: Holt Rinehart and winston.

Engels. 1972. *The Origin of the Family Private Property and the State*, Moscow: progress publishers.

Engineer, Asghar Ali. 1980. *The Islamic State*, New Delhi: Vikas Publishing House.

Faruqi al Ismail, R. and Lois Ilamya al Faruqi. 1986. *The Cultural Atlas of Islam*, New York: Macmillan Pub. Co.

GhouriUmer H.K. 1992. *Dowry and the Islamic Social System*, Delhi: Delhi Markaji Maktaba.

Gibb, H. A. R. 1969. *Mohamadanism: Historical Survey*, London: Oxford University Press, 1949.

Goldziher, Ignaz. 1967. *Muslim Studies*, ed. S. M. Stern, Trans. C. R. Barber and S. M. Stern. Vol.I. London: George Allen &Unwin Ltd.

Guilaume, A. 1955.The Life of Muhammad. *A Translation of Ishaqes Sirat Rasul Allah*, London: Oxford University Press.

——.1973. *Islam*, England: Penguin Books Ltd., (First Published 1954).

Hamidullah, M. 1979. Muhammad Rasulullah, Karachi: Hanifa Publications.

Helnrich Simon, *Ibhnkhaldun's Science of human culture*, Adam Publishars: New Delhi 1996.

Hitti, Phillip K. 1937. *History of the Arabs*, London: Macmillan.

Husayn, Haykal M. 1976. *The Life of Mohamed*, Iran: Centre for Islamic Studies.

Ibn, Kaldun. 1858. *The Muqadhimah*, Trans: Franz Resenthal. London: Routledge & Kegan Paul.

Inayatullah, S. 1963. Pre-Islamic Arabian thought in: *A History of Muslim Philosophy*.

M. M. Sharif, Vol. I (pp 126-136). Wiesbaden: Otto Harraswowitz.

Iqbal. 1992A. *Thoughts and Reflections of Iqbal* (ed), S. A. Vahid, Lahore: S. H. M. Ashraf.

Iqbal, Afzal. 1981. *Culture of Islam*, Lahore: Institute of Islamic Culture.

Kaibi: Kitab-ul-Alnam XL, In: AbulHasan Ali Nadwi 1982 : 29.

Kasif Khan, *Jinn, In The Light of Quran*, 2016 .

Kenel, W. F. 1960. *The Family in Perspective: A Fourfold Analysis*,

New York: Applenton-Century Crofts inc.

King, Leonard W. 1916. *Legends of Babylon and Egypt in Relation to Hebrew Tradition*, London: British Academy.

Koelle, S. W. 1988. *Mohammed and Mohamadanism*, London: Livingstons.

Langdon, J. Davies. 1927. *A Short History of Women*, New York: Blue Ribbon Bookd.

Lewcok, Ronald. 1986. *WadiHasdramaut and the Walled City of Shibam*, UNESCO.

Lewis, Bernard. 1950. *The Arabs in History*, London: Hutchinson House.

Livingston, J. C. 1989. *Anatomy of the Sacred: An Introduction to Religion*, New York: Macmillan Publishing Company.

Lutfiya, A. M. 1970. The family in: *Readings in Arab Middle Eastern Society and Cultures*, (ed), Abdhlah M. Lutfiya, Paris: Mouton.

Majid Ali khan. 2007, *Muhamad*, New Delhi.

Margoliouth, D. S. 1905. *Mohammed and the Rise of Islam.* London.

Martini, C. M. 1992. *Abraham*, Gujarat: G. S. Prakash.

Marx, Engels. 1976. *On Religion*, Moscow: Progress Publishers.

Marx, K. 1973. *The Poverty of Philosophy*, Moscow: Progress Pubs.

Mishkat Al- Masabih. 1990. Trans: *James Robson*, Vol I, II, Lahore: Sh.

Muhammad Ashraf S.H. (First Published, 1938). *The Holy Quran-an Text, Translation and Commentary.* Lahore.

Muhammad Asad, 1980. *The Message of Quran,* Dar Al- Andalus Gibralter.

Montagu, Ashley (ed). 1968. *The Concept of Primitive Society,* London: Progress Pubs.

Montagu F. A. 1956.*Marriage: Past and Present*, Boston Porter, Sargent Publishers.

Montgomery Watt. W. 2003 (1961) *Islam and The Integration of the Society*, Great Britain: Routledge,

Mahmood Ibrahim. 1990. *Merchant Capital and Islam*, University of Texas Press.

Morgan, L. H. 1982. *Ancient Society*, New Delhi. (1877).

Moscati, Sabatino. 1957. *Ancient Semitic Civilizations*, London: Elek Books.

Muhsin, Mahdi. 1957. *Ibn Khaldun's Philosophy of History*, London: George Allen & Unwin, Ltd.

Muir, William. 1923. *The Life of Mohammad*, Edinburgh: John Grant.

Muller-Lyer. 1931. *The family* Trans: Fin stella Browne London: George Allen &Unwin Ltd (First Published.1912).

Nadvi, Syed, M. D. 1936. *A Geographical History of Quran*, Calcutta.

Nicholsen, R. A. 1969. *A Literary History of Arabs*, London: Cambridge University Press.

Nomani, M. M. 1983. *Meaning and Message of the Traditions*, Karachchi: Darullshaat.

Nooriddin Ahmed, *Moral Values in the Poetry of Babul Adab Kithabul Hamnash*, International of Current Research vol. Sept. 2017, Website.

O' learyDe lacy, *Arabia before Muhammad*, New York 1927

Peters, E. F. 1994. *Mecca,* New Jersey: Princeton.

Quigley Carrol. 1979. *The Evolution of Civilization*, Indianapolis: Liberty Press.

Robert, G. Hoyland,2001. *Arabia and the Arabs.* London: Routledge.

Rabi Mahamoud. 1967. *The Political Theory of Ibnkhaldun*, Leiden: E. J. Brill.

Reuben Levy. 1957. *The Social Structure of Islam*, Cambridge press.

Reed, Evelyn, 1992. *Women's Evolution from Matriarchal clan to Patriarchal family*, London: Fathfinder (first published. 1974).

Rodinson, M. 1971. *Mohammed* , Trans: Anne Carter. London: Allen Lane. The Penguin Press.

Sahlins, Marshall. 1968. *Tribesmen* in History and Anthropology, in: *The Concept of the Primitive Society*, ed. Ashley Montegu (195-211). London: Collier Macmillan.

Service, R. Elman. 1962. *Primitive Social Organization*, New York: Random House.

Saycee, A. H. 1899. *Babylonians and Assyrians*: Life and Customs, London: John C. Nimmo.

Serjeant, R. B. 1981. *Studies in Arabian History and Civilization*, London: Variorum Printers.

Shaban, M. A. 1971. *Islamic History: A New Interpretation*, Cambridge: Cambridge University Press.

Shaffer, J. G. 1982. Origins of Islam: A General Model. In: *Aspects of Society and Culture, Lucknow:*, Ethnographic and Folk Culture Society.

Shahid, I. 1970. Pre-Islamic Arabia.in: Cambridge University History of Islam, Vol. I eds: P. M. Holt, Annk S. Lambton and Benard.

Shibli Numani.1979. *Sirat – Un - Nabi*, Vol. I & II, Pakistan: Kasi publication.

Shutao Wang, 2016.*The Origin of Islam in The Arabic Context* (Master Thesis) University of Bergen ,iz.j.

Lewis Bernd. 1950 *The Arabs in History,* London: Cambridge Universty Press.

Shariati, Ali 1980. *Fatima is Fatima*, Trans: Leleh Bakhtiar, Tehran: The Sahriti foundation.

Siddiqui, A. H. 1985. The Life of Mohammed. Delhi: Hindustan Publications.

Siddiqui, M. Y. M. 1988. *Organization of Government under the Holy Prophet (SAW),* Lahore: Islami Publications.

Stephen & Nauidy Ronart. 1959. *Concise Encyclopaedia of Arabic Civilization*, Amssterdam: Djambatan.

Stern, B. J., (ed). 1938. *The family past and present*, London: D. Applention century company.

Stierliw, H. 1984. *The Cultural History of the Arabs*, London: Aurum Press Ltd.

Sumner, W. G. 1906. *Folkways*, London: Ginn & Co.

Sumner W. G. and others. 1947. *The Science of Society*, Vol. (IV). New Harven: Yale University Press (First published 1927).

SyedaaRazwi, 1990, Khadija-Tul-Kubra.

The Encyclopaedia of Islam. 1913. (eds) Martijn Theodoor Houtsma & T. W. Arnold, R. Basser and R. Hartmann, London: Luzce & Co.

——.1927. (eds) M. Th. Houtma and others, Vol. II.

Turner, Bryan S. 1974. *Weber and Islam*, London: Routledge & Kegan Paul.

Tokarev, S. 1989. *History of Religion*, Trans: Paula Garb, Moscow: Progressw Publishers.

Ullab, M. 1990. *The Muslim Law of Marriage*, Delhi: Kitabbhavan.

Watt, W. M. 1961A. *Muhammad: Prophet and Statesman*, London: Oxford University Press.

―― 1961. *Islam and the Integration of Society,* London: Routledge & Kegan Paul.

―― 1962. *Muhammed at Medina,* Oxford: Clarenden press.

―― 1979. *Muhammed at Mecca.* Karachchi: Oxford University Press.

―― 1979. Muhammad in: *The Cambridge History of Islam,* ed. P. M. Holt and others. Vol. I (30-57).

―― and Bell, R. 1970. Introduction to the Quran, Edinburgh: University Press.

Westermarck, E. 1922. *The History of Human Marriage,* New York: The Alerton Book Company.

Winckly, Hugo. 1907. The *History of the Babylonia and Assyria,* Trans: James Alexander Graig, London: Hedder& Stoughton.

Wooley, Leonard. 1935. *Abraham: Recent Discoveries*, London.

Zaydan, J. 1987. *History of Islamic Civilization,* Trans: D. S. Margolioth. New Delhi: Kitabbavan.

சுட்டி

அக்காடியர் 38
அடிமை முறை 118, 135
அப்துல் முத்தலிப் 104
அப்ரஹா 35
அபிஸீனியர் 13
அபுல் ஹஸன் xix
அபூதாலிப் 175
அபூதாவூத் 76
அரபிகள் 176
அரபியப் பழங்குடி 61
அரபிய வரைபடம் 1
அரபியாவில் பழங்குடி 63
அரபு இசை 89
அரபு இனம் xviii
அரபு முறை 133
அரிஸ்டோட்டில் 8
அல் அசபிய்யா 68-70
அல்பதரி 101
அல்ஜாஹிலியா 9
அல் ஹனபிய்யா 101
அல் ஹிஜாஸ் 89
அறியாமையுகம் 9
அனன்கோவ், பீ.வி. 26, 28
அனஸ், எம்.எஸ்.எம். xx, 83
அஸ்கர் அலி 129
அஸ்ஸீரிய சாம்ராஜ்யம் 31
ஆதியாகமம் 106, 113
ஆப்ரஹாம் 8, 106
ஆப்ரஹாமியம் xvii
ஆன்மா 86
இக்பால், அல்லாமா 9
இணைக் குடும்பம் 132

இப்ராஹிமியம் 11, 100, 105
இப்ராஹீம் 8, 30, 94, 107-8
இப்ராஹீம், மஹ்மூத் 3
இப்னு கல்தூன் 68-71, 200
இப்னு கஸீர் 158, 163-64
இப்னு ஹிஷாம் 158
இரோகுவாய்ஸ் 31, 78, 80
இறையரசு 201
இன்பவாதம் 177
இன்ஜினியர், அஸ்கர் அலீ 3
இஸ்ரேல் 142
இஸ்லாத்தின் வரலாறு 29
இஸ்லாம் xvii, 5
இஸ்லாமிய ஒப்பந்தம் 193-94
இஸ்லாமியச் சட்டம் 194
ஈசாக் 113
ஈடுசெய் மணம் 140
உம்மா 191
உம்ரா 93
உருவ வழிபாடு 96, 212
உற்பத்திச் சக்திகள் 28
உறவுமுறை மாற்றம் 155
எகிப்து 119
எங்கெல்ஸ், பிரடெரிக் 3-4, 9, 12-20, 30, 62, 122, 132
எஞ்ஜினியர் 7
எத்தியோப்பியர் 13
எபன்ஸ்டைன், வில்லியம் 198
என்லில் 39, 107
எஸ்கிமோ 140
ஏகத்துவம் 8, 93, 214
ஐக்கியச் சமூகம் (உம்மா) 191

ஒட்டக ஒட்டுண்ணிகள் 65
ஒட்டக நாடோடிகள் 64
ஓரிறைவாதம் xvii, 8, 114
கஅபா நிர்வாகம் 160
கடத்தல் திருமணம் 139
கடவுள்கள் 39
கத்தபான் பழங்குடி 47
கதீஜா 168-70
கல்வழிபாடு 95
கலாசாரக் கலப்பு 43
கற்பு 133
கனீமத் 76
கஸ்ரஜ் குலம் 187
காட்டுவாசிக் காலம் 9
கார், இ.எச். 4
கிப், எச்.ஏ.ஆர். 122
கிறிஸ்தவம் xvi, xviii, 96
கினானா சந்ததி 158
குடும்பம் 131-2
குதிரை மலை 51
குர்ஆன் 10, 36, 49-50, 52, 60, 76, 95, 100-1, 105, 107-8, 113, 122-23, 144, 148, 152-54, 172, 179, 191, 212
குல அரசியல் 79
குலக்குறி முறை 87, 160
குல மரபுகள் 21
குறைஷ் 157, 160, 165, 168
குறைஷி குலம் 157
குறைஷியர் 10, 104
குஸா குலம் 160
குஸை ஆட்சி 161-64
கென்கெல், வில்லியம் 139
கொள்வனவுத் திருமணம் 142
கோசாம்பி 21
கோல்கர், ஆன்ட்ரூ 7
சதக்கா 142
சதாக் 143
சந்திரக் கடவுள் 45
சந்திரப் பெருநாள் 88

சந்திர வழிபாடு 87
சபா 48-9
சபாயின்கள் 48
சமய நெருக்கடி 97
சமய மாற்றம் 35
சமூகப் பரிணாமம் 14
சமூக மாற்றம் 127
சமூக விருந்துகள் 92
சிரியா 13
சீதனம் 138
சும்னர், வில்லியம் 22, 24, 149
சுமேரியக் கடவுள் 40
சுமேரிய நாகரிகம் 86
சுமேரியர் 37-9
சுன்னா 101
செமித்தியக் கடவுள் 40
செமித்தியம் xviii
செமித்திய மரபு 31
செமித்திய முறை 140
செமித்தியர் 41-3
செமித்திய வழிபாடு 110
செய்யித் 79
செய்யிதுகள் 121
செல்வ வேட்கை 124
சேர்பியர் 140
சொத்துரிமை 153
டெலாவிடே, ஜி.எல்.3
டேர்னர், பிரைன் 34
டேனர், பிரயான் எஸ். 3
தத்துவத்தின் வறுமை 27
தந்தைவழிக் குடும்பம் 147
தந்தைவழி மரபு 66
தபூக் போர் 203
தன்னினஉண்ணுந்தன்மை 112
தனிமனிதவாதம் 127
தாய்வழி 131
தாயுரிமை முறை 67
தார் விதி 75

திருத்தமுறாத சமூகம் xix
திருமண முறைகள் 19, 138-48
தீன் ஹனீபிய் 99, 101
தீன் ஹனீபின் 106
தென் அரபியா 46, 51
தொலமி 59
தொன்மை அரபியர் 86
தொன்மை அரபியா 37, 114, 128
தொன்மைச் சமூகம் 18, 14-5
நபி இப்ராஹீம் 105
நபிகளார் 9, 29, 67, 71, 103, 158, 166-67, 170-71, 176, 180, 187-89, 193-95, 206
நபிகளார் ஒப்பந்தம் 193
நபேத்திய நாகரிகம் 55
நபேத்தியர் 160
நம்பிக்கையின் வழி xix
நரபலி 110
நறுமண அரபியா 50
நாடோடி அரபுகள் 135
நிலமானிய உற்பத்தி முறை 7
நிஹ்லாஹ் 144
நூமானி, ஷிப்லி 54, 67, 76, 160, 164
நூஹ் 30
நேசக் கூட்டமைப்பு 195
நோவா 30
பக்தவத்சல பாரதி 15, 32, 62
பதாவி xvii-xviii, 30, 34, 63-6, 87, 178
பபிலோனியா 119
பரித்மா (மஹர்) 144
பரிமளப் பாதை 60
பலதெய்வ வழிபாடு 99
பலதார மணம் 67
பலிச்சடங்குகள் 109
பலி வகைகள் 109
பழங்குடிவாதம் 10, 98, 128
பழிக்குப் பழி 77
பழைய ஏற்பாடு 105
பனூ நஜ்ஜார் குலம் 188
பாபிலோனியர் 39

பாபிலோனியா 42
பாலஸ்தீனம் 111
பிரிபோல்ட், ரோபர்ட் 141
புஆத் போர் 185
புதிய ஏற்பாடு 105-6
புதிய கற்காலம் 61
புரோகிதத்துவம் 45
புறச்சமயம் 212
பூர்வீகக் கூட்டுடைமை 20
பெக்கோபன், ஜெக்கோப் 16, 132
பெண் சிசுக்கொலை 146
பெண் தெய்வங்கள் 89
பெண்நிலை 130
பெல்யீர், இ.எ.3
பேய்கள் 111
பைசாந்தியப் பேரரசு xvi
பைபிள் 113, 131
பொட்டமோர், தொம் 14
பொருள்முதல்வாதம் 16
மக்கா xvii, xix, 5, 10-11, 57-8, 60, 74, 81, 95, 99-100, 104, 116, 121, 162, 165, 203-4, 207
மக்காவின் சமயம் 96
மணப்பெண் பணம் 138, 156
மத்தியகிழக்கு நாகரிகம் xvi
மதீனா ஒப்பந்தங்கள் 189
மலபார் 51
மனுசாஸ்திரம் 109
மஹர் (பரிம்ஜா) 138, 140, 142-46, 204, 215
மார்க்ஸ், கார்ல் 3-4, 7, 9, 12, 14-16, 25-36
மார்ட்டினி, கார்லோ 105
மாலா 80-1
மிதாக் 144
முக்கத்திமா 34
முத்தஷம் ஹரி 144
முப்லிஹா அனஸ் xx
முர்ருஆ 128
மூதாதையர் நோக்கு 176
மெக்லீனான் 131-2, 151

மெய்ன், ஹென்றி 16
மெஸபொட்டோமிய வழிபாடு 110
மெஸபொட்டோமியா 38, 40-4
மோர்கன், ஹென்றி 4, 14, 16-18, 32, 132
மௌலானா முஹம்மதலி 144
யத்ரிப் 182
யாப்பிரியோலா, ஏ.6
யூத-அரபு மோதல் 184
யூதப் பழங்குடி 182
யூதர் 31, 182
யூத மதம் xvi, xiii, 96
யெமன் 13
லயார்ட், ஜோன் 112
லாப்பாக், ஜெ. 17
லெவி, ரூபன் 138
வட அரபியா 54
வணிகப் போட்டி 125
வணிகர் எதிர்ப்பு 174
வணிக வளம் 120
வமிசாவளி நிரல் 159
வரலாற்றுப் பொருள்முதல்வாதம் 3, 25, 28
வரலாற்று விதி 24
விதவை 136-38
வெஸ்ட்டர் மார்க் 139, 142, 149
வேட் 98
வேடுவர் 139
வொட், மொண்ட்கொமரி 3, 5-6, 81
றீட், ஈவலின் 155
ஜகாத் 107
ஜாஹிலியா xviii, xix
ஜாஹிலியாக் காலம் 9-10, 148, 150
ஜின் 91
ஜுர் ஹும் குலம் 160
ஜுர் ஹும் பழங்குடி 160
ஷிஆர் 145
ஷெய்க் 79
ஸ்டோன், மெர்லின் 90
ஸ்மித், ரொபர்ட்சன் 134
ஸ்மித், வில்லியம் 149
ஸமாக்ஷாறி 148
ஸரதுஸ்ட்ரா xvii
ஸஹாரா 43
ஸாசனியப் பேரரசு xvi
ஸொராஸ்திரியம் xvii
ஹட்சிசன், ஜோன் xix
ஹதீஸ்கள் 10
ஹமுத் இப்ராஹீம் xix
ஹமுராபி சட்டம் 141
ஹரம் 114-15
ஹவ்தா 115
ஹனபா 100
ஹனீப் 101
ஹனீப்வாதம் 11, 85, 99
ஹனீப்வாதிகள் 103-4
ஹஜ் 93
ஹாஷிம் சந்ததி 158
ஹிப்போபோரியன் 150
ஹிரா குகை 172
ஹில்ஃபுல் ஃபுலூல் 73-4
ஹிஜ்ரத் 182
ஹுதைபியா உடன்படிக்கை 206
ஹுலைல் 162
ஹுனபா 101
ஹெரோடோடஸ் 59

ஃஃஃ